स्वातंत्र्ययोद्धा
मार्टिन ल्युथर किंग
(ज्युनिअर)

दिलीपराज प्रकाशन प्रा. लि. च्या नवीन पुस्तकांची यादी व माहिती हवी असल्यास आपला पत्ता, दूरध्वनी क्रमांक किंवा Email आमच्या *diliprajprakashan@yahoo.in* या Email address वर पाठवावा किंवा आमच्याशी दूरध्वनी क्रमांक फॅक्ससहित : ०२०-२४४८३९९५/२४४९५३१४/२४४७१७२३ यावर संपर्क साधावा. आमच्या वेबसाईटला एकदा अवश्य भेट द्या.

Website: *www.diliprajprakashan.com*

स्वातंत्र्ययोद्धा मार्टिन ल्युथर किंग
(ज्युनिअर)

(चरित्र)

अश्विनी धोंगडे

दिलीपराज प्रकाशन प्रा. लि.
२५१ क, शनिवार पेठ, पुणे - ४११ ०३०

प्रकाशक
राजीव दत्तात्रय बर्वे,
मॅनेजिंग डायरेक्टर,
दिलीपराज प्रकाशन प्रा. लि.,
२५१ क, शनिवार पेठ,
पुणे - ४११ ०३०

प्रथमावृत्ती : १५ जानेवारी २०१२

प्रकाशन क्रमांक : १९२१

ISBN : 978-81-7294-901-3

मुद्रक :
Repro India Ltd, Mumbai.

टाईपसेटिंग
पितृछाया मुद्रणालय,
९०९, रविवार पेठ,
पुणे - ४११ ००२

मुखपृष्ठ
सागर नेने

जगातील शोषितांसाठी लढताना हुतात्मा
झालेल्या सर्व अमर नेत्यांना 'मार्टिन ल्युथर किंग'ची
ही बलिदान गाथा श्रद्धापूर्वक समर्पण

प्रस्तावना

चार वर्षांपूर्वी ॲटलांटा येथील मार्टिन ल्यूथर किंग (ज्युनिअर) याच्या स्मृतिस्थळाला भेट दिल्यावर त्याच्या कार्याने मी खूपच प्रभावित झाले. २००८ च्या मेनका दिवाळी अंकात त्याच्या आयुष्यातील अनेक घटनांच्या अनुषंगाने या स्मृतिस्थळावर मी एक विस्तृत लेख लिहीला. त्याचं अनेक रसिक वाचकांनी कौतुक केलं आणि मार्टिनसंबंधी अधिक जाणून घेण्याची इच्छा प्रगट केली. माझ्या मनातही त्याच्या व्यक्तित्वाविषयी कुठेतरी गूढ आकर्षण होतंच, त्यामुळे मी ही संधी लगेचच स्वीकारली आणि आज ती इच्छा प्रत्यक्षात येते आहे याचा आनंद आहे.

मार्टिन ल्यूथरचे भारताशी अतिशय जवळचे संबंध होते. तरुण वयात महात्मा गांधींचे चरित्र वाचून तो अतिशय भारावून गेला. रॉशेनबुश, नित्शे, जेबूहर, हॉब्ज, मार्क्स इत्यादी अनेक विचारवंतांच्या तत्त्वज्ञानाचा त्याने अभ्यास केला होता, पण गांधींच्या अहिंसेच्या तत्त्वज्ञानाचा त्याच्यावर विशेष प्रभाव पडला. प्रत्यक्ष चळवळीत उतरल्यावर त्याने अहिंसात्मक प्रतिकाराचा वापर केला आणि अहिंसा हे किती धारदार शस्त्र आहे याचा अनुभव घेतला. त्यानंतर संपूर्ण आयुष्यभराच्या आपल्या लढ्यात अहिंसेवरचा त्याचा विश्वास कधी ढळला नाही. या विश्वासामुळेच ज्या गोऱ्या लोकांशी त्याने लढा दिला, त्यांच्याबद्दल आपल्या मनात कधीही कटुता येऊ दिली नाही. प्रेमावरच्या अढळ श्रद्धेने त्याने आपल्या विरोधकांना नमवले आणि आपल्या चळवळीला प्रतिष्ठा प्राप्त करून दिली. अहिंसेचे तत्त्वज्ञान त्याने अंगिकारले नसते तर वांशिक लढ्यात कितीतरी मोठा रक्तपात झाला असता आणि आफ्रिकन-अमेरिकनांचे स्वातंत्र्य आणखी कित्येक वर्षे पुढे गेले असते. गांधी तत्त्वज्ञानाच्या अन्य मुद्द्यांना मात्र त्याच्या विचारात स्थान नव्हते. मार्टिनला अमेरिकन गांधी म्हणणाऱ्यांनी हे लक्षात ठेवायला हवे.

मार्टिन हा अभ्यासाने आणि व्यवसायाने धर्मगुरु आहे. ख्रिश्चन धर्माची

शिकवण त्याच्या नसानसातून वाहते आहे, पण तरी तो मूलतत्त्ववादी नाही. नवीन काळानुसार आणि नव्या स्वरूपाच्या प्रश्नांनुसार बायबलमधील कथांना तो नवीन दृष्टिकोनातून आकार देऊ शकतो. तो उत्तम अभ्यासक आहे, तसा विचारवंत आहे, पण मुळात तो कृतिशील माणूस आहे. आपले विचार व चळवळी त्याने शब्दबद्ध करून ठेवल्या आहेत, पण त्याने सलग असे आत्मचरित्र लिहिलेले नाही. नेता म्हणून त्याचा सामर्थ्यवान गुण आहे, तो म्हणजे त्याचे वक्तृत्त्व. छोटी छोटी वाक्ये, वाक्यांची पुनरावृत्ती, लोकांच्या भावनांना बरोबर हात घालण्याचे कौशल्य, तळमळीनं बोलणं आणि अतिशय धीरगंभीर, घुमणारा आवाज. लाखो लोकांना खिळवून ठेवण्याची ताकद त्याच्या वक्तृत्त्वात होती, म्हणूनच लोक त्याच्या मागे आले. त्याचा दुसरा गुण म्हणजे त्याच्या कृतीला विचारांची जोड होती, त्यामुळे त्याने आयुष्यात कुठलीही कृती अविचाराने केली नाही.

लढ्यासाठी आवश्यक असा कणखरपणा त्याच्यात होता, पण त्याचबरोबर एक अतिशय संवेदनशील हळवेपणाही त्याच्या व्यक्तित्वात होता. 'वज्रादपि कठोराणि मृदुनि कुसुमादपि' असं एक काहीसं विरोधाभासात्मक चित्रण त्याच्या स्वभावात होतं, त्यामुळे त्याग, समर्पण, वेदना आणि अपराधगंड ही त्याच्या आयुष्याची अविभाज्य अंगे बनली. तो केवळ त्याच्या वंशाचा नेता राहिला नाही, गोऱ्या लोकांचा आणि शेवटी शेवटी सर्व मानवतेचा नेता बनला, कारण जगात कोठेही चाललेले युद्ध, गरिबी, वांशिक लढे, अज्ञान, अडाणीपणा त्याला मानसिक त्रास देत असत. सबंध मानवजातीत प्रेमाचे संबंध असावेत असा 'विश्वबंधुत्वाचा' संदेश त्याने दिला.

मार्टिनकडे एक संवेदनशील व्यक्ती म्हणून पाहण्याचा माझा या चरित्रात दृष्टिकोन आहे. त्यामुळे तो कसा घडत गेला ही गोष्ट मला महत्त्वाची वाटते. एखाद्या सामान्य व्यक्तीचं कर्तृत्वसुद्धा 'गगनावेरी' कसं जाऊन पोचतं आणि ती व्यक्ती थोर विभूती कशी होते याचा वस्तुपाठ म्हणजे त्याचं आयुष्य आहे, त्यामुळे तो जास्त समजावा यासाठी त्याच्या गुणावगुणांचा लेखाजोखा मांडण्याचा प्रयत्न प्रस्तुत पुस्तकात केला आहे.

निग्रो हा शब्द आता कालबाह्य झाला आहे आणि त्याला थोडा कमीपणाचा वास येत असल्याचं आता समजलं जातं. त्याऐवजी काळे किंवा आफ्रिकन-अमेरिकन असा समतोल शब्द आता वापरला जातो. पण मार्टिनच्या काळात निग्रो हाच शब्द वापरला जात असे आणि त्यात वांशिकतेचा उल्लेख होतो. मार्टिन स्वतःही हाच शब्द वापरतो व त्याच्याबद्दलच्या पुस्तकातून हाच शब्द वापरला आहे. तो काळ जिवंत करण्याच्या दृष्टीने मीही हाच शब्द वापरला आहे. त्यात

कुठल्याही अवहेलनेचा हेतू नाही, याबद्दल गैरसमज नसावा. मार्टिन आणि आफ्रिकन-अमेरिकन लोकांवरच्या आणि त्यांनी भोगलेल्या हालाच्या-छळाच्या आणि स्वातंत्र्यासाठी दिलेल्या लढ्याच्या प्रेमाच्या पोटीच हे पुस्तक सिद्ध झाले आहे.

मार्टिनबद्दल अनेकांनी लिहिले आहे. इंग्रजीमध्ये त्याची अनेक चरित्रे उपलब्ध आहेत. त्यातली अनेक पुस्तके वाचून घटनांच्या मुळाशी पोचण्याचा माझा प्रयत्न आहे. मार्शल फ्रेडी यांचे 'मार्टिन ल्यूथर किंग, ज्युनिअर-ए लाईफ' हे पुस्तक अतिशय विवेचक व सडेतोड वाटले. रॉब लॉईड जोन्सचे पुस्तक छोटेसे पण देखणे आहे. त्याची शैली मार्टिनचे आयुष्य डोळ्यांपुढे उभी करणारी आहे. 'द ऑटोबायोग्राफी ऑफ मार्टिन ल्यूथर किंग (ज्यु)' हे पुस्तक क्लेबोर्न कार्सन यांनी संपादित केले असून मार्टिनच्या लिखाणाचा जास्तीत जास्त वापर केला आहे, त्यामुळे प्रत्येक घटनेकडे मार्टिन कसा पाहतो हे चांगले कळते. याशिवाय प्रा. नि:सीम इझिकेल यांनी मार्टिनच्या उत्तमोत्तम भाषणांचे संपादन केले आहे. जानेवारी २००९ मध्ये स्पॅन मासिकाने मार्टिनच्या भारतभेटीसंबंधी एक विशेष लेख प्रसिद्ध केला होता. या सर्वांचाच मला पुस्तक लेखनासाठी विशेष उपयोग झाला, त्यांची मी ऋणी आहे. एक गोष्ट मात्र जाणवली की कोणत्याही चरित्रात त्याच्या कौटुंबिक जीवनाविषयी फारशी माहिती मिळाली नाही. त्याची एक बहीण व एक भाऊ ए. डी. किंग हे दोघेही त्याच्या स्वातंत्र्य चळवळीत सहभागी होते. पत्नी कोरेटा ही काही चळवळीत क्रियाशील होती, पण मार्टिननेही त्यासंबंधी फारसे लिहिलेले नाही. ही त्रुटी मात्र जाणवली.

माझी कन्या शताक्षी, हिने मला मार्टिन ल्यूथर किंगचे ॲटलांटामधील समाधीस्थळ दाखवले. त्याच्याबद्दलची अनेक पुस्तके उपलब्ध करून देऊन मला लेखनाला प्रोत्साहन दिले, पण आभार मानणे तिला आवडणार नाही, म्हणून फक्त कृतज्ञ उल्लेख करते. हे पुस्तक इतक्या देखणेपणाने दिलीपराज प्रकाशनच्या राजीव व मधुमिता बर्वे यांनी प्रसिद्ध केले आहे. त्याबद्दल आनंद व्यक्त करणे हे माझे कर्तव्य आहे. वाचकांना हे पुस्तक नक्की आवडेल अशी आशा आहे.

- अश्विनी धोंगडे

अनुक्रमणिका

१

-०-

स्मृतिस्थळापाशी क्षणभर

अॅटलांटा-अमेरिकेचं दक्षिण पूर्वेकडचं एक प्रचंड मोठं गजबजतं शहर. अनेकांना ते माहीत असतं तिथल्या लहरी हवामानामुळे, वारंवार बसणाऱ्या वादळाच्या तडाख्यामुळे, सी.एन.एन. या जगप्रसिद्ध न्यूज चॅनेलच्या मुख्यालयामुळे, कोका कोलाच्या मूळ फॅक्टरीमुळे, गॉन विथ द विंडसारखी अजरामर कलाकृती जिथे जन्माला आली त्या सुप्रसिद्ध लेखिका मार्गारेट मिचेल यांच्या घरामुळे, आर्ट म्युझिअम, हिस्ट्री म्युझिअम यासारख्या एकापेक्षा एक भव्य म्युझिअम्समुळे, पण जगभरातल्या ज्या लोकांना माणसाच्या माणूसपणाची चाड आहे, गुलामी या संकल्पनेचाही प्रचंड तिटकारा आहे अशा माणसांची पावलं अॅटलांटामध्ये आल्यावर प्रथम वळतील एका पवित्र स्थळाकडे, जी मार्टिन ल्यूथर किंगची जन्मभूमी आहे, कर्मभूमी आहे आणि चिरविश्रांतभूमी आहे. हा माणूस फक्त कृष्णवर्णियांचा नेता नाही, कारण वंशभेद, लिंगभेद, गरीब-श्रीमंत असले कोते भेद सोडून देऊन अवघ्या मानवतेला कवेत घेणारा एक महान पुरुष या शहरातील ऑबर्न अॅव्हेन्यू या भागात जन्माला आला होता. या शहरानं जगावेगळ्या या माणसाचं स्मारक आपल्या उराशी जपलंय, एक सुंदर स्मृतिस्थळ उभारून.

एखादं वस्तुसंग्रहालय कसं असावं ते पहायचं असेल तर जगातली काही निवडक वस्तुसंग्रहालयं पहायला हवीत, ज्यामध्ये या वस्तुसंग्रहालयाचा समावेश करावा लागेल. खरं तर हे संग्रहालय नाहीच, इथे वस्तू नुसत्या एकत्रित केलेल्या नाहीत, इथे इतिहासाची काही पानं जिवंत केली आहेत, जगासमोर साक्षात एक आयुष्य उलगडून ठेवलं आहे. काळ्या लोकांच्या नागरी हक्काच्या लढ्यातील रोमहर्षक क्षण इथे जिवंत केले आहेत. खरी माणसं वाटावीत अशा आकाराचे, जिवंतपणाचा भास देणारे आठ दहा पुतळे प्रारंभीच लक्ष वेधून घेतात. त्यात काळे आहेत, गोरे आहेत, प्रत्येकजण चालण्याच्या आविर्भावात आहेत. हे १९६० मध्ये

झालेल्या 'फ्रीडम मार्च' चं प्रतीक आहे. या पुतळ्यांमध्ये जाऊन उभं राहिलं की जुन्या स्वातंत्र्यसंगीताचे स्वर कानी पडतात. आपणही त्यांच्याबरोबर चालल्याचा भास होतो. याच दालनात टीव्ही शोवर मार्टिनच्या जीवनातील अनेक प्रसंग दाखवले जातात. हजारो लोकांना चेतवणारी त्याची भाषणं ऐकवली जातात. मोठमोठ्या काळ्या बोर्डसूवर पांढऱ्या शुभ्र शब्दातून नागरी हक्कासाठी झालेल्या लढ्याच्या सुवर्णस्मृती कोरून ठेवल्या आहेत. सुभाषितांचं महत्त्व प्राप्त व्हावं अशी त्याची वचनं जागोजाग कोरली आहेत. 'इनजस्टिस एनिव्हेअर इज थ्रेट टु जस्टिस एव्हरिव्हेअर' (कुठेही झालेला अन्याय न्यायाला प्रत्येक ठिकाणी धमकावत असतो.) 'आपले बूट आणि कपडे कुठून आले याचा विचार करा- कारण ते बहुधा बालकामगार असलेल्या कारखान्यातून आलेले असण्याचा अधिक संभव आहे.' एके ठिकाणी 'ट्रूथ इज गॉड' (सत्य हाच परमेश्वर) हे गांधीजींचं वाक्य तर त्याचखाली 'अवर गॉड इज एबल' (परमेश्वर समर्थ आहे) हे मार्टिनचं वाक्य कोरलं आहे. मोठी माणसं एकसारखा विचार करतात अशी इंग्रजीत एक म्हण आहे. मार्टिनचे पुष्कळसे विचार मोठ्या व्यक्तींना साजेसे आहेत.

एवढ्या सुसज्ज दालनात बंद पडलेलं घड्याळ कसं काय? याकडे कुणाचं लक्ष गेलं नाही की काय? असं वाटत असताना हे घड्याळ सहा वाजून वीस सेकंदांनी कायमचं थांबलं आहे हे दाखवण्याच्या कल्पकतेचं कौतुक वाटतं, कारण काळच जणू त्यावेळी थांबला. एका आयुष्यभर धडधडणाऱ्या हृदयाचा अंत ४ एप्रिल १९६८ साली ६ वाजून २० सेकंदांनी झाला. विसंगतीने लक्ष वेधून घेणारी इथली दुसरी एक वस्तू म्हणजे एक लाकडी गाडा. दोन लाख लोकांच्या प्रचंड शोकाकुल जनसमुदायासमवेत मार्टिनची अन्त्ययात्रा एबेन्झर बॅप्टिस्ट चर्चपासून साडेचार मैलांवरच्या मोअर हाऊस कॉलेजपर्यंत निघाली ती खेचरांनी ओढलेल्या या लाकडी गाड्यावरून, कारण हा गाडा म्हणजे एक प्रतीक होतं, लाखो काळ्या लोकांच्या दारिद्र्य आणि कष्ट यांच्या विरोधात दिलेल्या अथक झुंजीचं. हा लाकडी गाडा अन्त्ययात्रेची कथा नि:शब्दपणे सांगत आज तिथे अश्रू ढाळत उभा आहे.

१९८० मध्ये या हिस्टॉरिक सेंटरची स्थापना झाली. याच आवारात तो जन्मला, वाढला, धर्मगुरू म्हणून त्यानं प्रवचनं दिली. वंशभेदाची चळवळ उभी राहिली, त्याच या आवारात त्याची स्मृतिसमाधी बांधली गेली, त्यानंतर काही वर्षांनी त्याच्याच शेजारी बांधण्यात आली, त्याच्या प्रिय पत्नीची- कोरेटा स्कॉटची समाधी, जिने आयुष्यभर त्याला नुसतीच साथ दिली नाही तर त्याच्यानंतर त्याचं कार्य जोमानं चालू ठेवलं. मार्टिन आणि कोरेटा यांच्या आयुष्यातले विविध प्रसंगांचे फोटो, तिचे परीवेश, भेटवस्तू, पत्रव्यवहार, प्रशस्तिपत्रके इथे मांडून ठेवण्यात

आली आहेत. भारताचा आणि या जोडप्याचा संबंध नेहमीच जिव्हाळ्याचा होता. १९५७ साली मार्टिनने पंडित जवाहरलाल नेहरूंची भेट घेतली होती. १९६९ मध्ये कोरेटा किंग यांना त्यावर्षीचं 'पंडित जवाहरलाल नेहरू इंटरनॅशनल अंडरस्टँडिंग ॲवॉर्ड' मिळालं. किंग यांच्या निधनाला चाळीस वर्षे पूर्ण झाल्याने या केंद्रात नव्या दोनशे फोटोंची भर पडली आहे. १९५५ मध्ये रोझा पार्कला पाठिंबा देण्यासाठी 'बसेस बंद' पासून सुरू झालेलं हे धगधगतं अग्निकुंड १९६८ मध्ये मार्टिनच्या चिरविश्रांतीमुळे शांत झालं. तो बारा वर्षांचा इतिहास 'रोड टु फ्रीडम' मध्ये चित्रित झाला आहे. या केंद्राच्या आवारातच एबेन्झर बॅप्टिस्ट चर्चची गॉथिक शैलीतील साधी पण सुंदर इमारत आहे. तिचं जुनेपण नव्या डागडुजीनं जसंच्या तसं टिकवलं आहे. १९१४ ते १९२२ मध्ये बांधलेल्या या चर्चशी निगडित मार्टिनच्या आयुष्यातल्या कितीतरी घटना घडल्या आहेत. या चर्चमध्येच १५ जानेवारी १९२९ मध्ये मार्टिनचे वडील मार्टिन ल्यूथर किंग, सीनियर यांचा विवाह अल्बर्टा यांच्याशी झाला. याच चर्चमध्ये त्यांनी आयुष्यभर धर्मगुरू म्हणून काम केले. याच चर्चमध्ये २५ फेब्रुवारी १९४८ पासून पुढे जवळजवळ सात वर्षे डॉ. मार्टिन ल्यूथर किंग, ज्युनिअर यांनी वडिलांचे सहकारी म्हणून काम पाहिले. त्यांचा भाऊही १९६७ सालापर्यंत इथे धर्मगुरू होता. याच चर्चमध्ये बसून मार्टिनने नागरी हक्काच्या लढ्याचं वेळोवेळी नियोजन केलं. त्याच्या आयुष्यातील शोकाकुल प्रसंगानंतर इथेच ९ एप्रिल १९६८ रोजी त्याची अन्त्ययात्रा निघाली. पण आणखी एक घटना म्हणजे १९७४ च्या जूनमध्ये रविवारच्या प्रार्थनेच्या वेळी ऑर्गन वाजवत असता त्याच्या आईला अल्बर्टाला अज्ञात मारेकऱ्यांनी इथेच गोळ्या घातल्या. ज्या चर्चच्या पवित्र वेदीवर, अल्बर्टाचा विवाह झाला, त्याच चर्चमध्ये प्रार्थनेच्या वेळी ऑर्गन वाजवून परमेश्वराची सेवा करणाऱ्या त्या स्त्रीला असं अकस्मात मरण यावं?

या रस्त्याच्या पलीकडे एक फायर हाऊस आहे. १९२७ सालचा एक आगीचा बंब तिथे ठेवला आहे. वंशभेदाच्या तिरस्काराच्या काळात काळ्या गोऱ्यांचे आगीचे बंबही स्वतंत्र होते. काळ्या लोकांचा बंब म्हणून आजही तो तिथे प्रेक्षणीय वस्तू बनून राहिला आहे. याच जुन्या ओवरीत एक पुस्तकांचा खजिना आहे. मार्टिन ल्यूथर किंग यांची स्वत:ची वंशभेद, मानवतावाद, गुलामगिरीची प्रथा अशा काही विषयांवरची वैशिष्ट्यपूर्ण पुस्तके तिथं विक्रीला ठेवली आहेत. 'व्हेन आय वॉज ए स्लेव्ह' नावाचे एक वेगळेच पुस्तक दिसले. यात ८० ते १०० पर्यंत वय असलेल्या चौतीस गुलाम स्त्री पुरुषांनी आपल्या आयुष्यातल्या अमानुष छळाच्या कहाण्या सांगितल्या आहेत. अनेक कृष्णवर्णिय कादंबरीकारांनी आपल्या कलाकृतीतून अशा कहाण्या टिपल्या आहेत, पण प्रत्यक्ष त्या चरकातून पिळून निघालेल्यांनी

आपल्या अनुभवाचे साध्यासुध्या भाषेत निवेदन करणे किती हृदय पिळवटून टाकणारे असते याचा प्रत्यय शब्दाशब्दातून येत गेला आणि मग मार्टिन ल्यूथरच्या लढ्यातल्या त्वेषाचा एक वेगळाच गहिरा रंग नजरेत आला. स्वार्थापोटी माणूस अमानुषपणाच्या किती टोकाला जाऊ शकतो याची नाझी छळछावणीच्या पलीकडे जाणारी उदाहरणे वाचताना मनात एकच प्रश्न येत होता. कायद्याने समानता आली, पण मनाला मने मिळाली का? आपण सारी एकाच परमेश्वराची लेकरे असे वाटण्याइतकी गोरी मनोवृत्ती बदलली आहे का?

मार्टिनचे घर पाहण्यासाठी स्वतंत्रपणे जाता येत नाही. त्यासाठी प्रवेश फी देखील नाही, तरीसुद्धा रेंजरच्या मार्गदर्शनाखाली छोट्या गटानेच इथे जावे लागते. फायर हाऊसपासून एक दोन मिनिटांच्या अंतरावर ऑबर्न ॲव्हेन्यू नावाच्या संरक्षित रस्त्यावर एक दोन मजली सुंदर टुमदार घर आहे. आजही इथे कोणी राहत असावे इतकी ही वास्तू सर्व सामानासकट सुसज्ज ठेवली आहे. पंढरीच्या वारीतल्या वारकऱ्याने ज्या उत्कटपणे विठोबाची महती सांगावी, त्याच उत्कट भाविकतेने एक कृष्णवर्णिय मार्गदर्शक घराचा प्रत्येक कानाकोपरा आणि मार्टिनचे त्या वस्तूशी असलेले नाते यांचे रसाळ कथन करीत होता. मुलांच्या खेळण्यातल्या पटापासून, अंथरूणे-पांघरूणे, स्वयंपाकाची तत्कालीन साधने, भांडीकुंडी, टेबल-खुर्च्या सारेच घर इथे नेटकेपणाने मांडून ठेवले आहे. साऱ्या कुटुंबियांचे अनेक फोटोही आहेत. १८९५ सालची ही वास्तू आज शंभर वर्षांनंतरही आहे तशी भाविकपणे जपली आहे.

मार्टिन ल्यूथरच्या स्मृतिप्रीत्यर्थ उभारलेल्या केंद्राच्या आवारात प्रवेशद्वाराशीच एक महात्मा गांधींचा पूर्णाकृती पुतळा आहे. अहिंसात्मक चळवळीचे प्रभावशाली हत्यार मार्टिनला गांधींकडून मिळाले. भारताची आणि मार्टिनची नाळ त्याच्या कार्यकर्तृत्वाच्या आरंभीच जोडली गेली. याच आवारात मागच्या बाजूला काळ्या माणसाचा एक अतिशय सौष्ठवपूर्ण पुतळा आहे. जिद्द, आत्मविश्वास, ताकद यांचे हा पुतळा म्हणजे सर्वोत्तम प्रतीक आहे. इथून बाहेर पडताना एक रस्ता आखला आहे. 'रोड टु फ्रिडम' हे त्याचं नाव. अमेरिकेच्या इतिहासातल्या अनेक महत्त्वाच्या व्यक्तींची नावे त्यावर लिहिली आहेत. इथून बाहेर पडणाऱ्या प्रत्येक व्यक्तीने 'स्वातंत्र्य' या संकल्पनेचा अर्थ पुरेपूर आचरणात आणावा हा त्यामागचा हेतू आहे. एक शपथपत्र प्रत्येकाने भरून द्यावे अशीही त्यात विनंती होती. 'हे जग अधिक सुंदर व्हावे म्हणून मी इतरांचा सन्मान ठेवीन. प्रेममय जीवन जगेन. इतरांचा तिरस्कार करणार नाही. युद्धापेक्षा अहिंसेचा मार्ग आचरेन. स्वातंत्र्य, न्याय आणि जागतिक शांतता वाढीस लावण्यासाठी प्रयत्न करीन' अशा आशयाचे ते पत्रक होते. हे पत्रक भरून देणारे कितीजण ते आचरणात आणतील? जानेवारी महिन्यातला

तिसरा सोमवार हा दिवस मार्टिन ल्यूथर्स डे म्हणून साजरा होतो. सबंध फेब्रुवारी महिना हा दरवर्षी ब्लॅक मंथ म्हणून साजरा होतो. पण म्हणून काळ्यांचे प्रश्न संपले का? भेदभाव मिटले का? काही अंशी मिटले. पण अजूनही कृष्णवर्णिय द्वितीय नागरिक आहेत. दारिद्र्य, बेकारी, अल्पशिक्षण, गुन्हेगारी हे सगळे परस्पर निगडित आहेत आणि काळे लोक मोठ्या संख्येने त्याचे बळी आहेत. त्यांच्याबद्दल भीती आणि शंकेचे वातावरण आजही संपलेले नाही. आयुष्यभर ज्याने अहिंसेची कास धरली त्याचाच हिंसक अंत झाला. त्यानंतर उफाळून आल्या हिंसक वांशिक दंगली. त्याने पाहिलेले स्वप्न असे फाटले. व्हिएतनामच्या युद्धापासून आजच्या इराक युद्धापर्यंत अमेरिकेने सतत युद्धच घडवून आणली. हिंसा आणि रक्तपात हाच त्यांचा विजयाचा एकमेव मार्ग ठरला.

या आवारात निळ्याशार पाण्याचे एक आयताकृती तळे आहे आणि त्यात मधोमध आहेत दोन चिरनिद्रिस्त व्यक्तींच्या समाध्या! मार्टिन आणि त्याची पत्नी कोरेटा. काठाकाठाने लोक मौन पाळून शांततेनं पुढे जातात. इतिहासातलं ते दुर्दैवी पान डोळ्यापुढे फडफडते. सगळ्या महान नेत्यांचा शेवट असाच का व्हावा? आयुष्यभर गांधींची अहिंसेची तपश्चर्या तंतोतंत पाळणाऱ्या मार्टिनचा शेवट गांधीजींसारखाच का व्हावा? हिंसेने अहिंसेवर कुरघोडी करावी हेच अहिंसेचं भागधेय आहे का?

डेमोक्रॅटिक पक्षाचे अध्यक्षीय उमेदवार कृष्णवर्णिय बराक हुसेन ओबामा आता अमेरिकेचे राष्ट्राध्यक्ष झाले आहेत. त्यांच्या कारकिर्दीत कृष्णवर्णियांची स्थिती पालटेलही! अत्यंत परिणामकारक ओघवती वक्तृत्त्वशैली, ओजस्वी विचार आणि समतोल भूमिका ही बराक यांची वैशिष्ट्ये पाहिली की मार्टिन ल्यूथर किंग यांची आठवण येते. किंग यांच्या मृत्यूनंतर चाळीस वर्षांनी का होईना, अमेरिकेने कृष्णवर्णिय राष्ट्राध्यक्ष निवडला ही मार्टिन ल्यूथर किंग यांना श्रद्धांजलीच आहे. त्यांनी पाहिलेल्या स्वप्नाचा काही अंश तरी सत्यात आला याचे समाधान मोठे असेल.

◆◆

२

-०-

बालपणातली जडणघडण

मार्टिन ल्यूथर किंग (सिनिअर) हे जसे अंगाने धष्टपुष्ट गृहस्थ होते तसेच मनानेही खंबीर होते. जवळजवळ २२० पौंड वजनाचा हा माणूस कोणाचेही लक्ष आपल्याकडे सहज खेचून घेई. त्यांचे व्यक्तिमत्त्वही तसेच भारदस्त होते. प्रखर आत्मविश्वास, धैर्य आणि निर्भयता यामुळे त्यांच्यापासून माणसे वचकून राहत. एखाद्या गोऱ्या माणसाने केलेला अपमान सुद्धा ते खपवून घेत नसत. आपल्याला त्याचे वागणे आवडले नाही हे ते त्याला लगेच तोंडावर सांगत. बटाईने शेती करणाऱ्या एका मजुराचा हा मुलगा. गोऱ्या माणसांचा छळ लहानपणीच त्यांच्या वाट्याला आला. पण त्यावेळीही ते प्रतिकार केल्याशिवाय रहात नसत. जॉर्जिया राज्यातील ॲटलांटा शहरापासून अठरा मैलांवरचे स्टॉकब्रिज हे त्यांचे गाव. एक दिवस शेतावर काम करत असताना त्यांच्या लक्षात आले की मालक वडिलांना पैशाच्या हिशेबात चांगलाच फसवत आहे. त्यांनी मालकांच्या देखतच हे वडिलांच्या लक्षात आणून दिले. झाले, मालक भयंकर चिडला आणि ओरडला, "जिम, या पोराला आवरलं नाहीस तर मी त्याचे थोबाड फोडून टाकीन. बिचारा जिम घाबरला आणि त्याने पोराला गप्प बसवले. त्याचवेळी मार्टिननी निश्चय केला, 'हे असे ढोरे ओढण्यात आयुष्य काढायचे नाही.' मग थोड्याच दिवसांनी त्यांनी गाव सोडले आणि ते ॲटलांटाला आले. मुख्य हेतू शिक्षण घ्यायचे. त्यावेळी वय अठरा वर्षे. तोपर्यंत बहुतेकांची शिक्षणे पुरी होतात. पण न लाजता त्यांनी शाळेचे आणि नंतर मोअर हाऊस कॉलेजमधून आपले उच्च शिक्षण पूर्ण केले.

एबेन्झर बॅप्टिस्ट चर्चचे धर्मगुरू म्हणून त्यांची नेमणूक झाली. तिथल्या काळ्यांच्याच नव्हे तर गोऱ्यांच्या मनातही त्यांच्याबद्दल आदर होता. खरे तर तो काळ काळ्या-गोऱ्यांच्या तणावाचा होता, पण त्यांच्यावर कधी हल्ला झाला नाही. नागरी हक्काच्या चळवळींबाबत त्यांना आस्था होती. अशा एका संस्थेचे ते स्वत:

अध्यक्ष होते. आणि समाज सुधारण्याच्या कामी ते नेहमी पुढे असत. बसमधून प्रवास करणाऱ्या काळ्या लोकांवर एकदा अमानुष हल्ला झाला. तेव्हापासून त्यांनी बस वापरायचे बंद केले. काळ्या गोऱ्या शिक्षकांना समान पगार मिळावा, म्हणून झालेल्या संघर्षात त्यांनी नेतृत्वाची भूमिका घेतली. त्यांची वृत्ती खऱ्या ख्रिश्चन माणसाला शोभेशी होती. परमेश्वरावरची गाढ श्रद्धा, नीतीमत्तेची चाड, एकनिष्ठपणा आणि प्रत्येक बाबतीत जागी असलेली सदसद्‌विवेकबुद्धी. कोणतीही गोष्ट पटली नाही, तर मोकळेपणाने तसे स्पष्ट सांगून टाकण्याचा स्वभाव, जे सत्य असेल, पटेल तेच बोलणार, मग ते कटू असो वा गोड. त्यामुळे समोरचा नाराज झाला तरी त्याची त्यांना पर्वा नसे. त्यामुळे बाहेरचीच काय, पण घरातली माणसंही त्यांना घाबरत असत. दारू पिऊन बायकोला बडवणाऱ्या वडिलांनाही त्यांनी लहानपणी चांगलं सुनावलं होतं.

एबेन्झर चर्चचे प्रमुख ए. डी. विल्यम्स यांच्या एकुलत्या एक मुलीच्या, अल्बर्टाच्या ते प्रेमात पडले. विल्यम्स स्वत: एका गुलामाचा मुलगा होते आणि आपले आयुष्य स्वत:च्या जिवावर उभे करीत ते इतक्या वरच्या पदावर पोचले होते. काळ्या लोकांच्या समाजात त्यांना मानाचे स्थान होते. अल्बर्टा एक सिधीसाधी, जाड, लाजाळू मुलगी, वय वर्षे वीस. चर्चमध्ये सर्व्हिसच्या वेळी ऑर्गन वाजवायची. मार्टिनचे त्यावेळचे नाव माईक होते, पुढे त्यांनी मार्टिन ल्यूथर किंग हे नाव घेतले. ती माईकच्या प्रेमात पडली. चांगली सहा वर्षे त्यांचे प्रेमप्रकरण चालू होते. १९२६ च्या थँक्स गिव्हिंग डेला दोघे विवाहबद्ध झाले. विल्यम्सच्या ऑबर्न ॲव्हेन्यू मधील घरात नवे जोडपे राहू लागले. अल्बर्टा ही सुद्धा माईकप्रमाणे श्रद्धावान आणि परमेश्वराची नि:सीम भक्त होती. पण नवऱ्यापेक्षा ती अनेक बाबतीत वेगळी होती. ती अत्यंत मृदुस्वभावाची आणि गोड बोलणारी होती. ती स्वभावाने प्रेमळ पण लाजाळू होती. माईकच्या पूर्वायुष्यात कष्ट होते तर अल्बर्टाचे पूर्वायुष्य सुखाचे होते. ती उत्तम शाळेत आणि कॉलेजात गेली. वंशभेदाची फारशी झळ तिला या काळात लागली नाही. एकुलती एक असल्याने तिच्या सर्व इच्छा-आकांक्षा पुरवल्या जायच्या तरी सर्वांमध्ये तिने स्वत:बद्दल एक आदराची भावना निर्माण केली होती.

या जोडप्याला लग्न झाल्यावर एक मुलगी झाली आणि ती सोळा महिन्यांची असताना १५ जानेवारी १९२९ मध्ये त्यांचा पहिला मुलगा जन्माला आला. वडिलांच्या नावावरून त्याचे नाव मायकेल असे ठेवण्यात आले. छोटा माईक पाच वर्षांचा असताना वडिलांनी दोघांची नावे बदलली आणि दोघे मार्टिन ल्यूथर झाले. जणू काही या नावाने अपेक्षांचे एक मोठे ओझेच त्यांनी या चिमुकल्याच्या खांद्यावर ठेवले. त्यानंतर सोळा महिन्यांनी आणखी एक मुलगा जन्माला आला. अल्बर्टाच्या

वडिलांचे नाव त्याला देण्यात आले.

छोटा मार्टिन लहानखुरा पण बाळसेदार होता. त्याचा चेहरा रसरशीत आणि डोळे बदामी आकाराचे आणि चमकदार होते. घरची परिस्थिती मध्यम, पण खाऊन पिऊन सुखी. वडिलांचा धाक आणि चर्चमधल्या लोकांचे प्रेम दोन्ही त्याच्या वाट्याला आले. वांशिक हिंसाचार आणि वंशभेदाचे चटके त्यावेळच्या ॲटलांटामध्ये भरपूर होते, तरी ॲटलांटामधील कृष्णवर्णिय समाज त्यावेळच्या विश्वविद्यालयांच्या सान्निध्यात आणि काळ्या लोकांच्या उद्योगधंद्यात विकासाची मध्यमवर्गीय स्वप्ने बघत होता. मार्टिनच्या घराच्या आसपासचा भाग कॅफे, वकिलांची ऑफिसेस, छोटे छोटे उद्योगधंदे यांनी गजबजून गेला होता. लोक त्या भागाला 'स्वीट ऑबर्न' म्हणू लागले होते. छोट्या मार्टिनला जशी खाण्यापिण्यात रुची होती, तशी ऑपेरामध्येही होती. त्याला पियानो वाजवणे आवडायचे, तशी कुस्ती खेळणेही आवडायचे. अभ्यासात त्याला चांगली गती होती, मात्र स्पेलिंग आणि व्याकरणाला त्याची गाडी अडायची आणि तशी ती आयुष्यभरच अडकली. पण धर्मगुरूंची प्रवचने ऐकता ऐकता त्यांचे मोठेमोठे शब्द तेव्हाच त्याच्या डोक्यात घट्ट बसत आणि मधूनच तो ते वापरेसुद्धा. अगदी त्याच्या वयाला न शोभणारे. तसा मार्टिनने लहानपणी वडिलांच्या हातचा बराच मार खाल्ला. 'मी या पोराला मरेस्तोवर मारीन पण त्याच्यामधून कोणी मोठा माणूस निर्माण करीन.' असे ते अभिमानाने म्हणत. त्याचा भाऊ आणि तो दोघांनी भरपूर मार खाल्ला, पण भावाच्या मनात वडिलांबद्दल कायमची भीती बसली. मार्टिनही पुढे मोठा झाल्यावर म्हणायचा, 'इतके कोणाला मारू नये, मी पंधरा वर्षाचा होईपर्यंत त्यांचा मार खात होतो.' आणि डॅडी किंग म्हणायचे, 'हा पोरगा मोठा विक्षिप्त. तो कोपऱ्यात उभा रहायचा. डोळ्यांतून पाणी गळायला लागायचे, पण पठ्ठ्या रडायचा म्हणून नाही.'

त्याच्या शिक्षकांच्या लक्षात आले की त्याचा स्वभाव या धाकदपटशामुळे मूडी बनलाय. भविष्यकाळात तो आपल्यासारखाच धर्मगुरू आपल्याच चर्चमध्ये व्हावा ह्या वडिलांच्या इच्छेचे ओझे त्याच्या मनावर असल्यासारखे वाटे. त्याच्या भोवतालच्या जगाचा जसा तो केंद्रबिंदू होता, तसेच त्या जगात जे काही घडे त्याची जबाबदारी त्याला आपल्यावर असल्यासारखी वाटे. विनाकारण अपराधीपणाचे ओझे तो स्वत:वर लादून घेई. तेरा वर्षांचा होण्यापूर्वी दोनदा त्याने आत्महत्येचे प्रयत्न केले आणि दोन्ही वेळी आपल्या लाडक्या आजीच्या मृत्यूचे दु:ख सहन न झाल्यामुळे दोनदा त्याने दुसऱ्या मजल्यावरच्या खिडकीतून उडी मारली, पण सुदैवाने तो वाचला.

त्यावेळचा सगळाच काळा समाज वंशभेदाच्या एका कुरूप छायेखाली

वावरत होता. कायद्यानेच गोऱ्यांपासून काळ्यांना बाजूला ठेवले होते आणि दुय्यमपणाची शिक्षा दिली होती, किंग पतीपत्नीचे आपल्या मुलांवर खूप प्रेम होते, पण ही मुले अशा समाजात जन्मल्यामुळे त्यांच्या मनावर काय परिणाम होईल याची त्यांना नेहमी भीती वाटे. शहरात आणि गावातून सगळ्याच दक्षिण अमेरिकेत काळ्या गोऱ्यांमधील भेदभाव तेव्हा शिगेला पोचला होता. काळ्यांच्या, त्यावेळी त्यांना निग्रो म्हणत-वस्त्या निराळ्या, शाळा निराळ्या. रेस्टॉरंटसमध्ये पाट्या असत, फक्त गोऱ्या लोकांसाठी, आगगाड्यांमध्ये वेगळे डबे, बसमध्ये मागच्या बाजूला वेगळी जागा, पिण्याच्या पाण्याची कारंजी निराळी, एवढेच काय, गोरे रस्त्यावरून जात असले, तर काळ्यांनी कडेला गटारात उभे रहायचे. एका जगात राहत असले तरी गोऱ्यांचे जग निराळे होते, काळ्यांचे निराळे. गोऱ्यांचे कितीतरी वरच्या दर्जाचे आणि काळ्यांचे सर्व दृष्टीने निकृष्ट.

काळ्या गोऱ्यांना समान न्याय हवा म्हणून होणाऱ्या संघर्षात किंग पतीपत्नी सहभागी होत. मोर्चात भाग घेत; चर्चमध्ये भाषणे देत, पण उपयोग काहीही नव्हता. परिस्थिती जरासुद्धा पालटत नव्हती. एका अमेरिकेत दोन अमेरिका वसल्या होत्या. झोपताना ते दोघे परमेश्वराला प्रार्थना करीत, निदान आमची मुले तरी चांगल्या समाजात वावरू देत, त्यांच्या तरुणपणापर्यंत तरी काही चांगले बदल घडून येऊ देत. हळूहळू काही काही प्रसंगातून छोट्या मार्टिनला आपल्या भोवतीच्या विदारक सत्याची जाणीव होऊ लागली.

सहा वर्षांचा मार्टिन आणि त्याचा धाकटा भाऊ आल्फ्रेड वरच्या मजल्यावरच्या जिन्याच्या टोपीत लपले होते. पटकन काहीतरी करायला हवे होते, कारण कोणत्याही क्षणी त्यांची पियानोची शिक्षिका तिथे आली असती आणि तिच्याकडून पियानोचे धडे घ्यायला दोघांनाही आवडायचे नाही.

''आपण तो पियानोच मोडून टाकू'' आल्फ्रेड म्हणाला. पण मार्टिनला त्याच्यापेक्षा छान कल्पना सुचली. दोघांनी ती अंमलात आणली आणि खेळायला पळाले. अर्ध्या तासातच आईने दोघांना हाक मारली. त्यांची पियानोची शिक्षिका आली होती. दोन्ही पोरे गालातल्या गालात हसत होती. शिक्षिका खुर्चीवर बसली, तिचा धक्का लागताच पियानो ठेवला होता ते स्टूल धाडकन खाली पडले आणि त्याबरोबर ती बिचारी बाईही! पोरांनी आधीच स्टूलचा पाय सैल करून ठेवला होता. पोरांनी त्याक्षणी सुबाल्या केला. ''मार्टिन! आल्फ्रेड'' आई रागाने हाक मारीत होती, पण पोरे कशाला तिथे थांबतायेत.

मार्टिन पळाला तो थेट आपल्या एका आवडत्या मित्राकडे गेला. उन्हाळ्यातल्या संध्याकाळची वेळ होती. रंगीत लाकडी घरामागे सूर्य मावळत होता. उन्हाळ्याची

सुट्टी संपून लौकरच शाळा सुरू होणार होती, तोपर्यंत या मित्राबरोबर धमाल करायची होती. पियानोचा लेसन तर चुकलाच होता. उड्या मारतच मार्टिनने त्याच्या घराचा कठडा पार केला आणि दारावरची घंटा वाजवली. मित्राचे वडील बाहेर आले. उंचेपुरे, लालबुंद. त्यांची मार्टिनला नेहमीच भीती वाटे. त्यांनी मार्टिनकडे एकवार पाहिले. त्यांच्या नजरेत तिरस्कार होता. त्यांनी दार अर्धवट बंद करून घेतले आणि ते म्हणाले, ''माझा मुलगा तुझ्याशी खेळायला येणार नाही. तुम्ही दोघांनी एकत्र खेळायचे नाही.''

मार्टिन या वाक्याने चमकला. ''का म्हणून?'' त्याने धैर्य एकवटून विचारले. त्या माणसाचा चेहरा एकदम गंभीर आणि त्रासिक झाला. ''कारण तू काळा आहेस आणि तो गोरा'' तो माणूस म्हणाला आणि त्याने मार्टिनच्या थोबाडीत मारल्यासारखा दरवाजा खाडकन लावून घेतला.

हे असे का? आम्ही एकत्र का खेळायचे नाही? आम्ही काळे-गोरे असलो तरी मित्र आहोत. मार्टिनच्या डोक्यात प्रश्नाचे मोहोळ उठले होते. पुन्हा म्हणून तो मित्र कधी त्यांच्यात खेळायला आला नाही.

एकदा एका डिपार्टमेंटल स्टोअर्समध्ये एका गोऱ्या बाईने खरेच त्याच्या खाडकन थोबाडीत लगावली. ''या मूर्ख निगरने माझ्या पायावर पाय दिला.'' ती ओरडली. छोटा मार्टिन आ वासून त्या बाईकडे पहातच राहिला. पण अशा गोष्टींना निर्भयपणे विरोध करता येतो याचा धडा तो एकदा प्रत्यक्ष वडिलांकडूनच शिकला. त्याचे असे झाले. एकदा वडिलांबरोबर मोटारीतून जाताना त्यांना ट्रॅफिक पोलिसांनी अडवले. ''थांब ए पोरा, लायसन्स दाखव.'' तो तुच्छतेने म्हणाला. वडिलांनी शांतपणे मागे बोट दाखवले. मागच्या सीटवर बसलेल्या मार्टिनकडे पाहून ते म्हणाले, ''पोरगा तो आहे. मी वयाने मोठा माणूस आहे, नीट बोललात तर लायसन्स दाखवीन.'' पोलिस चमकला आणि गप्प बसला.

एकदा मार्टिनसाठी बूट खरेदी करायला ते दोघे बुटांच्या दुकानात गेले.

''तुम्ही मागच्या बाजूला जाऊन बसा.'' दुकानदार त्यांना म्हणाला, ''ही जागा गोऱ्या लोकांसाठी आहे.''

''इथे बूट दाखवणार असलास तर दाखव नाहीतर नको.'' असे म्हणून वडील उठायला लागले तेव्हा त्या माणसाने चूपचाप बूट दाखवले.

काळ्या-गोऱ्यांमधले हे सामाजिक जीवनातील भेद पाहून संवेदनशील मनाचा हा कोवळा मुलगा दु:खी होई. स्वत:शीच विचार करत राही, नाहीतर स्वत:ला अभ्यासात बुडवून टाकी. पुस्तके वाचण्यात, नाहीतर निबंध लिहण्यात स्वत:ला गुंतवून ठेवी. तो चौदा वर्षांचा झाला, तोपर्यंत अभ्यासात त्याने सगळीकडे प्रथम

श्रेणी मिळवली. एकदा वक्तृत्त्व स्पर्धेत भाग घेण्यासाठी त्याची निवड झाली. आई-वडिलांना फार आनंद झाला आणि पोराचा अभिमानही वाटला, कारण बोलण्यासाठी त्याने विषय निवडला होता, 'अमेरिकेतल्या काळ्या लोकांचा इतिहास.' तयारी चांगली केली होती आणि अपेक्षेप्रमाणे त्याचा नंबरही आला. तो आणि त्याची तयारी करून घेणारी शिक्षिका आनंदून गेले. परत येताना बसमध्ये सुद्धा दोघांच्या याच विषयावर गप्पा चालू होत्या. एवढ्यात मागून कुणीतरी खेकसले. ''चला, उठा इथून.''

संतापाने लाल झालेला एक गोरा माणूस त्यांच्या सीटजवळ उभा राहून त्यांना तिथून हुसकावत होता. बस भरलेली होती आणि उभे राहणे त्याला अपमानास्पद वाटत होते.

''चला उठा'' तो पुन्हा गरजला, ''निग्रोंनी उभे रहायला पाहिजे.''

मार्टिनची शिक्षिका ताबडतोब उठून उभी राहिली, पण मार्टिन जागचा हलला नाही. बस थांबली आणि ड्रायव्हर मागे आला.

''ऊठ, तुझी जागा दे या माणसाला. निग्रोंनी उभे रहायला हवे.'' तो मार्टिनवर ओरडला. मग त्या गोऱ्या प्रवाशाने आणि ड्रायव्हरने मार्टिनला शिव्या द्यायला सुरुवात केली, तरीही मार्टिन निश्चलपणे बसून होता. मार्टिनच्या शिक्षिकेनं त्याच्याकडे प्रेमळपणे पाहिले आणि त्याच्या खांद्यावर हात ठेवून ती म्हणाली, ''ऊठ मार्टिन, तसा कायदा आहे.'' मार्टिनला आपल्या बाईंना संकटात टाकायचे नव्हते, म्हणून शेवटी तो नाइलाजाने उठला. मधल्या जागेत जाऊन उभा राहिला. चाळीस मैलांच्या त्या प्रवासात उभे राहून त्याच्या पायात गोळे आले. पण त्यापेक्षा त्याचे मन जास्त दुखावले. अपमान, चीड, गोंधळ कितीतरी मिश्र भावनांनी त्याच्या मनाचा ताबा घेतला. अमेरिकेसारख्या पुढारलेल्या देशात काळ्यांची एवढी अवहेलना व्हावी! काहीतरी केले पाहिजे, याविरुद्ध काहीतरी केले पाहिजे. त्याने स्वत:च्याच मनाला बजावले.

जिथे जावे तिथे हीच अवहेलना, अपमान! एका उन्हाळ्याच्या सुट्टीत वडील नको म्हणत असताना सुद्धा त्याने एक नोकरी धरली, प्रथम एका गाद्यांच्या कारखान्यात. तिथल्या काळ्या लोकांचे आर्थिक शोषण आणि त्यांना दिली जाणारी तुच्छ वागणूक पाहून त्याला वाटायला लागले, आपण आज गुलामांच्याच काळात वावरतोय की काय? रेल्वे एक्सप्रेसमध्ये काम करताना तिथल्या सुपरिंटेंडंटने मार्टिनला हाक मारली, ''ए निगर'' मार्टिनला इतका राग आला की नोकरीवर लाथ मारून तो तिथून बाहेर पडला. पुढे एकदा कनेक्टिकटमधल्या तंबाखूच्या शेतावर त्याने मित्रांबरोबर नोकरी धरली. तिथल्या काळ्या मजुरांचीच नव्हे, तर गरीब गोऱ्या

मजुरांची अवस्था आणि त्यांची केली जाणारी पिळवणूक पाहून तो हादरला. गोऱ्या लोकांबद्दलच्या भयंकर तिरस्काराने त्याच्या मनाचा ताबा घेतला.

सगळ्याच निग्रो पालकांना पडायचा तसाच प्रश्न त्याच्या लहानपणापासून त्याच्या आईला पडला होता. या एवढ्याशा लहान मुलाला वांशिक भेदभाव म्हणजे काय ते कसे समजावायचे? मग ती त्याला काळे लोक आफ्रिकेतून इथे कसे आले ते सांगायची. त्यांना गुलाम कसे बनविण्यात आले इथपासून ते त्यांच्या हालअपेष्टांबद्दल बोलायची. ''आता आपण मुक्त आहोत, स्वतंत्र आहोत, पण गोऱ्या लोकांना ते पटत नाही.'' ती म्हणायची, ''तू सुद्धा कोणीतरी आहेस. तू त्यांच्या बरोबरचा आहेस'' पण ही भाषा मार्टिनला कशी पटावी, बाहेरचे जग त्याला ओरडून सांगत होते, ''तू गोऱ्यांपेक्षा कमी दर्जाचा आहेस.'' ''तू म्हणजे कुणीच नाहीस. एक निगर'' बाहेर शाळा, हॉटेल्स, थिएटर्स, घरे एवढेच काय मुताऱ्या सुद्धा वेगळ्या होत्या. ती म्हणायची, ''आपण या व्यवस्थेला विरोध करू. आपण आपल्याला कधीही कमी समजू नये. तू सुद्धा गोऱ्यांइतकाच महत्त्वाचा आहेस.'' त्या बिचारीला त्यावेळी कुठे कल्पना होती की पुढच्या काळात तो खरेच एक महत्त्वाची व्यक्ती होणार आहे. बाहेरच्या जगातला काळ्या-गोऱ्यांचा भेदभाव पाहून मार्टिनच्या बाळपणातला निष्पापपणा हळूहळू मरू लागला. त्याच्या दृष्टीला जिथे तिथे काळ्या गोऱ्यातील भेद खुपू लागला. दुकानात गेले, तिथे काळ्यांना माल शेवटी मिळणार. रस्त्यावर गोरी माणसे शंकेने आणि भीतीने बघणार, जणू काही एका ॲटलांटात दोन जग जगताहेत, एक काळ्यांचे आणि एक गोऱ्यांचे. पण त्याच्या मनात त्याच्याही नकळत एक ठिणगी पेटू लागली होती. आईने सांगितलेल्या गोष्टींचा त्याने स्वत:शी निश्चय केला होता. ''आपण गोऱ्यांपेक्षा कुठेही कमी नाही. आपणही कोणी महत्त्वाची व्यक्ती बनू आणि साऱ्या जगाला हे सिद्ध करून दाखवू.''

जेवताना सगळे एकत्र जमले म्हणजे कोणाकोणाचे अनुभव ऐकायला मिळायचे. त्यावर चर्चा व्हायची. मार्टिनचे रक्त आणखीन तापायचे आणि सर्व गोऱ्या माणसांचा तिरस्कार त्याच्या मनात भरून यायचा. वय वाढायला लागल्यावर ही तिरस्काराची भावना आणखी वाढली. पण आई-वडिलांच्या लक्षात ही गोष्ट आल्यावर त्यांनी एक दिवस मार्टिनला बजावले, ''गोऱ्या माणसांचा कधीही तिरस्कार करू नकोस, एक ख्रिश्चन माणूस म्हणून त्यांच्यावर प्रेम करणे तुझे कर्तव्य आहे.''

पण मार्टिनला त्यांचे म्हणणे पटत नसे. तो विचार करी, ''जे माझा तिरस्कार करतात, त्यांच्यावर मी प्रेम कसे करू? ज्यांनी माझा मित्र माझ्यापासून तोडला, त्यांना प्रेमभावना दाखवणे कसे शक्य आहे?'' अनेक वर्षे त्याच्या डोक्यात हा प्रश्न घोळत होता.

वयाच्या पाचव्या वर्षांपासून तो चर्चचा सभासद झाला. रविवारी सकाळी तो आवर्जून चर्चच्या रविवार शाळेत जाई. या शाळेत एका रविवारी आलेल्या पाहुण्यांनी पापमुक्तीबद्दल सांगितले आणि कोणाला चर्चमध्ये यायचे आहे असे विचारले. त्याच्या मोठ्या बहिणीने हात वर केला आणि आपण मागे रहायला नको, म्हणून मार्टिननेही हात वर केला. चर्च हे त्याच्यासाठी दुसरे घर होते. लोकांशी कसे वागायचे हे त्याला रविवारच्या शाळेतच समजले. वडील त्याच चर्चमध्ये धर्मगुरू असल्याने लोकांशी संबंध येणे साहजिकच होते. मोठा होऊन कॉलेजमध्ये जायला लागल्यावर चर्चमधल्या शिकवणूकीवर त्याला सतराशे साठ प्रश्न पडू लागले, पण तोपर्यंत तो भक्तिभावाने सर्व काही ऐकत असे. तिथली शिकवणूक मूलतत्त्ववादी होती. शिक्षक निरक्षर होते आणि धर्मग्रंथांच्या प्रामाण्याबद्दल त्यांना कोठलीही शंका नसे. लहान वयात तिथे जे सांगितले जाई ते तो सर्व आत्मसात करी. कुठलीही टीकात्मक दृष्टी न ठेवता त्याने बायबलचा अभ्यास केला. पण बारा तेराव्या वर्षानंतर हे टिकले नाही. त्याचा मूळचा स्वभाव चौकस आणि कोणतीही गोष्ट पटली नाही तर विरोध करण्याचा होता, तो आता उफाळून वर आला. तेरा वर्षांचा असताना रविवारच्या शाळेत त्याने एकदा उठून सांगितले, ''येशू मृत्यूनंतर शरीराने पुन्हा परत आला ही गोष्ट मला अजिबात पटत नाही.'' शिक्षकांसकट ऐकणारे सगळे चाट पडले. पण मनातल्या हजारो शंका त्याला स्वस्थ बसू देत नव्हत्या, चर्चमधल्या काही धार्मिक रीतिरिवाजांबाबत त्याच्या मनात अढी बसली. किशोरवयाला शोभेल अशा खोट्या अभिमानाने वडिलांबद्दल सुद्धा तो थोडा राग दाखवू लागला. खरे तर तेजस्वी भाषणे करण्याची वक्तृत्त्व कला तो याच चर्चमधल्या प्रवचनातून शिकत होता. पण त्यानेच पुढे म्हटले आहे, 'या प्रवचनांतून मला अवघडल्यासारखे वाटे. त्यांच्याविषयी अरुची निर्माण होई आणि स्वत:बद्दलचा एक पोकळ अभिमान वाटे.' गोऱ्या दाक्षिणात्य लोकांच्या मनात काळ्या लोकांची एक प्रतिमा होती. काळे मोठ्याने बोलणारे, अस्वच्छ, गबाळे, बेशिस्त, लहान मुलांसारखे भावनाप्रधान, निर्बुद्ध आणि प्रतिष्ठा नसणारे आहेत. आपली प्रतिमा अशी नसावी असे त्याला वाटे. आयुष्यभर त्याने उत्तम सार्वजनिक वर्तन ठेवले. तो गडद रंगाचे सूट वापरी आणि वागण्या-बोलण्यातील मॅनर्स आठवणीने सांभाळी.

पण मोठा होऊ लागला तशी वंशभेदाची वागणूक त्याला फारच डाचू लागली. तो घरापासून लांब असलेल्या बुकर टी वॉशिंग्टन हायस्कूलमध्ये जाई, कारण ती काळ्यांसाठी होती. पण घराजवळच्या तथाकथित गोऱ्या लोकांच्या शाळेत तो जाऊ शकत नसे. निग्रोंसाठी स्वतंत्र पोहण्याचा तलाव नव्हता, म्हणून पोहायला जाता येत नसे. सार्वजनिक बागा फक्त गोऱ्यांसाठी होत्या, म्हणून तिथे

खेळायला जाता येत नसे. कधी एखादा हॅमबुर्गर घेऊन खावा, कॉफी प्यावी असे वाटले तर शहरातले बहुसंख्य लंच काऊंटर फक्त गोऱ्यांसाठी खुले होते. निग्रोंच्या थिएटरमध्ये चांगले नवे सिनेमे लागत नसत आणि गोऱ्यांच्या थिएटरमध्ये जायला बंदी होती. हळूहळू या भेदभावाची जागा निग्रोंचा छळ होण्यात कशी परावर्तित होते ते जाणवू लागले. पोलिसांनी निग्रोंची विनाकारण केलेली मारहाण त्याने पाहिली. कोर्टामधून निग्रोंना कधी न्याय मिळत नाही हे लक्षात आले. कु क्लॅक्स क्लॅन ही संघटना गोऱ्या लोकांचे निखालस वांशिक श्रेष्ठत्व मानणारी होती. आपले श्रेष्ठत्व दाखवण्यासाठी ते सरळ हिंसाचार करीत आणि निग्रोंना आपली जागा दाखवून देत. या संघटनेच्या माणसांनी एका निग्रोला बेदम मारताना त्याने पाहिले. एकदा रानटीपणे एका निग्रोचे डोके उडवताना त्याला दिसले. अशा घटना पाहून तो सुन्न होत असे. वांशिक अन्यायाबरोबर आर्थिक अन्यायाचेही काळे लोक बळी आहेत हे त्याच्या लक्षात येऊ लागले. त्याच्या घरात फार आर्थिक सुबत्ता नसली तरी पैशाची तशी चणचण नव्हती. मात्र आपल्या अवतीभोवतीच्या मित्रांकडचे दारिद्र्य तो पहात होता. गोरगरिबांच्या काळ्या वस्त्यांतून हिंडत होता. काळ्या लोकांचे सर्व बाजूंनी होणारे शोषण त्याच्या मनाला कुरतडत होते.

उन्हाळ्याच्या सुट्टीत सिम्सबरी कनेक्टीकट इथे तंबाखूच्या शेतावर काम करण्यासाठी गेला असता एका रविवारी तो सिम्सबरी चर्चमध्ये काही मित्रांबरोबर गेला. तिथे फक्त तेच काळे होते. बाकी सर्व लोक गोरे होते. तिथला अनुभव आश्चर्यकारक होता. त्याबद्दल त्याने आपल्या वडिलांना पत्र लिहिले.

१५ जून, १९४४,
सिम्सबरी, कनेक्टीकट.

प्रिय डॅडी,

इतक्या दिवसांनी पत्र लिहतोय म्हणून क्षमा असावी, पण इथे आल्यापासून बहुतेक वेळ मी कामात आहे. इथे आमचा वेळ छान जातोय आणि कामही सोपे आहे. आम्हाला सकाळी सहा वाजताच उठावे लागते. अन्न चांगले मिळते आणि मी स्वैपाक घरातच काम करतोय, चांगले अन्न मिळावे म्हणून!

दर रविवारी सकाळी ८ वाजता प्रार्थना असते आणि मी त्यात पुढे असतो. आमच्या मुलांचे एक धार्मिक समूह गीत बसले आहे आणि ते लौकरच आकाशवाणीवर येईल. रविवारी सिम्सबरीमधल्या चर्चमध्ये गेलो होतो. हे गोऱ्यांचे चर्च होते. मी हार्टफोर्डला चर्चमध्ये

जाऊ शकलो नाही, पण पुढच्या आठवड्यात जाणार आहे. परत येताना अशी काही गोष्ट पाहिली की त्या गोष्टीची कल्पनाही करता येणार नाही. वॉशिंग्टनच्या पुढे भेदभाव अजिबात नाही. इथले सर्व गोरे लोक खूप चांगले आहेत. इथे आम्ही हवे तिथे जाऊ शकतो, हवे तिथे बसू शकतो.

सर्वांना आठवण सांगावी. मी अजून चर्चचाच विचार करतोय. मी रोज बायबल वाचतो. तुमच्यासमोर जी मी करणार नाही अशी कुठलीही गोष्ट मी करत नाही.

तुमचा पुत्र

उत्तरेत काळ्या-गोऱ्यांना समान वागणूक मिळते ही गोष्ट या संवेदनशील मुलाच्या दृष्टीने किती आनंददायी होती. आपल्या वंशाचा माणूस कुठेही बाहेर खाऊ शकेल असे त्याला स्वप्नातही वाटले नव्हते, हार्टफोर्डला त्यांनी एका झकास हॉटेलात जेवण घेतले. एका रविवारी सकाळी त्याने १०७ मुलांपुढे धर्मग्रंथावर भाषण केले. ते त्याचे चर्चमधले पहिले भाषण! सुट्टी संपल्यावर पुन्हा त्या भेदभाव असलेल्या ॲटलांटा शहरात जाणे त्याच्या जिवावर आले. न्यूयॉर्क ते वॉशिंग्टन प्रवासात आगगाडीत कुठे हवे तिथे बसायला मिळाले, पण पुढच्या प्रवासात वॉशिंग्टन ते ॲटलांटाला जाताना मात्र काळ्यांच्या राखीव डब्यात जावे लागले. डायनिंग कारमध्ये तो पडद्याच्या मागे बसला तेव्हा त्याला वाटले कोणीतरी आपल्या अस्मितेवरच पडदा टाकला आहे. स्वतंत्र वेटींग रूम्स, स्वतंत्र हॉटेल्स, स्वतंत्र मुताऱ्या यांच्याशी मार्टिनला कधीच जमवून घेता आले नाही, कारण हा भेदभाव एक श्रेष्ठ, एक कनिष्ठ असे सांगणारा होता आणि वेगळेपणाची ही भावना त्याच्या प्रतिष्ठेला आणि आत्मसन्मानाला धक्का पोचवणारी होती.

◆◆

३

-०-

एक महत्त्वाचा निर्णय

१९४४ मध्ये म्हणजे वयाच्या पंधराव्या वर्षीच अॅटलांटामधील मोअर हाऊस कॉलेजमध्ये मार्टिनने प्रवेश घेतला. हे काळ्यांसाठी स्वतंत्र कॉलेज होते आणि त्याच्या वडिलांनी आणि आजोबांनी (आईचे वडील) इथेच शिक्षण घेतले होते. शाळेत तो नेहमीच वरच्या श्रेणीत पास होई, म्हणून आठवी नंतर पुढच्या इयत्ता गाळून तो सरळ कॉलेजात आला आणि त्याने अकरावीत प्रवेश घेतला. त्यामुळे कॉलेजमध्ये तो सगळ्यात लहान मुलगा होता.

कॉलेजचे आयुष्य म्हणजे त्याच्यासाठी मजा होती. त्याला पार्ट्या करायला आवडायचे. छान छान कपडे घालायला आवडायचे. तो स्पोर्टस जॅकेट घालायचा, मोठ्या काठाच्या कडा दुमडलेल्या हॅट घालायचा, पायात फॅशनेबल बूट घालायचा. मुलं त्याला 'ट्विड' म्हणायची, कारण तो ट्विडचे सूट घालायचा. वयाला साजेल असे पोरींच्या मागे लागणेही याच काळात सुरू झाले.

पण इतर बाबतीत त्याचे खास असे वेगळेपण नव्हते. कॉलेजचे वातावरण गंभीर आणि अभ्यासू होते. तो वर्गात शांत, आत्ममग्न, नेहमी शेवटच्या बाकावर बसणारा असा मुलगा होता. कॉलेजचे वातावरण मोकळे होते. वंशभेदावर तिथे पुष्कळ चर्चा चालत, प्राध्यापकांना शासनाकडून आर्थिक मदत वगैरे काही मिळत नव्हती. त्यामुळे त्यांना शैक्षणिक स्वातंत्र्य होते. प्राध्यापक विद्यार्थ्यांशी या विषयावर खुलेपणाने बोलत. मुलांना म्हणत, तुम्ही या भेदाभेदावर काहीतरी चांगला उपाय शोधून काढा. तसे सरकारला घाबरून कोणीच गप्प बसत नसत. आपल्या गरीब बांधवांना मदत करण्यासाठी आपण डॉक्टर व्हावे असे मार्टिनच्या मनाने घेतले, पण विज्ञानात त्याला फारसा रस वाटेना. मग समाजशास्त्र घेऊन पदवी मिळवून पुढे कायद्याचा अभ्यास करावा असे त्याला वाटू लागले. मोअर हाऊस कॉलेजचे प्रेसिडेंट डॉ. बेंजामिन मेज हे धर्मशास्त्रातले राष्ट्रीय कीर्ती लाभलेले विद्वान होते.

त्यांची दर आठवड्याला धर्मशास्त्रावर होणारी व्याख्याने मार्टिन मन लावून ऐके. याच सुमारास हेन्री डेव्हीड थोरो या तत्त्वेत्याचा 'ऑन सिव्हिल डिसओबिडिअन्स' हा लेख त्याच्या वाचण्यात आला. न्यू इंग्लंडमधल्या या माणसाने कर भरण्याचे नाकारले. ज्या युद्धामुळे मेक्सिकोत गुलामगिरी पसरण्याची शक्यता आहे त्या युद्धाला कर भरून मदत करण्यापेक्षा मी कर न भरून तुरुंगात जाणे पत्करीन, या त्याच्या विधानाने आयुष्यात प्रथमच अहिंसात्मक प्रतिकाराच्या तत्त्वाशी त्याची ओळख झाली. व्यवस्थेत दोष असेल तर व्यवस्थेला सहकार्य करण्याचे नाकारावे या कल्पनेने तो इतका भारला गेला की त्याने तो लेख पुन्हापुन्हा वाचून काढला. त्या लेखाची दुसरीही एक बाजू त्याच्या लक्षात आली, जसा वाईटाला नकार द्यायला हवा, तसा चांगल्याला होकार द्यायला हवा. चांगल्या गोष्टींना सहकार्य करणे हे प्रत्येकाचे नैतिक कर्तव्य आहे. सर्जनशील विरोधाचे हे तत्त्वज्ञान म्हणजे थोरोकडून मिळालेला वैचारिक वारसा आहे असे त्याला वाटू लागले. पुढे नागरी हक्काच्या चळवळीत थोरोचे विचार प्रत्यक्ष कृतीत आले. आयुष्याच्या पुढच्या टप्प्यात ज्या अनेक चळवळी प्रत्यक्ष कृतीत उतरल्या, त्याचा पाया कुठेतरी याच विचारात घातला गेला. वांशिक अन्यायाविरुद्ध झगडणाऱ्या कॉलेजमधील विद्यार्थी संघटनेत तो काम करू लागला. पण विद्यार्थ्यांचे जे आंतरमहाविद्यालयीन मंडळ होते, त्याच्याशी संबंध आल्यावर अनेक गोऱ्या तरुणांबरोबर त्याला काम करावे लागले आणि लक्षात आले की विशेषत: गोरी तरुण मुले आपल्याला वाटतात इतकी वाईट नाहीत. तो तर सगळ्या गोऱ्या वंशाचाच तिरस्कार करत होता, पण त्यानंतर तिरस्काराची तीव्रता थोडी कमी झाली. त्याची जागा शक्य तिथे सहकार्य करण्याने घेतली. राजकीय आणि सामाजिक अन्याय दूर करण्यासाठी कायदेशीर गोष्टींचे ज्ञान हवे असे प्रकर्षाने वाटू लागले. कॉलेजात शिकत असतानाच त्याने एक दिवस ॲटलांटा कॉन्स्टिट्युशनच्या संपादकाला एक पत्र पाठवले, या पत्रात त्याने पहिल्यांदाच आपल्या मनातील विचार सार्वजनिकपणे जाहीर प्रकट केले.

'माझ्या असे लक्षात आले आहे की जेव्हा निग्रोंकडून चांगल्या वर्तनाची अपेक्षा केली जाते तेव्हा एका वर्गातले लोक सामाजिक एकत्रीकरणाचे आणि आंतरवंशीय विवाहाचे बुजगावणे उभे करतात. बरेचसे लोक जे हा धुरळा झाडून टाकतात, त्यांना माहीत आहे की हक्क आणि संधीचा खरा प्रश्न झाकून टाकण्यासाठी हा धुरळा आहे. हे ध्यानात घ्यायला हवे की अमेरिकेमध्ये वंशाची सरमिसळ झालेलीच आहे आणि ती निग्रोंच्या पुढाकाराने नव्हे, तर खुद्द त्याच गोऱ्या लोकांकडून जे वंशशुद्धतेबद्दल आरडाओरडा करतात. आम्ही काही गोऱ्या मुलींशी लग्न करायला उत्सुक नाही, पण गोऱ्या लोकांनीही आमच्या मुलींपासून दूर रहावे.

अमेरिकन नागरिकाला मिळणारे मूलभूत अधिकार आणि संधी आम्हाला हव्या आहेत आणि त्या मिळणे हा आमचा हक्क आहे. जगण्यासाठी कामधंदा मिळणे आणि तो शिकवला जाणे हा आमचा हक्क आहे. शिक्षणात समान संधी, आरोग्य, मनोरंजन अशा सारख्या सार्वजनिक सेवा, मताधिकार, कायद्यापुढील सर्व समानता, सौजन्य आणि उत्तम मॅनर्स आम्ही सर्व मानवी संबंधात आचरणात आणू शकू.'

मार्टिनच्या या पत्रात त्याने खणखणीतपणे आपल्या मागण्या पुढे मांडल्या आहेत. कॉलेजच्या पहिल्या दोन वर्षांत त्याचे मन नाना शंकाकुशंकांनी भरलेले होते. मूलतत्त्ववादाच्या बेड्या याच काळात तुटून पडल्या. रविवारच्या शाळेत तो जे काय शिकत होता आणि कॉलेजात जे शिकत होता त्यातले अंतर त्याला अस्वस्थ करत होते. त्याच्या अभ्यासाने त्याला शंकेखोर बनवले, धर्म आणि विज्ञानातील सत्ये यांची सांगड घालता येणार नाही, हे त्याच्या लक्षात आले. निग्रोंच्या धार्मिकपणातील हळवेपणा, आरडाओरडा, पाय आपटणे वगैरे गोष्टींविरुद्ध त्याने बंड पुकारले. 'जितका धर्म आमच्या पायात आहे, तेवढा आमच्या हृदयात आणि अंत:करणात असेल तर आम्ही हे जग बदलून टाकू,' असे तो म्हणत असे. अनेक निग्रो पुरोहित निरक्षर होते, त्यांना धार्मिक शाळेत शिक्षण मिळालेले नसे. मार्टिन चर्चमध्येच वाढला होता. आईवडिलांच्या वागणुकीचा परिणाम म्हणून त्याच्या मनात मानवतेची सेवा करावी असे नेहमी येई. तरीही चर्चच्या कामात स्वत:ला वाहून घ्यावे असे त्याच्या मनात कधी आले नव्हते. त्याचा मित्र वॉल्टर मॅककॉल याने पहिल्यापासून धर्मगुरू होण्याचे ठरविले होते. पण मार्टिनला वाटे, धार्मिक प्रवचने आधुनिक विचारसरणीची वाहक बनू शकतील का, त्यांच्यामुळे बौद्धिक आव्हान आणि भावनिक समाधान दोन्ही मिळू शकेल काय?

त्यानंतर त्याने बायबलवर एक अभ्यासक्रम पूर्ण केला, तोपर्यंत त्याच्या मनात हा संघर्ष चालू होताच. एकीकडे कायद्याची पदवी खुणावत होती, तर दुसरीकडे धर्मशास्त्राची. हा अभ्यास करताना त्याच्या लक्षात आले की बायबलमधल्या अनेक दंतकथा आणि मिथककथांमागे सत्य दडलेले आहे, त्यापासून आपल्याला दूर पळता येणार नाही. मोअरहाऊस कॉलेजचे प्रेसिडेंट डॉ. मेज आणि तत्त्वज्ञान व धर्मशास्त्राचे प्राध्यापक डॉ. जॉर्ज केलसी या दोघांनी त्याच्याशी पुष्कळ चर्चा केल्या आणि त्याला विचार करायला प्रवृत्त केले. दोघेही धर्मगुरू होते, धार्मिक होते, दोघेही विद्वान होते आणि आधुनिक विचारांशी परिचित होते. दोघांचा आदर्श त्याच्या डोळ्यांपुढे होता.

—आणि कॉलेजचे शेवटचे वर्ष संपण्याआधीच एक वर्ष १९४७ मध्ये वयाच्या केवळ अठराव्या वर्षी त्याने आपल्या आयुष्यासंबंधी एक महत्त्वाचा निर्णय

घेतला. हा निर्णय अतिशय शांत डोक्याने आणि विचारपूर्वक घेतला होता. आपली मानवतेची सेवा करण्याची ऊर्मी भागवण्याचा एकच चांगला मार्ग आहे आणि तो म्हणजे चर्चमध्ये धर्मगुरू होणे. लहानपणापासूनच त्याला या पेशाची ओढ होती, पण तरुणपणातल्या शंकाकुशंकांनी त्यात अडसर घातला होता. आता मनाचे मळभ दूर झाले. आकाश स्वच्छ झाले. एक रस्ता स्वच्छपणे समोर दिसला. या व्यतिरिक्त इतके चांगले आपण आयुष्यात काहीच करू शकणार नाही याची खात्री पटली. ही आपली नैतिक जबाबदारी आहे आणि त्यापासून आपली सुटका नाही याची जाणीव झाली. वडिलांच्या आयुष्याचा त्याच्या मनावर झालेला परिणामही हा निर्णय घ्यायला कारणीभूत होता. तसे वडिलांनी कधी त्याला प्रत्यक्ष म्हटले नाही, पण वडिलांबद्दल वाटणारे आकर्षण जबरदस्त होते. त्यांनी आयुष्य उत्तम जगण्याचा एक मार्ग घालून दिला होता आणि त्याच मार्गावरून आपण जायला काही दिक्कत वाटत नव्हती. वडिलांनी घालून दिलेले नैतिक आदर्शाचे उदाहरण मौल्यवान तर होतेच, पण पुढच्या काळात मनात येणाऱ्या धार्मिक शंकाही त्या मार्गापासून दूर नेऊ शकल्या नाहीत.

१९ व्या वर्षी तो समाजशास्त्र घेऊन बी. ए. झाला आणि लौकरच त्याने क्रोझर धर्मशास्त्र शिक्षण महाविद्यालयात प्रवेश घेतला. अर्थात एक खूणगाठ मनाशी बांधूनच. काळ्या लोकांच्या समाजात चर्चला खूप महत्त्व होते आणि अर्थातच त्यामुळे धर्मगुरू ही समाजात महत्त्वाची व्यक्ती होती. आपण एक तर्कशुद्ध विचार करणारा, बुद्धिनिष्ठ धर्मगुरू होऊ. आपली प्रवचने लोकांच्या मनात जागृती निर्माण करणारी असतील आणि त्यातून आपण सामाजिकरित्या वांशिक भेदभावाला विरोध करू अशी स्वप्ने पाहतच तो नव्या कॉलेजचा विचार करू लागला.

मुलाचा हा निर्णय ऐकून डॅडी किंगना अर्थातच आनंद झाला, पण त्यांनी त्याला लगेच संमती दिली नाही. धर्मगुरू होण्यासाठी मनाची काही एक विशिष्ट ठेवण लागते. तो त्या समाजाचा आध्यात्मिक नेता असतो. केवळ विद्वत्ता असून चालत नाही, आपल्या माणसांबद्दल प्रेम लागते. आपली मते दुसऱ्यांना पटवून देण्याची हातोटी लागते. उत्तम वक्तृत्व आणि रसाळ वाणी श्रोत्यांना मंत्रमुग्ध करतात आणि हा केवळ पेशा नाही. ही आयुष्यभराची, श्रद्धेची गुंतवणूक आहे. आपला मुलगा या कसोटीला उतरेल का, परीक्षा घेण्यासाठी त्यांनी काही दिवस त्याला आपल्याकडे ठेवून घेतले आणि दर रविवारी चर्चमध्ये येणाऱ्या लोकांपुढे प्रवचने देण्यास सांगितले.

पहिल्या प्रवचनासाठी तो व्यासपीठावर उभा राहिला, या व्यासपीठावर कित्येक वर्षे त्याचे वडील उभे होते. बुटका, जाड अशा त्याला पाहून कित्येक

वयोवृद्धांना तरुणपणातल्या मार्टिन ल्यूथर किंग (सिनिअर) यांचीच आठवण झाली. हा पोरगेलासा तरुण काय बोलणार म्हणून उपेक्षेने पाहणारी माणसे पाहता पाहता मंत्रमुग्ध होऊन ऐकू लागली. ओघवती वाणी, बोलण्याचा आवेश, आवाजातील चढउतार, भाषेवरचे जबरदस्त प्रभुत्व, भावनेने ओथंबलेला संदेश-कालचा यांच्यामध्येच वाढलेला बेफिकीर मुलगा आणि आजचा एक जबाबदार जबरदस्त वक्ता, त्याच्यातल्या या गूढ परिवर्तनाने सारेच अचंबित झाले. खरे तर त्याने हे व्याख्यान न्यूयॉर्कमधील प्रसिद्ध धर्मगुरू हॅरी इमर्सन फॉसडिक यांच्या छापील प्रवचनातून उचलले होते— ही एक वाईट सवय त्याला लागली होती. पण इथल्या लोकांना कुठे हे ठाऊक होते? प्रवचन संपल्यावर सर्वांनी उभे राहून टाळ्यांच्या गजरात त्याचे कौतुक केले. त्याचा क्रोझरला जाण्याचा मार्ग मोकळा झाला.

४

-०-

वैचारिक प्रवास

क्रोझर धर्मशास्त्र शिक्षण महाविद्यालय, पेनसिल्व्हानिया मधील चेस्टर येथे होते. हे फारच छोटे कॉलेज होते, तिथे फक्त जेमतेम शंभर विद्यार्थी होते, त्यात पंचवीस एक काळे. इथे काळे-गोरे असा भेद नव्हता आणि एक उदारमतवादी, मुक्त, स्वतंत्र वातावरण होते तरी बहुसंख्य गोऱ्यांबरोबर वावरताना मार्टिनच्या मनावर एक दडपण होते. काळा म्हटला म्हणजे तो उशीरा येणार, मोठ्या आवाजात बोलणार, मोठ्याने हसणार, घाणेरडा रहाणार, अव्यवस्थित असणार अशी गोऱ्या माणसाच्या मनात काळ्यांची प्रतिमा होती. आपण या प्रतिमेत कुठेही बसणार नाही याबद्दल तो अत्यंत सावध होता. वर्गात जायला त्याला एक मिनिट उशीर झाला, तरी सर्व वर्ग आपल्याकडे पाहतोय असे त्याला वाटे. कायम हसणारा असे वाटण्यापेक्षा त्याने स्वतःला कायम गंभीर ठेवले. तो अत्यंत नेटके, कडक इस्त्रीचे सूट वापरी, पायातील बुटांना पॉलिश करून ते नेहमी चकाकते ठेवी. त्याची खोली अत्यंत स्वच्छ ठेवी. अत्यंत नम्रपणे वागे आणि सर्वांपासून स्वतःला जरा दूरच ठेवी. एका मित्राने त्याच्या खोलीत एकदा बिअरची बाटली ठेवली, त्यावर तो मित्रावर रागावला आणि काळ्यांनी जास्त जबाबदारीने वागले पाहिजे अशी समजही त्याने मित्राला दिली. सुरुवातीच्या त्याच्या या अशा वागण्यामुळे ज्या काळ्या प्राध्यापकांच्या चर्चमध्ये तो शिकाऊ उमेदवार म्हणून काम करत होता, त्या प्राध्यापकांनी इतर गोऱ्या प्राध्यापकांना सांगितले की व्यासपीठावर हा जरी उत्तम वक्ता असला तरी तो स्वभावाने तुटक आहे, अहंमन्य आणि आत्मसंतुष्ट आहे पण सामान्य निग्रो माणसावर धर्मगुरू म्हणून प्रभाव पाडणारा आहे.

अर्थात मार्टिनचा हा सुरुवातीचा स्वभाव हळूहळू बदलत गेला. आपल्या एकटेपणाच्या कोषातून बाहेर पडून तो सर्वांशी आनंदाने मिसळून गेला आणि त्याचा परिणाम म्हणून विद्यार्थी मंडळाचा अध्यक्ष म्हणून तो निवडून आला. स्नूकर खेळू

लागला, बिअर पिऊ लागला, आयुष्यभर न सुटलेली सिगरेट ओढायची सवय त्याला याच काळात लागली. त्याचा रुबाब पाहून मुलीही त्याच्याकडे आकर्षित होत असत, अनेकींबरोबर तो फिरत असे. आईला लिहलेल्या एका पत्रात त्याने आपल्या मैत्रिणींचा उल्लेख केला आहे, त्याचप्रमाणे क्रोझरमधील त्याच्या दिनक्रमाबद्दलही लिहले आहे.

प्रिय आईस,

आज सकाळीच तुझे पत्र मिळाले. मी माझ्या कॅम्पसमधील मित्रांना नेहमी सांगतो की जगातील सर्वोत्तम आई मला मिळाली आहे. तुला कल्पना सुद्धा येणार नाही की तू आणि डॅडी माझ्यासाठी कित्ती कित्ती करता. आत्तापर्यंत मला दर आठवड्याला पैसे (५ डॉलर्स) वेळेवर मिळताहेत.

मला ॲटलांटा वर्ल्डमधील काही कात्रणे हवी आहेत, ती लौकर पाठवावीत.

तू लिहले आहेस की माझ्या पत्रात काही बातम्या नसतात, खरेच, माझ्याकडे तसे वेगळे कळवण्यासारखे काही नसतेच, मी पुस्तकातच गढलेला असतो आणि बाहेर फारसा जात नाही, काही वेळा प्राध्यापक आम्हाला वर्गात हिब्रू वाचायला सांगतात, ते मात्र फार अवघड आहे.

स्प्लेमनमध्ये ग्लोरिया रॉयस्टर नावाची माझी एक मैत्रीण होती, ती तुला आठवते का? ती इथे टेंपलमध्ये शिकते आहे. तिला भेटायला दोनदा गेलो होतो. त्याचप्रमाणे फिला नावाची एक सुंदर मुलगी भेटली होती, ती एका मोठ्या मुलाबरोबर गेली. बार्बरने त्याच्या चर्चमध्ये मी श्रीमंत कुटुंबातून आलो आहे असे सांगितल्यापासून अनेकजणी माझ्या मागे लागल्या आहेत, अर्थातच मी त्यांचा विचारही करत नाही. मी माझ्या अभ्यासात मग्न असतो.

ख्रिस्तीनकडून दर आठवड्याला खबरबात मिळते. मी तिला नियमित पत्र घालतो.

ठीक आहे, आता पुन्हा अभ्यासाला बसायची वेळ झाली. सर्वांना नमस्कार सांग.

तुझा मुलगा,
मा. ल्यू,
ऑक्टोबर १९४८

पत्रात म्हटल्याप्रमाणे या काळात मार्टिन खरेच अभ्यासात गुंतून गेला होता. समाजातला अन्याय दूर करण्यासाठी काही वैचारिक तत्त्वांचा तो शोध घेत होता. प्लेटो, ॲरिस्टॉटलपासून रूसो, हॉब्ज, बेंथम, मिल, लॉक आणि नित्शे या तत्त्ववेत्यांच्या सामाजिक आणि नैतिक सिद्धांतांचे वाचन त्याने या काळात झपाटल्यासारखे पूर्ण केले.

त्यामुळे त्याच्या मनात अनेक प्रश्न निर्माण झाले, पण त्याच्या विचाराला गती मिळाली. रात्र रात्र जागून तो अभ्यास करीत असे. सत्य म्हणजे काय हे शोधण्याच्या खटाटोपात त्याने हिंदू, जैन आणि इस्लाम तत्त्वज्ञानाचा अभ्यास केला. वाचनाच्या शोधात वॉल्टर रॉशेनबुशचे ख्रिश्चॅनिटी ॲन्ड द सोशल क्रायसिस हे पुस्तक त्याच्या वाचनात आले आणि या पुस्तकाचा त्याच्या मनावर खोल परिणाम झाला. त्याच्या मनात समाजाविषयी जी काही कळकळ निर्माण झाली होती, त्याला धर्मशास्त्राचा भक्कम आधार देण्याचे काम या पुस्तकाने केले. अर्थातच त्याच्या इतर अनेक मतांबद्दल मार्टिनचे वैचारिक मतभेद होते. त्यांच्याबद्दल बोलताना मार्टिन म्हणतो, 'प्रगती अटळ असते या एकोणिसाव्या शतकातील वैचारिक सांप्रदायाचा तो बळी आहे. त्यामुळे मानवी स्वभावाबद्दलचा एक उथळ आशावाद त्याच्या मनात आहे.' देवांचे राज्य म्हणजे तो एक सामाजिक, आर्थिक व्यवस्था मानतो, अशा वृत्तीने की ज्यामुळे चर्चशी प्रतारणा होऊ नये, असे असूनही रॉशेनबुशने ख्रिश्चनचर्चची मोठी सेवा केली आहे, कारण त्याने ठासून सांगितले आहे की बायबल व्यक्तीचा सर्वांगीण विचार करते फक्त त्याच्या आत्म्याचा नाही तर त्याच्या शरीराचाही, त्याच्या फक्त आध्यात्मिक सुखाचा नाही तर त्याच्या ऐहिक सुखाचाही! रॉशेनबुश वाचून माझी अशी पक्की खात्री झाली की कोणताही धर्म जर फक्त माणसाच्या आत्म्याचा विचार करत असेल आणि त्याच्याइतकाच विचार ज्या घाणेरड्या झोपडपट्ट्यांतून तो राहतो, जी आर्थिक व्यवस्था त्याचा गळा आवळते आणि जी समाज व्यवस्था त्याला पंगू करून ठेवते याचा विचार करत नसेल तर तो धर्म मरणासन्न झालेला आहे आणि तो केव्हाही बुडेल. त्याने योग्य म्हटले आहे, 'की जो धर्म व्यक्तीबरोबर संपतो, तो धर्म विनाश पावतो.'

'मला असे वाटते की जर त्यांचा योग्य वापर केला तर प्रवचनांची आज आपल्या समाजाला आत्यंतिक गरज आहे. प्रवचनात एक मोठा विरोधाभास आहे. एका बाजूला ते खूप उपयोगी आहे आणि दुसऱ्या बाजूला अपायकारक आहे. धर्मोपदेशकाला फक्त तळमळ असून उपयोगाची नाही, तो तितकाच बुद्धिवान असला पाहिजे. आपल्या बोलण्यावर त्याची गाढ श्रद्धा असली पाहिजे. आपल्याकडे असे अनेक धर्मोपदेशक आहेत जे तुम्हाला चकित करून सोडतात आणि फार थोडे

असे आहेत ज्यांच्यात काही आत्मिक शक्ती आहे. मला जर धर्मगुरू व्हायचे असेल तर अशी शक्ती माझ्यात हवी, अशी माझी श्रद्धा आहे. मला असे वाटते की प्रवचन लोकांच्या अनुभवातून समृद्ध व्हायला हवे. म्हणून धर्मोपदेशक म्हणून मी जिथे काम करीत असेन तिथल्या लोकांचे प्रश्न मला माहीत असायला हवेत. बऱ्याचदा विद्वान धर्मगुरू धर्मशास्त्रातील अमूर्त कल्पनांच्या धुक्यावर सामान्य माणसाला सोडून देतात. लोकांच्या अनुभवाच्या प्रकाशात धर्मशास्त्र क्वचितच सांगितले जाते. माझी अशी निष्ठा आहे की धर्मशास्त्रातील आणि तत्त्वज्ञानातील विचार असंदिग्धपणे एका चौकटीत बसवले पाहिजेत. क्लिष्ट कल्पना मला साध्या सोप्या पद्धतीने मांडता आल्या पाहिजेत.

प्रवचन ही दुहेरी पद्धत आहे. एका बाजूला मला व्यक्तिश: माणसांची मने बदलायला हवीत, म्हणजे त्यांच्या समाजात बदल घडून येऊ शकेल. दुसऱ्या बाजूला मला समाज बदलवण्याचा प्रयत्न करायला हवा म्हणजे व्यक्तिगत पातळीवर बदल घडून येऊ शकेल. म्हणून बेकारी, झोपडपट्ट्या, आर्थिक असुरक्षितता यांच्याबद्दल मला काळजी वाटायला हवी. मी सामाजिक सत्याचा पुरस्कर्ता व्हायला हवे.'

वॉल्टर रॉशेनबुशने मांडलेल्या 'सामाजिक सत्याच्या' कल्पनेने मार्टिन प्रभावित झाला, कारण त्यामधून माणसांची परिस्थिती समाजाच्या नैतिक पुनर्रचनेमधून सुधारेल आणि त्यातून ख्रिश्चनांचे सर्वभौम राष्ट्र जन्माला येईल असा आशावाद होता.

१९४९ च्या नाताळच्या सुट्टीत त्याने कार्ल मार्क्स वाचायचा ठरवला, कारण मार्क्सवादाचे छुपे आकर्षण अनेकांना आहे हे त्याच्या लक्षात आले. दास कॅपिटल आणि द कम्युनिस्ट मॅनिफेस्टो या दोन्ही ग्रंथांचे त्याने अत्यंत काळजीपूर्वक विश्लेषण केले. मार्क्स आणि लेनिनवरची आणखी काही पुस्तके वाचली. त्यावरून त्याने साम्यवादाबद्दलची आपली मते बनवली आणि ती आयुष्यभर बदलली नाहीत इतकी घट्ट होती.

मार्क्सने केलेले इतिहासाचे जडवादी परीक्षण मार्टिनला मान्य नाही. साम्यवाद हा धर्मनिरपेक्ष आणि ऐहिक आहे. त्यात देवाला स्थान नाही. एक ख्रिश्चन म्हणून त्याला हे मत कधीच मान्य होण्यासारखे नव्हते. 'या विश्वात अशी एक काही सर्जनशील व्यक्तिगत शक्ती आहे, जी सर्व वास्तव जगाचा आधार आहे, अशी शक्ती जी जडवादी शब्दातून स्पष्ट करता येणार नाही. इतिहासाला अंतिमत: आत्म्याचे मार्गदर्शन लाभते, वस्तुद्रव्याचे नाही.'

दुसरी गोष्ट म्हणजे साम्यवादातील नैतिक सापेक्षतेला मार्टिनचा विरोध आहे. साम्यवादी दृष्टिकोनातून समाजावर काळाची दैवी सत्ता नसते, एक अंतिम नैतिक शिस्त नसते, एक स्थिर चिरंतन तत्त्व नसते, परिणामत: कोणतीही गोष्ट -

-बळाचा वापर, हिंसाचार, खून, खोटारडेपणा हे सुद्धा समर्थनीय ठरतात, कारण ती पुढे येणाऱ्या सुखी जीवनाची साधने आहेत. अशा सापेक्षतेचा त्याला तिरस्कार वाटतो. विघातक साधनांनी विधायक शेवटाचे समर्थन करता येणार नाही, कारण अंतीम विश्लेषणात साध्य हे साधनात अंतर्भूत असतेच.

तिसरी गोष्ट म्हणजे मार्टिन साम्यवादाच्या राजकीय एकछत्री अंमलाच्या विरोधात आहे. साम्यवादात राज्यापुढे व्यक्ती निष्प्रभ आहे. साम्यवादी म्हणतात की राज्य ही एक तात्पुरती वस्तुस्थिती आहे, जी वर्गविहीन समाजरचना अस्तित्वात आल्यावर उखडली जाईल. पण राज्य आहे तो पर्यंत ते अंतिमत: आहे आणि माणूस हा साध्याकडे जाणारे केवळ साधन आहे. जर का एखाद्या माणसाचे तथाकथित हक्क आणि स्वातंत्र्य या साध्याच्या मार्गात आले तर ते निपटून काढले जातील. त्याचे अभिव्यक्ती स्वातंत्र्य, मत स्वातंत्र्य, ज्या आवडतील त्या बातम्या ऐकण्याचे स्वातंत्र्य, आवडतील ती पुस्तके निवडण्याचे स्वातंत्र्य या सर्वांवर गदा येणार. राज्यशकटाच्या चाकाचा एक अमानवी आरा यापेक्षा साम्यवादात माणसाला अधिक किंमत असणार नाही.

माणसाच्या स्वातंत्र्याचा हा संकोच त्याला पटण्यासारखा नव्हता. माणूस हाच शेवटी साध्य आहे. कारण तो परमेश्वराचा पुत्र आहे. माणूस राज्यासाठी बनविलेला नाही, राज्य त्याच्यासाठी बनविले आहे. माणसाला स्वातंत्र्यापासून वंचित करणे म्हणजे त्याला वस्तुरूप देणे, व्यक्तीच्या दर्जापर्यंत उंचावणे नव्हे. राज्य या साध्यासाठी माणूस हा साधन म्हणून कधीच वापरला जाता कामा नये, कारण तो स्वत:च साध्य आहे.

साम्यवादाला मार्टिनचा प्रतिसाद नकारार्थी होता. तो मुळातच वाईट आहे असे त्याला वाटत होते, तरी साम्यवादाचे काही मुद्दे त्याला आव्हानात्मक वाटले. त्यातली खोटी गृहीतके आणि चुकीच्या पद्धती पटल्या नाहीत तरी साम्यवाद हा कष्टकऱ्यांच्या कष्टाच्या विरोधात आहे. तत्वत: त्याने एका वर्गविहीन समाजरचनेवर भर दिला आहे आणि त्याला सामाजिक न्यायाची कळकळ आहे. मागच्या दु:खद अनुभवावरून साऱ्या जगाला माहीत आहे की त्याने प्रत्यक्षात नवीन समाजरचना निर्माण केली आणि अन्यायाची नवी परिमाणे आणली.

गरिबांना देण्यात येणाऱ्या अन्यायकारक वागणुकीला प्रत्येक ख्रिश्चन माणसाने आव्हान द्यायला हवे. मार्क्सने आधुनिक मध्यमवर्गीय संस्कृतीवर केलेल्या टीकेला मार्टिनने पद्धतशीर उत्तरे शोधली. भांडवलशाही म्हणजे निर्मितीच्या साधनसंपत्तीचे मालक व मजूर यांच्यामधील संघर्ष होय असे मार्क्सला वाटते. मजुरांना मार्क्स खरे निर्माते मानतो. आर्थिक वर्गव्यवस्थेतील झगड्यातून आर्थिक शक्ती समाजातील

जमीनदारी वर्गाकडून भांडवलशाहीकडे व तिथून समाजवादाकडे झिरपते. ही तत्त्वप्रणाली महत्त्वाच्या अनेक राजकीय, आर्थिक, नैतिक, धार्मिक, मानसिक गुंतागुंती लक्षात घेत नाही. या सर्व गोष्टींनी पाश्चात्य देशातील संस्था आणि संकल्पना, ज्यांना आपण पाश्चात्य संस्कृती म्हणतो त्यांना आकार देण्यात महत्त्वाचा वाटा उचलला आहे. मार्टिनला वाटते की मार्क्स ज्या भांडवलशाहीच्या विरोधात बोलतो ती अमेरिकेत अंशत:च अस्तित्वात आहे.

मार्क्सच्या विश्लेषणात या काही त्रुटी असल्या तरी मार्क्सने काही मूलभूत प्रश्न निर्माण केले आहेत. मार्टिनला लहानपणापासूनच एका बाजूला असलेली प्रचंड श्रीमंती आणि दुसऱ्या बाजूला आत्यंतिक दारिद्र्य यातली मोठी दरी पाहून काळजी वाटायची. मार्क्सच्या वाचनामुळे या दरीची जाणीव आणखी सखोल झाली. अनेक सामाजिक सुधारणांमधून अमेरिकेतील आधुनिक भांडवलशाहीत ही दरी कमी करण्याचे प्रयत्न झाले तरी सुद्धा संपत्तीची अधिक चांगल्या प्रकारे वाटणी व्हावयास हवी असे त्याला वाटते. मार्क्सने दाखवून दिले आहे की फायदा मिळवणे हे आर्थिक व्यवस्थेचे उद्दिष्ट असल्याचा धोका भांडवलशाहीत आहे. जीवन कसे घालवावे यापेक्षा जगण्यासाठी पैसा कमावणे याला भांडवलशाही अधिक महत्त्व देते. अमेरिकनांना पगाराचा आकडा आणि मोटारींचा आकार यावरून जीवनातील यश मोजण्याची सवय झाली आहे, पण मानवतेशी तुमचे काय संबंध आहेत, त्यांना तुम्ही काय सेवा देता हे कोणी विचारत नाही. यावरून भांडवलशाही व्यावहारिक जडवादाला खतपाणी घालते. साम्यवादाने शिकवलेला जडवादही भांडवलशाहीतील जडवादाइतकाच घातक आहे, अशा विचाराने मार्टिन साम्यवादातील काही विचार नाकारतो व काही विचार स्वीकारतो. मार्क्सवादातील आध्यात्मिक इहवाद, नैतिक सापेक्षता आणि अर्थव्यवस्थेचा गळा घोटणारी एकाधिकारशाही याला मार्टिनचा नकार आहे पण पारंपरिक भांडवलशाहीमधले जे दोष मार्क्सने दाखवले आणि जनमानसात एका निश्चित जाणिवेचा विकास केला, ख्रिश्चन चर्चच्या सामाजिक सदसद्विवेकबुद्धीला जे आव्हान दिले त्याचे मार्टिन स्वागत करतो, या बाबत बोलताना मार्टिनने म्हटले आहे,

'मार्क्स वाचल्यामुळे माझी खात्री झाली की मार्क्सवाद आणि पारंपरिक भांडवलशाही या दोहोतही सत्य नाही. दोघात अर्धसत्य आहे. इतिहास सांगतो की एकत्रित उद्योगात भांडवलशाहीला सत्य सापडले नाही आणि वैयक्तिक उद्योगात साम्यवाद सत्य शोधू शकला नाही. जीवन हे सार्वजनिक आहे, हे एकोणीसाव्या शतकातील भांडवलशाहीला कळले नाही आणि जीवन हे व्यक्तिगत आणि वैयक्तिक आहे हे साम्यवादाला अजूनही कळत नाही. परमेश्वराचे राज्य म्हणजे वैयक्तिक

उद्योग व्यवसायाचा सिद्धांत नव्हे किंवा उलट सामुदायिक उद्योगव्यवसाय नव्हे, पण दोहोतील सत्याचा समेट घडवणारा समन्वय आहे.'

क्रोझरमध्ये असताना मार्टिनला डॉ. ए. जे. मस्ट यांची व्याख्याने ऐकण्याचा योग आला. त्यांनी तो भारावून गेला, पण त्यांची भूमिका व्यवहारात आणण्याजोगी नाही याबद्दल त्याची खात्री पटली. क्रोझरमधील इतर विद्यार्थ्यांप्रमाणे त्यालाही वाटले की युद्ध हे कधीच चांगले किंवा विधायक असू शकत नाही. अर्थात वाईट शक्तींचा प्रसार थांबण्यासाठी ते नकारात्मक चांगले आहे. युद्ध हे महाभयंकर आहे, पण नाझी, फॅसिस्ट, कम्युनिस्ट अशा एकाधिकार शक्तींना नमवण्यासाठी ते करावेच लागते.

सामाजिक प्रश्न सोडविण्याच्या बाबतीत प्रेमाच्या शक्तीचा कितपत उपयोग होईल याबाबतीत तो निराश होता. सशस्त्र बंडखोरी हाच वांशिक भेद मिटविण्याचा एकमेव मार्ग आहे असे त्याला वाटत होते. ख्रिश्चन नीतीशास्त्रानुसार प्रेम ही संकल्पना दोन व्यक्तींमधल्या संबंधापुरती मर्यादित आहे असे त्याला वाटत होते. सामाजिक संघर्षात तिचा काय उपयोग होईल ते कळत नव्हते. प्रेमावरील त्याच्या श्रद्धेला नित्शेच्या तत्त्वज्ञानाने थोडा धक्का दिला. द जिनिऑलॉजी ऑफ मॉरल्स आणि द विल ऑफ पॉवर ही दोन्ही पुस्तके त्याने वाचून काढली. नित्शेच्या उपपत्तीप्रमाणे सर्व जीवनात सत्तेची इच्छा असते. नित्शेने केलेला सत्तेचा गौरव हा त्याच्या सामान्य मर्त्य माणसाच्या हेटाळणीतून जन्माला आला होता. त्याने हिब्रू आणि ख्रिश्चन नीतीमत्तेवर हल्ला चढविला. त्यातली ईश्वरनिष्ठा आणि विनयशीलता, दुसऱ्या जगाबद्दलच्या विश्वास, त्यातील दुःख सहन करण्यामागचा दृष्टिकोन हा सर्व दुर्बलतेचा गौरव आहे, गरजा आणि शक्तिहीनता यातून हे गुण निर्माण केले आहेत. माणूस माकडापासून आला, तसा माणसातून श्रेष्ठ माणूस जन्माला येईल असे नित्शे म्हणतो.

मग एका रविवारी दुपारी मार्टिन, हॉर्वर्ड विद्यापीठाचे कुलगुरू डॉ. मॉर्डेसाई जॉन्सन यांचे भाषण ऐकण्यासाठी फिलाडेल्फियाला गेला. ते नुकतेच भारतातून परत आले होते आणि ते महात्मा गांधींच्या चरित्रावर आणि शिकवणुकीवर बोलले. त्यांचा संदेश इतका गहन आणि चेतनादायी होता की सभेतून उठून जाऊन मार्टिनने गांधींवरची अर्धा डझन पुस्तके विकत आणली.

अनेकांप्रमाणे त्यानेही गांधींबद्दल ऐकले होते, पण त्यांचा कधी गांभीर्याने अभ्यास केला नव्हता. गांधी वाचायला लागल्यावर मार्टिन गांधींच्या अहिंसात्मक प्रतिकाराच्या चळवळींनी अत्यंत प्रभावित झाला. विशेषतः त्यांचा मिठाचा सत्याग्रह आणि अनेकदा केलेल्या उपोषणांनी तो भारून गेला. सत्याग्रह शब्दातील संकल्पना

सत्य म्हणजेच खरेपणा म्हणजेच प्रेम आणि आग्रह म्हणजे दुसऱ्याला ते करायला लावणे, हा अर्थ त्याला फार मौल्यवान वाटला. गांधींचं तत्त्वज्ञान जास्त सखोलपणे अभ्यासायला लागल्यावर प्रेमाच्या शक्तीबद्दलची त्याची शंका हळूहळू फिटत गेली. समाज सुधारणेसाठी त्याचा वापर करण्याची शक्यता त्याला वाटू लागली. गांधीजी वाचण्यापूर्वी माणसामाणसातील परस्परासंबंधांमध्ये येशूची नीतीमत्तेची शिकवण हीच प्रभावी आहे असे त्याला वाटत होते. 'एक थोबाडीत कोणी मारली तर दुसरा गाल पुढे करा' हे तत्त्वज्ञान आणि 'शत्रूवरही प्रेम करा' ही दोनच तत्त्वे महत्त्वाची आहेत. जेव्हा व्यक्तीव्यक्तीत संघर्ष होतो, जेव्हा वांशिक गट आणि राष्ट्र यांचा संघर्ष होतो, तेव्हा अधिक वास्तववादी दृष्टिकोन स्वीकारायला हवा असे त्याला वाटत होते. पण आपले हे मत किती चुकीचे होते हे गांधी वाचल्यावर कळले अशी कबुली त्याने दिली. गांधी ही इतिहासातील एकमेव व्यक्ती आहे, जिने येशूच्या 'प्रेम ही दोन व्यक्तींमधील परस्परक्रिया आहे' या तत्त्वाला 'प्रेम हा अतिशय शक्तिमान आणि परिणामकारक असा मोठ्या प्रमाणावर सामाजिक रेटा बनू शकतो.' असे दाखवून दिले. गांधींच्या दृष्टीने प्रेम हे सामाजिक बदलासाठी एक सक्षम हत्यार आहे. समाजसुधारणेसाठी ज्या पद्धतीचा शोध मार्टिन घेत होता ती पद्धत गांधींच्या प्रेम आणि अहिंसा यावर भर देण्यात मिळाली. 'जे नैतिक आणि बौद्धिक समाधान मला बेंथम आणि मीलचा उपयोगितेचा सिद्धांत वाचून मिळाले नाही, मार्क्स लेनिनच्या क्रांतिकारक पद्धतीत मिळाले नाही, हॉब्जच्या 'सामाजिक कराराने' मिळाले नाही, 'निसर्गाकडे परत चला' या रूसोच्या आशावादाने मिळाले नाही, नित्शेच्या 'श्रेष्ठ माणसाच्या' तत्त्वज्ञानात मिळाले नाही, ते मला गांधींच्या 'अहिंसात्मक प्रतिकाराच्या' तत्त्वाने मिळाले, शोषितांच्या स्वातंत्र्याच्या झगड्यासाठी हा एकमेव मार्ग आहे अशी कबुली मार्टिनने दिली आहे.

अहिंसेबद्दलच्या त्याच्या बौद्धिक साहसाचा प्रवास इथेच थांबत नाही. धर्मशास्त्र विद्यापीठाच्या सिनियर वर्गात त्याने अनेक धार्मिक तत्वज्ञानाची पुस्तके वाचली. मूलतत्ववादाच्या घट्ट परंपरेत वाढल्यामुळे, त्याचा बौद्धिक प्रवास जेव्हा नवीन आणि व्यामिश्र सिद्धांताच्या प्रदेशातून होई, तेव्हा मार्टिनला पुष्कळदा वैचारिक धक्के बसत, पण ही यात्रा मोठी प्रेरणादायी होती. वस्तुनिष्ठ मूल्यमापन आणि समीक्षात्मक विश्लेषण करण्याची दृष्टी त्यामुळे त्याला आली आणि त्याच्या ठाम आग्रही मतांना चांगली थप्पड बसली.

क्रोझरमध्ये आल्यावर ख्रिश्चन धर्माच्या उदारमतवादी विश्लेषणाला त्याने थोड्या कष्टाने स्वीकारले. जे बौद्धिक समाधान उदारमतवादाने मिळाले ते मूलतत्त्ववादाने मिळाले नव्हते, हे त्याच्या लक्षात आले. त्याला उदारमतवादाची इतकी भुरळ

पडली, की एखाद्या सापळ्यात सापडावे तशी त्या अंतर्गत येणारी कुठलीही गोष्ट प्रश्न न करता तो मान्य करू लागला. माणूस निसर्गत:च चांगला असतो आणि माणसाची बुद्धी ही नैसर्गिक शक्ती आहे हे त्याला पूर्णपणे मान्य झाले.

पण उदारमतवादी तत्त्वांना जेव्हा तो प्रश्न करू लागला तेव्हा त्याच्या विचारात मुळापासून फरक पडू लागला. ही एक वैचारिक परिवर्तनाची अवस्था होती. माणसाबद्दलचा सनातन दृष्टिकोन चांगला की उदारमतवादी दृष्टिकोन चांगला याबद्दल मन साशंक होते. वांशिक प्रश्नांच्या बाबतीत दक्षिणेत घेतलेले अनुभव इतके विदारक होते की त्यामुळे माणूस निसर्गत: चांगला असतो यावर विश्वास बसत नव्हता. इतिहासातल्या शोकांतिका आणि नीच प्रवृत्तीचा मार्ग स्वीकारण्याची माणसांची लाज आणणारी मनोवृत्ती पाहिली की पापाची खोली आणि बळ किती मोठं आहे हे लक्षात येई. उदारमतवादातील माणसाच्या स्वभावाबद्दलचा उथळ आशावाद पाहिला की बुद्धी पापामुळे भ्रष्ट होते याकडे ते दुर्लक्ष करतात असे वाटे. माणसाच्या स्वभावाचा विचार करायला लागले म्हणजे आपल्या मनाला असलेल्या पापाच्या ओढीमुळे मन आपल्या कृत्यांचे बौद्धिक समर्थन करू लागते. उदारमतवादाच्या हे लक्षात येत नाही की बुद्धी म्हणजे फक्त माणसाच्या बचावात्मक विचारांचे समर्थन करण्याचे साधन नाही. माणसाच्या सामाजिक गुंतवणुकीतील गुंतागुंत आणि सामुदायिक वाईट कृत्यातले वास्तव त्याच्या ध्यानी आले, तेव्हा मानवी स्वभावाच्या बाबतीत उदारमतवाद हा फार भावनाप्रधान आहे आणि तो एका खोट्या आदर्शवादाकडे झुकतो आहे हे त्याने ओळखले. श्रद्धेत असलेली शुद्धीकरणाची ताकद बुद्धीत नाही. विकृतीकरण आणि तर्कनिष्ठता यापासून बुद्धीला बाजूला काढता येत नाही.

दुसऱ्या बाजूला उदारमतवादातील काही चांगल्या गोष्टीही त्याला दिसत होत्या. वांशिक प्रश्नात हळूहळू होणाऱ्या सुधारणा मनुष्य स्वभावातला चांगूलपणा दाखवणाऱ्या होत्या. मानवी स्वभावाबद्दलचा आशावाद अनेक उदारमतवादी तत्त्वज्ञानात दिसतो. उदारमतवादातील, सत्याचा शोध घेण्याची श्रद्धा, मोकळ्या आणि विश्लेषक मनावर दिला जाणारा भर, बुद्धीचा प्रकाश सोडून द्यायला नकार या गोष्टी नेहमी हव्याशा वाटणाऱ्या आहेत. बायबलमधील साहित्याची त्यांची भाषिक आणि ऐतिहासिक समीक्षा हे त्यांचे योगदान अत्यंत मौल्यवान आहे. तिसऱ्या वर्षात शिकत असताना कॉलेजच्या कॅफेटेरियात स्वैपाक करणाऱ्या एका जर्मन स्त्रीच्या मुलीच्या प्रेमात मार्टिन पडला आणि त्याने तिच्याशी लग्न करायचे ठरवले. जेव्हा त्याच्या मित्रांना ही बातमी कळली, तेव्हा ते अस्वस्थ झाले. गोरी स्त्री आणि काळा पुरुष यांच्या आंतरवांशिक विवाहाने दोघांमध्ये केवढा गहजब उडेल याची कल्पना त्यांना आली. अमेरिकेच्या दक्षिण भागात पुढे धर्मगुरू म्हणून काम करायचे तर हे लग्न म्हणजे

संकट ओढवून घेण्यासारखेच होते. तरीही त्याने तिचा नाद सोडला नाही. मात्र तो नैराश्याच्या गर्तेत सापडला. खोलीवर एक दिवस रात्री तो उशिरा परतला. तिला चोरून भेटून आला होता, केस विस्कटलेले होते, मनात प्रश्नांचं काहूर माजलं होतं, त्यानं मित्राला झोपेतून उठवलं, आपलं मन त्याच्याशी मोकळं केलं, त्याचे डोळे अश्रूंनी डबडबले होते. लग्नाच्या निर्णयासंबंधी वडिलांच्या संतापाशी एकवेळ सामना करता आला असता, पण आईच्या दु:खाला कसं तोंड देणार? आणि हे सगळं माहीत असूनही त्या मुलीवरचे प्रेम सोडवत नाही, तिला विसरता येत नाही, अशा कुठल्या तरी विचित्र कोंडीत तो सापडला होता. अशाच मन:स्थितीत जवळजवळ सहा महिने गेले. नीट शांतपणे विचार करताना वाटू लागले की भविष्य काळाची जी स्वप्ने पाहिली आहेत, सामाजिकदृष्ट्या महत्त्वाची अशी धर्मगुरूची जागा दक्षिणेकडच्या भागात मिळवायची आहे, गोऱ्या मुलीशी लग्न करून हे शक्य होणार नाही. शेवटी त्याने या प्रकरणापासून स्वत:ची सुटका करून घेतली, पण होणाऱ्या यातना झाल्याच. तो खऱ्या अर्थानं गुंतला होता आणि त्यातून स्वत:ला सोडवून घेणं फार कठीण होतं. शेवटी मागे जखम राहिलीच, जी कदाचित मनाच्या एका कोपऱ्यात कायमचीच राहिली.

शेवटच्या वर्षात त्याने आपले सारे लक्ष पुन्हा एकदा अभ्यासावर केंद्रित केले. या काळात त्याने रेनॉल्ड नेबूहरचे 'क्रिटीक ऑफ द पॅसिफिस्ट पोझिशन' हे पुस्तक वाचले. त्याचे विचार वास्तववादी आणि द्रष्टे होते. त्याची भारावलेली लेखनशैली आणि गहन विचार मार्टिनच्या मनावर परिणाम करून गेले. मानवी हेतूंची गुंतागुंत आणि अस्तित्वाच्या प्रत्येक पातळीवर दिसणारे पापाचे वास्तव याची त्याला नव्याने जाणीव झाली. तो त्याच्या विचारांच्या प्रेमातच पडला. नेबूहर एकेकाळी युद्धविरोधी आणि शांततावादी विचारसरणीच्या गटाचा सदस्य होता. पण १९३० च्या सुमारास त्याची विचारसरणी बदलली. 'मॉरल मॅन ॲण्ड इमॉरल सोसायटी' या पुस्तकात त्याने त्यावर टीका केली. त्यात त्याने म्हटले आहे की तसा हिंसात्मक आणि अहिंसात्मक प्रतिकारात काहीच फरक नाही. दोन्हीच्या सामाजिक परिणामात फरक आहे. तो दोन वेगळ्या प्रकारचा नाही, फक्त कमी जास्त प्रमाणाचा आहे. एकाधिकारशाहीतील छळ थांबवण्यासाठी अहिंसात्मक प्रतिकाराचे शस्त्र राबवण्याला काही अर्थ नाही हे ठाऊक असूनही त्याचा वापर करणे बेजबाबदारपणाचे आहे. ज्यांच्या विरुद्ध हा लढा आपण लढणार त्यांची नैतिक सद्सद्विवेकबुद्धी जागृत असेल- जशी गांधींच्या लढ्यात ब्रिटिशांची होती- तरच हा लढा यशस्वी होतो. युद्धविरोधी अशा विधानांनी सुरुवातीला तो गोंधळला पण शांतपणे वाचल्यावर त्यातल्या त्रुटी त्याच्या लक्षात आल्या. उदाहरणार्थ त्याची

अनेक वाक्ये असे दाखवतात की त्याच्या दृष्टीने शांततावाद म्हणजे निष्क्रिय अहिंसात्मक प्रतिकार, म्हणजे प्रेमाच्या शक्तीवर भाबडा विश्वास ठेवणे होय. पण हा सत्याचा अपलाप आहे. मार्टिनने गांधी आधीच वाचले होते की खरा शांततावाद म्हणजे वाईटाला प्रतिकार न करणे नव्हे, तर वाईटाला अहिंसात्मक प्रतिकार करणे होय. या दोहोंत प्रचंड फरक आहे. गांधी वाईटाशी सामना हिंसात्मक प्रतिकाराइतक्याच शक्तिनिशी व ताकदीने करतात. पण हा प्रतिकार तिरस्काराने न करता प्रेमाने करतात. वाईट शक्तीपुढे शरणागती पत्करणे म्हणजे शांतीवाद नव्हे हे नेबूहरला मान्य आहे. प्रेमाच्या शक्तीने वाईटाशी अत्यंत धैर्याने दिलेला हा लढा आहे, इतका की हिंसात्मक प्रतिकार परवडला, कारण हिंसेने हिंसा व कडवटपणा वाढतो, तर अहिंसेमुळे विरोधकांच्या मनाला लाज वाटते आणि त्यांच्या हृदयात बदल घडून येऊ शकतो. माणसाच्या चांगुलपणाबरोबर त्याच्यातील वाईट प्रवृत्ती ओळखायला मार्टिन नेबूहरमुळे शिकला. नेबूहरबद्दल बोलताना मार्टिनने लिहले आहे. 'नेबूहरने माझ्या विचारांवर विधायक परिणाम घडवून आणला. धर्मशास्त्राला नेबूहरचे मोठे योगदान म्हणजे त्याने प्रॉटेस्टंट उदारमतवाद्यांच्या मोठ्या गटाला वाटणारा खोटा आशावाद नाकारला. मानवी स्वभावाबद्दल त्याला सखोल जाणीव आहे, विशेषकरून सामाजिक गट आणि राष्ट्रांबद्दल मानवी हेतूंची गुंतागुंत आणि नीतीमत्ता व सत्ता याचं नातं नेबूहर चांगला समजू शकतो. माणसाच्या अस्तित्वाच्या प्रत्येक पातळीवर असलेलं पापाचं वास्तव तो सतत दाखवतो. 'मनुष्य स्वभाव आणि खोट्या आदर्शवादातील धोके यांच्या उथळ आशावादावरचा खोटा विश्वास मी नेबूहरमुळे ओळखायला लागलो. चांगलं करण्याच्या माणसाच्या क्षमतेवर माझा विश्वास होता, नेबूरहमुळे त्याच्या वाईट करण्याच्या क्षमतेवरही माझा विश्वास बसला. माणसाच्या सामाजिक गुंतवणुकीमधली गुंतागुंत आणि सामुदायिक वाईट कृत्यातील वास्तव मी नेबूहरमुळे ओळखू लागलो. वास्तवातील युद्धविरोधी भूमिका माझ्या लक्षात आली. ती पापापासून पूर्णपणे मुक्त आहे असे नव्हे, पण आहे त्या परिस्थितीत कमी वाईट आहे एवढेच. आता माझी खात्री पटली आहे की जेव्हा साऱ्या जगाला अण्वस्त्रामुळे होणाऱ्या विद्ध्वंसाचा धोका आहे, तेव्हा चर्च शांत बसू शकत नाही.'

वर्गात सर्वोच्च ग्रेड मिळवून मार्टिन ल्यूथर किंग पदवीधर झाला आणि पुढील अभ्यासासाठी त्याला स्कॉलरशीप मिळाली. एखाद्या कॉलेजमध्ये अगर शाळेत धर्मशास्त्र शिकवावे असे त्याला वाटत होते. शिक्षकाच्या पेशासाठी लागणारी विद्वत्ता या पदवीने येईल असे त्याला वाटत होते पण त्यासाठी आणखी सखोल अभ्यास आणि संशोधन करायला हवे असे त्याला वाटू लागले. त्यासाठी बॉस्टन विद्यापीठात जावे असे त्याने ठरवले, त्याला तत्त्वज्ञानात रस होता आणि या

विद्यापीठात ते शिकवणारे काही ख्यातनाम प्राध्यापक होते. शिवाय क्रोझरमधील त्याचे आवडते प्राध्यापक बॉस्टनलाच शिकलेले होते, त्यांच्याकडून त्याला बॉस्टन विद्यापीठाबद्दल अधिक माहिती मिळाली आणि तो बॉस्टनला उच्च शिक्षणासाठी जाण्यावर ठाम झाला.

क्रोझर महाविद्यालयातील एकूण वर्षे खूप कडू गोड अनुभवांनी भरली होती. विशेषत: त्याचा प्रेमभंग त्याच्या जिव्हारी लागला होता, पण या महाविद्यालयाचा परिसर अतिशय सुंदर होता आणि इथेच तो निसर्गावरही प्रेम करायला शिकला. निसर्गाशी संवाद साधून आत्मिक समाधान मिळते याची त्याला जाणीव झाली. वसंत ऋतूत हा परिसर फळाफुलांनी बहरलेला असे, त्यावेळी तो संध्याकाळी तासभर एकटाच या परिसरात फिरे. डेलवेअर नदीची एक उपनदी परिसराच्या एका बाजूने वाहत होती. तिच्या काठावर बसून तो निसर्गाचं सौंदर्य न्याहाळीत राही. प्रत्यक्ष देव भेटल्याचा आनंद त्याला अशा वेळी होई. तो पक्ष्यांमध्ये देव पाही, झाडावरच्या पानाफुलात देव पाही. झुळझुळत्या पाण्याच्या लाटेत देव पाही. एखाद्या रात्री आकाशाच्या निळ्या मखमलीवर चमचमणाऱ्या शेकडो चंदेरी चांदण्या नजरेत साठवण्यासाठी तो मुद्दाम बाहेर पडे. त्या वातावरणात देव असल्याचा साक्षात्कार त्याला होई. कधी पहाटेच्या वेळी पूर्व क्षितिजावर हजारो रंगांची उधळण करत उगवून येणाऱ्या सूर्यदर्शनात त्याला देव भेटे. एखाद्या राणीनं आपल्या ऐश्वर्यसंपन्न महालातून चालावं, तशा दिमाखात येणाऱ्या चंद्राला पाहून त्याला देव भेटल्याचा आनंद होई. अशा वेळी हेन्री वॉर्ड बिचरच्या ओळी त्याच्या मुखात येत. 'निसर्ग म्हणजे परमेश्वराची वाणी आहे.'

◆◆

५

-०-

डॉक्टरेट आणि विवाह

क्रोझरमधील झळाळत्या यशावर खूष होऊन किंग डॅडींनी मार्टिनला हिरव्या रंगाची चकचकीत नवी शेव्हर्ली गाडी घेऊन दिली आणि त्या गाडीतूनच अॅटलांटापासून पार उत्तरेत बॉस्टनपर्यंत प्रवास करून तो बॉस्टन विद्यापीठात पोचला. इथेही खोली मिळण्यासाठी रंगाचा तडाखा बसलाच 'खोली भाड्याने देणे आहे' अशी पाटी पाहून चौकशीला जावे तो त्याच्या काळ्या रंगाकडे बघून ''सॉरी! खोली नुकतीच दुसऱ्याला दिली आहे'' असे उत्तर मिळाले की शेवटी तो काय समजायचे ते समजत असे. शेवटी सॅव्हॉय बॉलरूम समोर एक जागा मिळाली. खिडक्या लावून घेतल्या तरी रात्रीच्या वेळी इथलं ढणढण संगीत त्याच्या कानावर आदळत असे. टेबलावर पुस्तकांचे ढिगारे रचून त्यात रात्रभर डोके खुपसून तत्त्वज्ञानाचा अभ्यास, अशा संगीताच्या व्यत्ययावर सुरू राही. तसा तो अभ्यासातला किडा नव्हता. दिवसभर आपल्याभोवती घडणाऱ्या घडामोडींवर त्याचे बारीक लक्ष असे आणि एखादी चांगली मैत्रीण मिळतीय का याचाही शोध चालू असे. बॉस्टनने त्याला दोन गोष्टी दिल्या. एक म्हणजे धर्मशास्त्रातील डॉक्टरेट आणि दुसरी म्हणजे आयुष्याची जोडीदार सहचरी कॉरेटा स्कॉट.

मार्टिनच्या बौद्धिक यात्रेची पुढची पायरी म्हणजे बॉस्टन विद्यापीठातील अभ्यास. अहिंसेच्या तत्त्वज्ञानाचा अभ्यास करणारे अनेक विद्यार्थी आणि व्याख्याते त्याला इथे भेटले आणि अहिंसेच्या शक्तीबद्दलच्या त्याच्या कल्पना अधिकाधिक स्पष्ट होत गेल्या. बॉस्टन विद्यापीठातील दोन सुप्रसिद्ध प्राध्यापक डीन वॉल्टर म्युल्डर आणि प्राध्यापक अॅलन नाईट चाल्मर्स या दोघांनाही युद्धविरोधी भूमिकेबाबत सहानुभूती होती, सामाजिक न्यायाची चाड होती आणि हे प्रेम मानवी स्वभावाबद्दलच्या उथळ आशावादातून आलेले नव्हते, तर मानवी स्वभावाच्या चांगुलपणावर असलेल्या सखोल श्रद्धेतून आले होते. अहिंसेच्या तत्त्वाचा आणि या विचारसरणीचा खोल

परिणाम या काळात मार्टिनवर झाला.

धार्मिक श्रद्धांच्या बाबतीत मार्टिनने उदारमतवादी विचारसरणी स्वीकारली होती, पण आता मात्र हळूहळू त्याचा कल नव-सनातनवादाकडे झुकू लागला. उदारमतवाद उथळ आणि काहीवेळा आधुनिक संस्कृतीला शरण जाणारा वाटू लागला. नव-सनातनवाद ख्रिश्चन धर्मातील श्रद्धेकडे खोलवर नेणारा आहे असे वाटू लागले.

डॉक्टर एडगर ब्राईटमन आणि एल् हॅरॉल्ड डी वुल्फ या दोघांच्या मार्गदर्शनाखाली त्याचा डॉक्टरेटसाठी धर्मशास्त्र व तत्त्वज्ञानाचा अभ्यास सुरू झाला. डी. वुल्फ तर त्याचा मित्रच बनला. या दोघांच्या मार्गदर्शनाखाली त्याने व्यक्तिगत तत्त्वज्ञानाचा विशेष अभ्यास केला. अंतिम सत्याकडे जाण्याचा मार्ग व्यक्तीकडूनच सापडू शकतो असे त्याचे मध्यवर्ती सूत्र आहे. माणसाचे पूर्ण आणि अपूर्ण व्यक्तिमत्त्व हे अंतिमत: सत्य आहे हे मानण्याने दोन गोष्टींवरचा त्याचा विश्वास दृढ झाला. व्यक्तिगत देवाबद्दलची आध्यात्मिक आणि तात्विक बैठक त्यामुळे पक्की झाली आणि माणसाच्या व्यक्तिमत्वाची योग्यता आणि प्रतिष्ठा यांना अध्यात्मिक आधार मिळाला. जगातील सर्व गोष्टींचा अर्थ माणसांच्या जीवनावर त्याचा काय परिणाम होतो यावर अवलंबून आहे. माणसाच्या योग्यतेला डावलणारी प्रत्येक गोष्ट वाईटच होय. जाणीव जागृतीच्या एका ख्रिश्चन समाजवादाकडे ही त्याची वैचारिक वाटचाल होती. 'अमेरिकेत जर खरी समानता आणायची असेल तर एक प्रकारचा समाजवाद इथे आणला पाहिजे' असे त्याने मित्राला लिहिलेल्या एका पत्रात म्हटले आहे. या विचारांनी जरी त्याला नवी उमेद मिळाली असली तरी त्याचे वडील ज्या पारंपरिक सनातनी बॅप्टिस्ट मूलतत्ववादाशी निगडित होते, त्याच्या जवळच शेवटी तो येऊन पोचला होता.

डॉ. ब्रायटन यांच्या मृत्यूपूर्वी काही काळ मार्टिन त्यांच्याकडून हेगेलचे तत्वज्ञान शिकला. हेगेलचे फेनॉमेनॉलॉजी ऑफ माईंड हे पुस्तक अभ्यासाला लावलेले होते, तरी 'फिलॉसॉफी ऑफ हिस्ट्री' आणि 'फिलॉसॉफी ऑफ राईट' ही त्याची अन्य दोन पुस्तके मार्टिनने वाचून काढली. हेगेलचा पूर्ण आदर्शवाद त्याला पटला नाही, कारण तो माणसातलं अनेकत्व गिळंकृत करतो. पण त्याच्या 'सत्य हे परिपूर्ण असते' यात त्याला बौद्धिक सुसंगती दिसते. विकास हा संघर्षातून होतो हे विश्लेषणही त्याला पटते. ही सगळी पुस्तके अभ्यासल्यावर अहिंसा हेच सामाजिक अन्यायाविरुद्ध शोषितांसाठी प्रभावी शस्त्र आहे याबद्दल त्याची खात्री झाली. त्यावेळी अहिंसा ही फक्त तात्त्विक बैठक म्हणून माहीत होती. प्रत्यक्ष या शस्त्राचा वापर करण्याची वेळ अजून आली नव्हती.

मार्टिनने पदवीसाठी तयार केलेला शोधनिबंध वाचून त्याचे मार्गदर्शक प्रभावित झाले. 'अे कंपॅरिझन ऑफ द कन्सेप्शन ऑफ गॉड इन द थिंकिंग ऑफ पॉल टिलिच अॅन्ड हेन्री नेल्सन वायमन' हे त्याच्या प्रबंधाचे शीर्षक होते. कोणत्याही धर्मात देवाबद्दलची संकल्पना ही मध्यवर्ती असते आणि ती अधिक स्पष्ट करता यावी म्हणून त्याने हा विषय निवडला होता. टिलिच आणि वायमन निवडले, कारण ते वेगळ्या प्रकारच्या धर्मशास्त्राचे प्रतिनिधी आहेत आणि धार्मिक व तात्त्विक विचारांवर त्यांचा मोठाच प्रभाव आहे.

या काळात धर्माची आणि तत्त्वज्ञानाची अनेक पुस्तके वाचून मार्टिन आपली मते बनवीत होता. कधी त्याची मते बदलत होती, कधी जुनी मते पक्की होत होती. त्यातून त्याचे वैचारिक व्यक्तिमत्त्व बनत होते. तो अभ्यासू होता, पण तरीही स्वत: स्वतंत्र विचारवंत वा तत्त्ववेत्ता नव्हता हे लक्षात घेतले पाहिजे. त्याचा कल कृतीशीलतेकडे अधिक होता. मोठमोठे क्लिष्ट विचार पचवून ते आत्मसात करण्याची बुद्धिमत्ता त्याच्याजवळ नक्कीच होती, त्यामुळे आयुष्यात ज्यावेळी काही कृती करण्याची वेळ आली, त्यावेळी त्याच्या कृतीला विचारांची जोड देण्याचे आणि विचाराचे रूपांतर कृतीत करण्याचे सामर्थ्य त्याला मिळाले. आयुष्यात फार कमी लोकांना हे कौशल्य लाभते. विद्वत् जडता नसलेल्या या अभ्यासू माणसाच्या प्रत्येक कृतीला त्यामुळे पुढील काळात वैचारिक अधिष्ठान लाभले आणि त्याच्या कृतीला साहजिकच वजन प्राप्त झाले. त्याचे बौद्धिक सामर्थ्य त्याच्या प्रवचनांना वेगळीच झळाळी प्राप्त करून देत असे. विचारांच्या कोंदणाला योग्य तेच चपखल शब्द, योग्य त्याच वजनाने उच्चारण्यामुळे भावनेने परिप्लुत असे त्याचे प्रत्येक वाक्य ऐकणाऱ्याची भावस्थिती क्षणार्धात बदलून टाकी.

मार्टिन धर्मशास्त्राचा डॉक्टर होणार ही गोष्ट त्याच्या वडिलांच्या आयुष्यातील आत्यंतिक आनंदाची होती. एबेन्झर चर्चचे त्यांचे व्यासपीठ त्यांनी मुलासाठी आमंत्रित केले. आपली गादी आपल्याच मुलाने आपल्या चर्चमध्ये चालवावी अशी त्यांची आत्यंतिक इच्छा होती. पण मार्टिनने ती पुरी केली नाही. त्याने आपल्यासाठी एक छोटे पण सुसंस्कृत मध्यमवर्गीय लोक असलेले चर्च निवडले- अॅटलांटापासून एकशे सत्तर मैल असलेल्या अलाबामा राज्यातील मॉंटगोमेरी येथे. कदाचित त्यावेळी त्याला ठाऊकही नसेल की त्याच्या नव्या संघर्षमय आयुष्याचा जन्म त्याच गावात होणार होता.

बॉस्टन विद्यापीठात जशी डॉक्टरेट मिळाली तशी अभ्यासाच्या काळात शेवटच्या वर्षात आयुष्यभर साथ देणारी पत्नीही लाभली.

अभ्यासाचा शीण आल्यावर साहजिकच मित्रमैत्रिणींचा सहवास हा त्याच्या

विरंगुळ्याचा भाग होता. पण अनेक मैत्रिणी असूनही कोणाच्याच सहवासात तो विशेष आनंदी नव्हता. ॲटलांटाची मेरी पॉवेल तिथल्या न्यू इंग्लंड कॉन्झरवेटरी ऑफ म्युझिक मध्ये शिकत होती, तिला सहज विचारलं, "तुला कुणी एखादी आकर्षक तरुण मुलगी माहिती आहे?" घरापासून दूर राहणाऱ्या आणि कंटाळून गेलेल्या मार्टिनला तिने म्हटले, "एक तुझ्याच वंशाची मुलगी आहे, दक्षिणेकडली, सुंदर आहे. तुला आवडेल." असं म्हणून तिने मार्टिनला एक फोन नंबर दिला. मार्टिनने तिला लगेचच फोन केला. "हॅलो, मी मार्टिन ल्यूथर किंग, ज्युनिअर बोलतोय. आपल्या दोघांच्या एका मैत्रिणीनं मला तुझ्याबद्दल खूप सांगितलंय. तुला भेटायची खूप इच्छा आहे, अर्थात तुझी इच्छा असेल तर." त्यानंतर दोघेही फोनवर बोलले, शेवटी मार्टिन म्हणाला, "प्रत्येक नेपोलियनचं एक वॉटर्लू असतं. मी नेपोलियनसारखा आहे आणि मला माझं वॉटर्लू मिळालंय. मी माझ्या गुडघ्यावर बसलोय आणि तुझ्याशी खूप खूप बोलण्यासाठी तुला निमंत्रण देतोय. उद्या माझ्याबरोबर जेवायला येशील?"

तिनं त्याची विनंती मान्य केली, "मी तुला न्यायला येईन. माझ्याकडे हिरव्या रंगाची शेव्हर्ली आहे आणि तिला बॉस्टन विद्यापीठातून तिथं पोचायला एरवी दहा मिनिटे लागतात, पण उद्या मी तिथे सात मिनिटात पोचेन."

आणि त्यानंतर मार्टिनचं प्रियाराधन सुरू झालं. नाटकं आणि संगीताच्या मैफिलींना तो तिला घेऊन जाऊ लागला, पण तिच्या बोलण्यातून त्याच्या लक्षात येऊ लागले की दक्षिणेकडून आलेल्या विद्यार्थ्यांमध्ये वांशिक भेदाबद्दलचा जो कडवटपणा आहे, तो तिच्याही मनात खदखदतो आहे. त्याच्यासारखीच तिच्याही मनात निग्रो बांधवांसाठी आयुष्यभर काहीतरी भरीव काम करण्याची उर्मी धगधगते आहे.

कॉरेटा स्कॉट उर्फ कॉरी ही त्याच्या सारखीच अमेरिकेच्या दक्षिण भागातून आलेली. ती अलाबामामधील मॅरियन गावची. ओहायोमधील ॲन्टिऑक कॉलेजमध्ये तिचे शिक्षण झाले. तिची आई बर्निस स्कॉट. आईप्रमाणेच कॉरेटालाही गोड गळ्याची देणगी जन्मजातच लाभलेली. कॉलेजचे शिक्षण संपल्यावर तिने ठरवले, गाण्यातच पुढची करिअर करायची. स्कॉलरशिप मिळवून ती बॉस्टनमधल्या न्यू इंग्लंड कॉन्झरव्हेटरीत गाणे शिकायला आली. चर्चमधल्या समूहगीत गायनात ती प्रमुख गायिका असे. पण तिचे स्वप्न अभिजात संगीतात गायिका म्हणून नाव मिळवण्याचे होते आणि एका वादळाशी तिची गाठ पडली नसती तर ती खरेच एखादी सुप्रसिद्ध कलाकार झाली असती.

ओबी स्कॉट, तिचे वडील. बुटके, जाड, काळ्याभोर रंगाचे, मनाने अतिशय घट्ट आणि धैर्यवान माणूस. लोकांना आकर्षून घेणारे त्यांचे व्यक्तिमत्त्व, त्यांच्या

प्रेमळ स्वभावामुळे! माणूस दुसऱ्यांना मदत करण्यास तात्काळ तयार. लहानाचे मोठे शेतावर काम करण्यात झाले तरी काहीतरी उद्योगधंदा करावा ही मनापासून आवड. मग ट्रकचा व्यवसाय, वाणसामानाचे दुकान, कोंबडी पालन असे व्यवसाय सुरू केले. पण गोऱ्या माणसांकडून छळ, मारहाण झाली, धमक्या मिळाल्या, तरी आपले व्यवसाय नेटाने पुढे चालवले, धंद्यात आपले बस्तान बसवले, बऱ्यापैकी पैसा कमावला. काळ्या लोकांकडूनही अनेकदा अपमान आणि कीव वाट्याला आली, पण माणूस मोठा निर्भय आणि जिद्दीचा. कोणाबद्दल त्याच्या मनात कधी कडवटपणा आला नाही. कॉरेटाला मार्टिनचा स्वभाव खूपसा तिच्या वडिलांसारखा वाटे. लग्नापूर्वीच्या प्रियाराधनाच्या काळात ती म्हणे सुद्धा, ''तुझ्या सहवासात मला वडिलांची आठवण येते.'' मार्टिनची अस्मिता हे ऐकून सुखावत असे.

''बर्निस स्कॉट, कोरेटाची आई. वडिलांपेक्षा पुष्कळच वेगळ्या स्वभावाची बाई होती. ती थोडी लाजाळू, अतिशय आकर्षक, गोऱ्यासर रंगाची, लहान खुऱ्या बांध्याची, लांबसडक काळेभोर केस असलेली बाई होती. ती धीराची, निश्चयी आणि मनानं घट्ट होती, हे तिच्या चेहऱ्यावरून दिसे. ती एक कुटुंब वत्सल स्त्री होती आणि मुलांच्या गरजा भागविण्यासाठी आपल्या जिवाचा आटापीटा करत असे. तिने आपल्या उत्तम वागण्याचा आदर्श मुलांपुढे ठेवून मुलांना आयुष्यात चारित्र्याने आणि नीतीने वागायला शिकवले.

कॉरेटा दिसायला सुंदर होती, तशी मनानेही निर्मळ होती. संगीत हे तिचे पहिले प्रेम होते, पण वांशिक भेदाभेद, आर्थिक विषमता, गरिबांचे शोषण या विषयांवर ती तितकीच हिरिरीने बोले. या प्रश्नांशी संबंधित अनेक चळवळीत ती सामील होत होती, त्यामुळे दोघे भेटली की प्रेमापेक्षा या विषयावरच्या चर्चाच अधिक रंगत. मार्टिनला वाटू लागले हिचे आणि आपले विचार चांगले जुळताहेत. बायकोबद्दल त्याच्या काही कल्पना होत्या. ती बुद्धिमान असावी, चारित्र्यसंपन्न असावी, तिचे स्वतंत्र व्यक्तिमत्त्व असावे आणि अर्थातच ती सुंदर असावी. कोरेटाकडे हे चारही गुण होते. मार्टिनने ठरवले एक ना एक दिवस तिला लग्नाबद्दल विचारायचे. आयुष्यात आपल्या काळ्या बांधवांसाठी काहीतरी भरीव करायचे त्याच्या मनात होते. इतर चार जणांसारखे सुखासीन आयुष्य घालवायची त्याच्या मनाची तयारी नव्हती. यासाठी कोरेटा कितपत तयार होईल याची धाकधूक त्याच्या मनाला वाटत होती. मार्टिन आता धर्मगुरू या पदासाठी पूर्ण लायक झाला होता आणि माँटगोमेरी-सारख्या दक्षिणेकडच्या एका छोट्या गावातल्या चर्चचे काम तो स्वीकारणार होता.

एका संध्याकाळी त्याने जरा दबकतच कोरेटाचा हात हातात घेतला आणि तो म्हणाला, ''माझ्या कल्पनेतल्या स्त्रीमध्ये जे काही हवे ते सगळे तुझ्याकडे आहे.

तू माझ्याशी लग्न करशील?''

कोरेटा थबकली. मार्टिन बरोबर विवाह करून माँटगोमेरीला राहवे लागणार हे तिला ठाऊक होते. जिथे तिचे बालपण गेले त्या अलाबामातल्या तिच्या आठवणी सुखद नव्हत्या. तिच्या वडिलांना गोऱ्यांकडून तिथेच मारहाण झाली होती, दक्षिणभाग एकूणच काळ्या गोऱ्यांच्या भेदाने पेटलेला होता, उत्तरेत त्यामानाने वातावरण पुढारलेले होते. उत्तरादाखल ती म्हणाली, ''आपण इथेच नाही का आपला संसार थाटू शकणार? इथे त्यामानाने आपण खूपच स्वतंत्र आहोत.''

मार्टिनने तिचा हात सोडला आणि तो शून्यात पाहू लागला. बॉस्टनमधले त्यांचे जीवन खूपच स्वस्थ होते, पण त्याला माहीत होते, हे त्याचे जग नव्हते. त्याने व्याकूळ नजरेने तिच्या डोळ्यांत पाहिले, जणू ती आपल्याला समजून घेईल याची त्याला खात्री होती.

''कोरेटा, मला दक्षिणेकडे परतायला हवे. त्या जगाला माझी अधिक गरज आहे.'' तो सद्‌गदित अंत:करणाने म्हणाला. त्याच्या डोळ्याची भाषा कोरेटाच्या हृदयापर्यंत पोचली, तिने त्याचे हात हातात घेतले आणि ती म्हणाली, ''मग तू जिथे जाशील तिथे कोरेटा तुझ्या बरोबर असेल, तुझी बायको म्हणून.''

मार्टिनने ही वार्ता ताबडतोब आपल्या आईवडिलांना कळवली. डॅडी किंगना हा धक्का होता. त्यांनी आधीपासून योजले होते की अभ्यास संपला म्हणजे मार्टिन ॲटलांटाला त्यांच्याच चर्चमध्ये त्यांचा सहकारी म्हणून येणार, तिथल्या काळ्या समाजातील एका मुलीला त्याने पूर्वी मागणीही घातली होती, तिच्याशी तो लग्न करणार, ही बातमी त्यांनी लगेच कोरेटाला कळवूनही टाकली. त्यानंतर कोरेटाला घेऊन मार्टिन ॲटलांटाला आला. वडिलांचे बढाईखोर बोलणे मार्टिन फारसे मनावर घेत नाही हे तिच्या तेव्हाच लक्षात आले. तिनेही वडिलांना फार प्रभावित केले नाही असे मार्टिनला वाटले. पण शेवटी एकदा विवाह नक्की ठरला. १८ जून १९५३ रोजी मार्टिन ल्यूथर किंग आणि कोरेटा स्कॉट अलाबामामधील मॅरियन येथे तिच्या घराबाहेरच्या हिरवळीवर विवाहबद्ध झाले. डॅडी किंगनी विवाहाचे पौराहित्य केले. आसपासची सर्व हॉटेल्स आणि मोटेल्स 'काळ्यांसाठी बंद' होती. नवविवाहित जोडप्याला विवाहाची पहिली रात्र कुठे घालवायची हा प्रश्न होता. शेवटी फ्युनरल पार्लरच्या रेसिडेन्शिअल क्वार्टर्समधील पाहुण्यांसाठी असलेल्या बेडरूममध्ये त्यांनी आपला मुक्काम ठोकला आणि आपली पहिली रात्र साजरी केली. मग हे जोडपे पुन्हा बॉस्टनला आले.

कोरेटाशी विवाह करण्याचा मार्टिनने घेतलेला निर्णय योग्य होता, याची जाणीवही मार्टिनला आयुष्यभर झाली. मार्टिनच्या सर्व अडचणींच्या काळात ती

मार्टिनमागे खंबीरपणे उभी राहिली. संकटांशी सामना करताना ती कधीच गडबडून गेली नाही, उलट अतिशय धीरोदात्तपणे तिने संकटांना तोंड दिले. मार्टिनला आयुष्यात कधीच स्थैर्य आणि स्वस्थपणा लाभला नाही, पण त्याबद्दल तिने कधीच कुरकुर केली नाही. एखादी स्त्री पुरुषाचे आयुष्य घडवू शकते किंवा बिघडवू शकते, कॉरीने मार्टिनचे आयुष्य घडवले. ती त्याच्यापेक्षा मनाने अधिक खंबीर होती. मार्टिनच्या सुरक्षिततेबद्दल तिला नेहमीच काळजी वाटे, पण म्हणून तिने त्याला कोणत्याच कामात अडवले नाही. त्याच्या आयुष्यातील अत्यंत नैराश्याच्या क्षणी तिने त्याच्या जीवनात नेहमीच आशेची वात पेटवली. आपल्या आत्मचरित्रात मार्टिनने म्हटलंय, 'जर मला इतकी शांत, समंजस आणि खंबीर मनाची बायको मिळाली नसती तर सामाजिक चळवळीचे ताणतणाव आणि माझी परीक्षा पाहणारे अनुभव यांना मी सामोरा जाऊ शकलो नसतो.' या चळवळीचे महत्त्व त्याच्याइतकेच तिला समजले होते. तिच्या इतकी समर्पित, समजूतदार, समंजस आणि शांत जोडीदार मिळाली म्हणूनच मार्टिन आयुष्यात एवढे मोठे काम करू शकला. घरावर बॉंब पडण्याच्या भीतीने त्याला कित्येकदा तिला दूर पाठवावे लागे, पण थोड्याच दिवसांत ती निर्भयपणे परत येऊन संसाराला लागे. प्रत्यक्ष चळवळीत तिला फार कमी वेळा सहभागी होता आले, कारण ती चार मुलांची आई बनली. मार्टिन ल्यूथर (तिसरा), डेक्स्टर स्कॉट, योलांडा डेनिस आणि बर्निस आल्वरटाईन. खरे तर तिला गाण्यात करिअर करायची होती, पण सुरुवातीची काही वर्षे सराव सोडला तर नंतर ती गाणंही विसरून गेली. मार्टिनच्या सतत धावपळीच्या आणि या गावाहून त्या गावाला जाण्याच्या धडपडीत बायको आणि मुलांसाठी तो फार कमी वेळ देऊ शके, एक जबाबदार पती आणि पिता म्हणून आपण आपले कर्तव्य करू शकत नाही याची जाणीव त्याला होती, पण आईवडील दोघांची भूमिका कोरेटाने एकटीने पार पाडली. आपले वडील केवढे मोठे काम करताहेत याची जाणीव तिने मुलांना वेळोवेळी करून दिली.

मार्टिनच्या मृत्यूनंतर भारताने २७ जानेवारी १९६९ रोजी कोरेटा किंग यांना पंडित जवाहरलाल नेहरू इंटरनॅशनल ॲवॉर्ड देऊन गौरव केला हे योग्यच होतं.

◆◆

६

-०-

माँटगोमेरीमध्ये

पी. एच. डी साठीचा प्रबंध लिहण्याचे काम बाकी होते. बॉस्टन विद्यापीठात राहून करण्याचा अभ्यास पूर्ण झाला होता, तेव्हापासून कुठेतरी नोकरी शोधण्याचे प्रयत्न मार्टिनने सुरू केले होते. एखाद्या चर्चचे पालकत्व स्वीकारणे किंवा कुठेतरी महाविद्यालयात शिकवणे हे दोन्ही पर्याय त्याच्या मनात घोळत होते. मॅसॅच्युसेटस् आणि न्यूयॉर्क येथील दोन चर्चनी त्याला येण्याबद्दल विचारले होते. तीन कॉलेजातून विचारणा झाली होती. अशामध्ये माँटगोमेरीच्या डेक्स्टर ॲव्हेन्यू बॅप्टिस्ट चर्चचे पत्र आले. त्यांना तो मार्टिन ल्यूथर किंग सिनिअर यांचा मुलगा आहे हे ठाऊक होते आणि त्यांच्या चर्चला सध्या कोणीच पालक नव्हते. या चर्चला एक उज्ज्वल इतिहास होता आणि डॉ. व्हर्नान जॉन्स सारख्या सुप्रसिद्ध विद्वानांनी इथे प्रवचने दिली होती. नाताळच्या सुट्टीत ॲटलांटाला गेल्यावर एखाद्या रविवारी माँटगोमेरीला जाऊन प्रवचन देऊन बघायचे असे त्याने ठरवले.

जानेवारीतल्या गार हवेत एका शनिवारी पहाटे तो माँटगोमेरीला निघाला. हवा स्वच्छ होती. कोमटसर ऊन होतं. मोटारीतल्या रेडिओवर त्याचा आवडता ऑपेरा ल्युसिया द लॅमरमूर प्रसारित होत होता. वाटेतला सुंदर निसर्ग मोह पाडत होता. त्यामुळे चार तासांचे ड्रायव्हिंग अजिबात कंटाळवाणे झाले नाही. अमेरिकेतल्या काही जुन्या गावांपैकी हे एक गाव आहे. अलाबामा नदीच्या कुशीत ते वसले आहे आणि तिने त्या गावाची जमीन सुपीक बनवून टाकली आहे. हे चर्च छोटेसे, नीटनेटके, साध्यासुध्या लाकडी बांधकामाचे होते. डेक्स्टर ॲव्हेन्यूच्या रुंद रस्त्यापासून ते जवळच होते. चर्च फक्त काळ्यांसाठी होते, पण येणारा समुदाय सुसंस्कृत आणि नव्याचे स्वागत करणारा होता.

माँटगोमेरी शहर सुंदर आणि स्वच्छ पांढऱ्या इमारती रस्त्याच्या दोन्ही बाजूला. अलाबामा राज्याच्या राजधानीचे शहर. ७ जानेवारी १८६१ मध्ये अलाबामा

युनियनमधून बाहेर पडले आणि १८ फेब्रुवारीला संघराज्याचा अध्यक्ष म्हणून जेफरसन डेव्हीडने इथे शपथ घेतली, म्हणून तेव्हापासून माँटगोमेरीला संघराज्याची जननी म्हणून महत्त्व आले. इथेच पहिल्यांदा संघराज्याचा ध्वज तयार झाला आणि फडकला.

इथे आल्यावर दुसऱ्या दिवशी सकाळी मार्टिनचे परीक्षात्मक प्रवचन होणार होते. अॅटलांटाला चार वर्षे त्याने सहाय्यक पालक म्हणून काम केले होते, पण आता तो चिंतेत पडला होता. परीक्षा म्हणून मनात भीती होती. भाषण विद्वत्ता प्रचुर असावे की भावनांना हात घालणारे? की नेहमीप्रमाणे परमेश्वर जशी स्फूर्ती देईल तसे उत्स्फूर्त बोलावे? तो स्वत:लाच बजावत होता, 'मार्टिन ल्यूथर किंगला बाजूला ठेव, देवाला पुढे येऊ देत म्हणजे सर्व काही ठीक होईल. लक्षात ठेव, तू धर्मग्रंथाचा एक वाहक आहेस, उगम नाहीस,' असे मनात म्हणत त्याने प्रभूसमोर गुडघे टेकले. सायंप्रार्थना केली, परमेश्वराने प्रवचनाच्या वेळी तिथे असावे आणि आपल्याला मार्गदर्शन करावे अशी इच्छा केली. प्रार्थनेने त्याचे मन शांत झाले आणि तो गाढ निद्रेच्या अधीन झाला.

दुसऱ्या दिवशी नेहमीप्रमाणे पहाटे उठून त्याने शांत चित्ताने मननचिंतन केले. पहाटेचा सूर्योदय खिडकीतून पाहिला. पुन्हा एकदा भाषणावरून नजर फिरवली आणि प्रसन्न चित्ताने तो चर्चकडे गेला. बरोबर अकरा वाजता तो व्यासपीठावर उभा राहिला. चर्च खच्चून भरले होते. लोक त्याला ऐकायला उत्सुक होते. त्याच्या बोलण्याचा विषय होता, 'परिपूर्ण जीवनाच्या तीन दिशा', त्याने धीरगंभीर आवाजात सुरुवात केली.

''कोणत्याही परिपूर्ण जीवनाला तीन दिशा असतात. लांबी, रुंदी आणि उंची. कोणत्याही व्यक्तीची ध्येये, महत्त्वाकांक्षा, स्वास्थ्य, यशस्विता ही लांबी होय. इतरांच्या भल्याची काळजी म्हणजे रूंदी आणि परमेश्वरापर्यंत पोचण्याचा प्रयत्न करते ही उंची होय. लांबी किंवा स्वत:चा विचार हा स्वार्थी आहे. स्वत:वर प्रेम असले तर इतरांवर करता येते. आयुष्याचे ध्येय शोधले पाहिजे. प्रत्येकाकडे काही क्षमता आहे ती शोधून त्याचा विकास केला पाहिजे. त्यामुळे जीवनाला हेतू मिळतो. माझ्या तरुण मित्रांनो, तुमच्या आईवडिलांना जी मिळाली नाही ती शिक्षणाची संधी तुम्हाला मिळते आहे. आपण कशासाठी जन्मलो आहोत ते आधी शोधा आणि ते मिळविण्यासाठी झटा. राष्ट्राला तुमचे योगदान देताना मुक्तीच्या दिवसासाठी थांबू नका. गुलामीची परंपरा, वांशिक भेदाभेद, कमी दर्जाच्या शाळा, दुय्यम नागरिकत्व हे सर्व प्रश्न तुमच्यापुढे आहेत, तरी परिस्थितीचे कवच भेदून पुढे जायला शिका.

आपल्यापुढे निग्रोंची अशी अनेक उदाहरणे आहेत. व्हर्जिनियाच्या टेकडीवरून जुने गुलामांचे घर सोडून बुकर टी. वॉशिंग्टन अमेरिकेचा मोठा नेता बनला. जिला लिहीता वाचता येत नाही, अशा आईच्या कुशीतून आलेला रोलंड हेस जगातला मोठा गायक बनला, त्याचा गोड आवाज राजवाड्यातील राजाराण्यांनी ऐकला. फिलाडेल्फियातील गरीब घरातून आलेल्या मॅरिअन अँडरसनने जगातील मोठी गायिका होण्याचे भाग्य मिळवले. विज्ञानामध्ये जॉर्ज वॉशिंग्टन कार्व्हरने स्वतःचे स्वतंत्र स्थान निर्माण केले. स्वातंत्र्य नसताना सुद्धा या माणसांनी केवढे मोठे काम केले. आपण न थकता उत्कृष्ट ते साध्य करायला हवे. फक्त थोडेच जण उच्च यश मिळवू शकतात. अनेकांना कारखान्यात, शेतावर, रस्त्यावर राबावे लागते. पण कुठलेही काम कमीपणाचे नाही. सर्व कामाला समानदर्जा व महत्त्व आहे आणि ते उत्कृष्टपणे व्हायला हवे. मायकेल अँजेलो रंगवायचा, तसा रस्ता झाडणाराने झाडायला हवा, किंवा बिथोवनचे संगीत जसे असायचे, शेक्सपिअर जशी कविता लिहायचा तसा रस्ता झाडायला हवा. मालकाने म्हटले पाहिजे की आपले काम उत्कृष्ट करणारा झाडूवाला इथे रहायचा. कुठल्याही कामात स्वतःला झोकून दिल्यावर जी परिपूर्णता लाभते ती जीवनाची लांबी होय.

काही लोकांना या पहिल्या दिशेच्या पलीकडे जाता येत नाही. ते हुशार असतात पण स्वार्थीपणाच्या जाळ्यात अडकलेले असतात. आपल्याच इच्छा आणि महत्त्वाकांक्षेत ते गुंतून पडतात. जीवन पूर्ण व्हायला एकटी लांबी पुरत नाही, दुसऱ्यांचा विचार करणारी रुंदी असावी लागते. स्वतःच्या संकुचित जगातून उठून साऱ्या मानवजातीची काळजी घेणारा खरे जीवन जगतो. तुम्ही किती पैसा मिळवला, किती पदव्या मिळवल्या यापेक्षा दुसऱ्यांसाठी काय केले ते अधिक महत्त्वाचे आहे. भुकेल्याला अन्न दिलेत? तहानलेल्याला पाणी दिलेत? वस्त्रहीनाला कपडे दिलेत? आजाऱ्याला भेटलात? देव हे प्रश्न विचारतो. त्या अर्थाने प्रत्येक दिवस न्यायनिवाड्याचा दिवस असतो आणि आपण आपल्या कृत्यांनी आणि शब्दांनी मूकपणे सतत या जीवनाच्या पुस्तकात लिहीत असतो. आपण सक्रिय मदतीच्या प्रकाशात जगायचे की स्वार्थीपणाच्या अंधारात हे प्रत्येकाने ठरवायला हवे. 'तू' शिवाय 'मी' ला परिपूर्णता येत नाही. दुसऱ्याशिवाय आपण एकटे जगू शकत नाही. जीवन परस्परावलंबी आहे, तरी आपण स्वार्थाच्या निसरड्या रस्त्यावरून चालत राहतो. लांबीकडून माणसे रुंदीकडे जात नाहीत म्हणून समाजात समस्या निर्माण होतात. वांशिक भेदाच्या बाबतीत हेच दिसते. आपले बरेचसे गोरे भाऊ लांबीमध्ये गुंतले

आहेत. आपली आर्थिक परिस्थिती, महत्वाच्या जागा, सत्ता या सर्वांपेक्षा उंची अधिक महत्त्वाची. ती माणसाला माणुसकीपेक्षा अधिक उंचावर नेते. सर्व सत्याचा स्त्रोत जो परमेश्वर त्याच्यापर्यंत आपण पोचायला हवे. जेव्हा लांबी-रुंदीला उंची मिळते तेव्हाच जीवन परिपूर्ण होते. काही लोक आपले आयुष्य सुंदर करतात, दुसऱ्यांचे चांगले करण्यासाठी झटतात, मानवतेलाच परमेश्वर मानतात. ते आकाशाविना जगतात. आधुनिक माणूस ही तिसरी दिशा विसरला आहे. काहींना देवाबद्दल शंका आहे. जर देव सर्वशक्तिमान असेल तर जगात वेदना, दुःख का आहेत? विज्ञानावर विश्वास ठेवणारेही अनेकदा धर्मातील अवैज्ञानिक संकल्पना आणि देव मानण्यास तयार नसतात. काही लोक देवाचे अस्तित्व नाकारत नाहीत. पण देव नसल्यासारखे वागतात. कदाचित हे नकळत होत असेल, कारण ते या जगातच गुंतून पडतात. आपल्या पंचेंद्रियांना समजते तेवढेच जग मानण्याची आधुनिक माणसाची प्रवृत्ती आहे. पण देवकेंद्री विश्वाकडून मानवकेंद्री विश्वाकडे येणे हे नैराश्य निर्माण करणारे आहे. दिशाहीन जहाजासारखे आपण भरकटलो आहोत. वास्तव जगामागे काही आत्मिक शक्ती असावी असे वाटू लागते. अणू आणि परमाणूंच्या रचनेने विश्वाचे रहस्य उलगडता येत नाही. तारे दिसतात, पण त्यांना धरून ठेवणारी गुरुत्त्वाकर्षणाची शक्ती दिसत नाही. एखादे सुंदर चर्च दिसते, पण त्याचे रेखांकन करणाऱ्या वास्तूतज्ञाचे मन आपल्याला समजत नाही. ज्यांनी ते बांधले त्यांच्या मनातील प्रेम, श्रद्धा, त्याग दिसत नाही. तुमच्यासमोर बोलणाऱ्या मार्टिनचे शरीर तुम्हाला दिसते आहे, पण मला मी बनवणारा माझ्यातला मी दिसत नाही. माणसाचे व्यक्तिमत्त्व हे दिसण्यापलीकडे आहे. जे दिसते ते फक्त अदृश्याची सावली असते असे प्लेटो म्हणतो ते बरोबर आहे.

देव अजून या विश्वात आहे. आपली तंत्रज्ञान व विज्ञानातील प्रगती अजून त्याचा नाश करू शकलेली नाही. देवाच्या शोधाला प्राध्यान्य द्या. जीवनातल्या अनेक अवघड गोष्टी आणि आव्हानांसाठी तो तुम्हाला हवा आहे. किनाऱ्याला लागण्याआधी खूप वादळे आहेत. हृदय गोठविणारी तुफाने आहेत. देवावर खोलवर श्रद्धा नसेल तर तुम्ही नैराश्य घालवायला शक्तिहीन ठराल. देवाशिवाय प्रयत्न म्हणजे राख आणि देवाशिवाय सूर्योदय म्हणजे अंधारी रात्र. पण तो बरोबर असेल तर आपण ताणतणावातून सुटून आंतरिक शांततेकडे जाऊ. तुमचे आयुष्य त्याच्यासाठी द्या, जो तुम्हाला कधीही सोडत नाही, ज्याचा हेतू कधी बदलत नाही. हा देव येशूत भेटतो.

त्याला समजणे म्हणजे देवाला समजणे. ख्रिस्त हा देवासारखा आहे असे नसून देव हा ख्रिस्तासारखा आहे. देव कसा आहे आणि तो माणसासाठी काय करतो हे समजून घ्यायचे असेल तर ख्रिस्ताकडे वळा. ख्रिस्ताला श्रद्धापूर्वक पूर्ण शरण गेलो तर देवाबद्दलचे खरे ज्ञान होईल. स्वत:वर प्रेम करणे ही लांबी, शेजाऱ्यावर प्रेम करणे ही रुंदी आणि शेवटची आज्ञा म्हणजे हृदयापासून, आत्म्यापासून मनापासून देवावर प्रेम करा ही उंची होय.''

मार्टिन थांबला, क्षणभर सगळेच थांबले आणि मग टाळ्यांचा प्रचंड कडकडाट होत राहिला. मार्टिनचे भाषण उपस्थितातल्या अगदी अडाण्यातल्या अडाणी माणसाला सुद्धा समजण्याइतके सोपे आणि त्याचवेळी प्रत्येकाची परमेश्वरावरची श्रद्धा अधिक दृढमूल करणारे होते. बोलताना एक हात उंचावून बोलण्याची त्याची पद्धत आणि उपस्थित श्रोत्यांच्या डोळ्यांत पाहत प्रत्येकाला तो आपल्याशीच बोलत आहे असे वाटायला लावण्याची शैली भारावून टाकणारी होती. त्यामुळे श्रोते तर मंत्रमुग्ध झालेच, पण त्याची परीक्षा करायला जमलेली मंडळीही चांगलीच प्रभावित झाली. परमेश्वराने आपल्या मुखातून चांगले विचार ऐकवले म्हणून मार्टिनने देवाचे मनोमन आभार मानले. त्याचदिवशी संध्याकाळी चर्चच्या परीक्षकांनी त्याला या चर्चचे पालकत्व स्वीकारण्याबद्दल विचारले. त्यावेळच्या कृष्णवर्णीय धर्मगुरूंना मिळत होता, त्यापेक्षा जास्त पगार त्याला देऊ करण्यात आला. मी विचार करून कळवतो असे सांगून मार्टिन माँटगोमेरीहून परत अॅटलांटाला आला आणि तिथून विमानाने बॉस्टनला गेला. पुढच्याच रविवारी डेट्रॉईट मिशिगन इथे त्याचे प्रवचन होते. विमान प्रवासात पुन्हा त्याच्या मनात द्वंद्व सुरू झाले. एक मन म्हणत होते चर्चचे पालकत्व स्वीकारावे, दुसरे म्हणत होते शिक्षकी पेशा पत्करावा. चर्चतरी कशाला दक्षिणेकडचे स्वीकारायचे? तिथे पुन्हा वांशिक भेदाभेद. सतत संघर्षाचे प्रसंग, त्यापेक्षा उत्तर अमेरिका बरी. डेट्रॉईटसारख्या शहरात धर्मगुरू झालो तर बालपणापासून डोक्यात असलेली वंशभेदाची कटकट तरी संपेल. आनंदाने सुखात जगता येईल. मुलाबाळांना मोकळ्या वातावरणात वाढवता येईल. परत आल्यावर कोरेटाकडे हा विषय काढला तर तिच्या मनातही अजिबात दक्षिणेकडे जायचे नव्हते. तिच्या गाण्यालाही इकडेच वाव मिळाला असता आणि मुलांनाही खूप संधी लाभल्या असत्या. अनेक दिवस या विषयावर दोघांच्याही चर्चा, वादविवाद झडत राहिले.

पण शेवटी दोघांनीही निर्णय घेतला उत्तरेत राहणे हा कृतघ्नपणा होईल. निदान काही वर्षे तरी दक्षिणेत राहणे हे दोघांचेही नैतिक कर्तव्य आहे. शेवटी दोघेही दक्षिणेत जन्मले, वाढले, दोघांचीही घरे दक्षिणेत होती. तिथे जे काही चालले होते, ते प्रेक्षकासारखे दुरून बघणे दोघांच्याही मनाला पटण्यासारखे नव्हते.

आपले काळे बांधव जे काही तोंड दाबून सहन करत होते, ते कमी करण्यासाठी शिकलेल्या माणसांनी तरी काहीतरी करायला हवे होते. इथले संपन्न सांस्कृतिक जीवन तिथे मिळणार नाही, इथले स्वातंत्र्य तिथे गमवावे लागेल, आपल्या काळ्या कातडीची आठवण तिथे विसरता येणार नाही हे सगळे मान्य करूनही असे काहीतरी आव्हानात्मक दक्षिणदेश खुणावत होता की शेवटी मनाने तिकडे जाण्याचा कौल दिला. प्रबंध लिहण्याचे तीन चार महिन्याचे काम बाकी होते, त्यासाठी डेक्स्टर चर्चकडून कामाची थोडी सूट मिळाली आणि आपल्या हिरव्या शिव्हर्लीवर सगळे सामान लादून मार्टिन अणि कोरेटो माँटगोमेरीकडे निघाले.

वाटेत एके ठिकाणी समोरून एक बस आडवी आली. त्यात सगळे गोरे लोक सीटवर बसले होते आणि लहान मोठे, वृद्ध, स्त्रिया वगैरे सर्व काळे लोक खचाखच गर्दीत उभे होते. ते पाहून मार्टिन मनात म्हणाला, 'मी घेतलेला निर्णय अगदी योग्य आहे.'

१ मे १९५४ रोजी मार्टिनने धर्मगुरू म्हणून तिथे आपले पहिले प्रवचन दिले. **''मी एक सामान्य माणूस आहे, पण देवाचा शब्द एखाद्या धगधगत्या अग्नीसारखा माझ्या हाडीमासी रुतला आहे. परमेश्वराचा माझ्यावर वरदहस्त आहे, कारण त्यानेच गरिबांना धर्म शिकवण्यासाठी मला पाठवले आहे, दुःखितांचे अश्रू पुसण्यासाठी, बंधितांना मुक्त करण्यासाठी, ज्यांनी घाव सोसले आहेत अशांना स्वातंत्र्य देण्यासाठी मी इथे आलो आहे.''** याच भूमिकेतून चर्चमध्ये नियमित येणाऱ्यांसाठी त्याने काही कार्यक्रम सुरू केले. चांगल्या आर्थिक परिस्थितीतील लोकच नियमित येतात हे लक्षात आल्यावर त्याने समाजातील सर्व स्तरातील लोकांना तिथे यायला प्रवृत्त केले. त्यामुळे कृष्णवर्णीयातील एकोपा वाढीस लागावा अशी त्याची इच्छा होती. याच सुमारास त्याचे पीएच. डी. च्या प्रबंध लेखनाचे काम सुरू होते. तो पहाटे साडेपाचला उठून तीन तास लिखाण करी, रात्री पुन्हा जागून दोन, तीन तास लिखाण करी. दिवसभर चर्चचे काम चाले. आठवड्याच्या सभा, लग्न, अंत्यविधी, व्यक्तिश: बैठका, आजाऱ्यांना किंवा वृद्धांना घरी जाऊन भेटणे, यात दिवस संपून जाई.

३१ ऑक्टोबरला त्याच्या डेक्स्टरमधील अधिकारग्रहणाचा समारंभ झाला. शंभर लोकांना आपल्या समवेत घेऊन डॅडी किंग कार्यक्रमाला आले. त्या दिवशी स्वत: डॅडी किंगचे प्रवचन झाले. लोकांचा उत्साह ओसंडून वाहत होता. कृतज्ञतेने मार्टिनचा ऊर भरून आला. या दिवसाची आठवण शेवटच्या श्वासापर्यंत कायम राहील असेच त्याला वाटले.

माँटगोमेरीत स्थिरस्थावर झाल्यावर मार्टिनने तिथल्या सामाजिक प्रश्नात

लक्ष घालायला सुरुवात केली. चर्चच्या प्रत्येक सदस्याने नॅशनल असोसिएशन फॉर द अॅडव्हान्समेंट ऑफ कलर्ड पिपल (नॅक्प) या राष्ट्रीय स्तरावरील संस्थेचे सदस्यत्व घ्यावे, प्रत्येक चर्चमध्ये एक सामाजिक आणि राजकीय कृतिशील मंडळ असावे, त्या मंडळाद्वारे सर्व माणसांना सामाजिक, राजकीय आणि आर्थिक परिस्थितीची माहिती व्हावी, मोठे प्रश्न चर्चेला येण्यासाठी सर्व जनांची एकत्रित बैठक व्हावी यासाठी त्याची धडपड सुरू झाली. नॅक्पच्या हालचालीत त्याने कृतिशील सहभाग घेण्यास सुरुवात केली. स्थानिक वंशिक प्रश्न, विशेषत: कोर्टातल्या निर्णयात होणारे अन्याय त्यामुळे त्याला कळू लागले. याच काळात अलाबामा कॉन्सिल ऑफ ह्यूमन रिलेशन या संस्थेशी त्याचा संबंध आला. हा गट वांशिक समतावादी होता आणि अलाबामात सर्वांना समान संधी मिळेल यासाठी तो कृतिशील होता. काही काळ तिथे काम केल्यावर मार्टिन तिथे उपाध्यक्ष म्हणून निवडून आला. हा गट फारसा मोठा नसला तरी तिथे काळ्या गोऱ्यांमध्ये संवाद घडून येई, ही महत्त्वाची गोष्ट होती. मार्टिनने या दोन प्रकारच्या संस्थात काम करणे काहींना विसंगत वाटे. नॅक्पच्या सदस्यांना वाटे की वंशभेद फक्त कायद्यांनी आणि कोर्टाच्या निर्णयांनी मिटतील. ह्युमन रिलेशनच्या गटाला आणि विशेषत: त्यातील गोऱ्यांना वाटे की शिक्षणामुळे काळे गोरे हे वंशभेद मिटू शकतील. या दोन्ही संघटनांचे मार्ग भिन्न असल्याने एक माणूस दोन्ही संघटनात कसा काम करू शकतो असा आरोप काहीजण घेत. उलट मार्टिनला वाटे की हे दोन्ही मार्ग महत्त्वाचे आहेत.

शिक्षणाने माणसाचा दृष्टिकोन बदलेल. पूर्वग्रहदूषितता, द्वेष या भावना बदलतील आणि कायद्यामुळे वर्तनात बदल घडून येईल. वांशिक न्यायासाठी एकच रस्ता असेल तर ट्रॅफिक जॅम होऊन उलट प्रवासाला उशीर लागेल, म्हणून जितके रस्ते असतील तितक्या रस्त्यांनी जाणे त्याच्यादृष्टीने योग्य होते.

मॉंटगोमेरीमधल्या एक वर्षाच्या वास्तव्यानंतर मार्टिन-कोरेटाचे पहिले अपत्य योलांडा डेनिस उर्फ योकी हे कन्यारत्न जन्माला आले. नऊ पौंड अकरा औंसाची ही गुटगुटीत कन्या आईवडिलांना आपल्यात गुंतवून ठेवू लागली आणि त्याच सुमारास बसवर बहिष्कार सुरू झाला.

◆◆

७

-०-

बसबहिष्कार

गुरुवार, १ डिसेंबर १९५५. थंड कुंद हवा पडलेली. संध्याकाळची वेळ. ४२ वर्षांची शिंपीकाम करणारी रोझा पार्क्स दुकानाबाहेर पडली. ती एक नाजूक, मृदू-भाषिक, व्यवस्थित कपडे केलेली चष्मेवाली नीटनेटकी स्त्री. दिवसभराच्या कामाने दमून थकून गेलेली रोझा बसमध्ये शिरली आणि एका रिकाम्या सीटवर बसली. बस बऱ्यापैकी भरलेली होती. तिच्याशेजारी आणखी दोन काळी माणसे बसलेली होती. तिसऱ्या स्टॉपवर एक गोरा माणूस चढला, त्याला बसायला जागा नव्हती. ड्रायव्हरने काळ्या लोकांना उठायला फर्मावले, कारण त्या सीटस गोऱ्यांसाठी राखीव होत्या. इतर दोन माणसे कुरकुरत उठली आणि मागच्या बाजूला जाऊन उभी राहिली. रोझाने उठायला नकार दिला. ड्रायव्हर तिच्यावर पुन्हा एकदा खेकसला, पण अतिशय शांतपणे आणि ठाम आवाजात तिने नकार दिला. शेवटी रोझा पार्क्सला अटक झाली. बातमी सगळीकडे पसरली आणि कृष्णवर्णीयांमध्ये एकच खळबळ उडाली. तशी ही गोष्ट काही नवी नव्हती. शाळा, हॉटेल्स, आगगाड्या, बसेस, शहराचे काही भाग फक्त गोऱ्यांसाठी राखीव होते. बसमध्ये मागच्या बाजूला दाटीवाटीने काळ्यांनी बसायचे, नाहीतर मधल्या भागात उभे राहायचे. गोऱ्यांसाठीच्या राखीव जागा मोकळ्या असल्या तरी बसायचे नाही. हॉटेलात पाट्या असत. 'फक्त गोऱ्या लोकांसाठी काळ्यांना मनाई.' युद्धानंतर गुलामीची प्रथा कायद्याने नष्ट झाली, पण साठ सत्तर वर्षे लोटूनही माणसांच्या मनातून अजून गुलामगिरी हटली नव्हती. रोझा पार्क्सच्या अटकेच्या निमित्ताने मनातील रोषाच्या ठिणगीचा भडका उडाला. लोकांच्या मनात बसच्या वापरावर बहिष्कार घालण्याचे घोळू लागले. एक वर्षापूर्वी सुप्रीम कोर्टाने निर्णय दिला होता, शाळांमध्ये वंशभेद करता येणार नाही, तेव्हापासूनच इतरत्र चालणाऱ्या वंशभेदाला विरोध करण्याचे लोकांच्या मनात खदखदत होते. आत्तापर्यंत अनेक बायकापोरांना असे अपमानास्पदरित्या आपल्या

सीटवरून उठावे लागले होते. रोझा पार्क्सही तर काळ्या समाजातील एक आदरणीय स्त्री होती. स्थानिक नॅक्प मंडळाची ती क्रियाशील सदस्य होती. नुकताच तिने एका वंशभेद विरोधी शिबिरात भाग घेतला होता. वांशिकता विरोधी चळवळीला तिने कित्येक काळे सदस्य मिळवून दिले होते. अशा स्त्रीने बाणेदारपणा दाखवावा आणि जागेवरून उठू नये हे उचितच होते.

सोमवार ५ डिसेंबर रोजी तिच्यावरील खटला सुरू होणार होता. इ. डी. निक्सन-काळ्यांच्या अधिकारासाठी माँटगोमेरीत लढणारा खंदा कार्यकर्ता, त्याने अटकेच्याच दिवशी रात्री तिच्यासाठी जामीन दिला. निक्सन नेहमीच अन्यायाच्या विरोधात उभा ठाकत असे. काळा कभिन्न, उंच, धिप्पाड अशा त्याच्या शरीरयष्टीकडे पाहूनच हा लढवय्या आहे याची खात्री पटे. तो स्वत: पोर्टर असल्याने कामगारांशी. त्याचा जवळचा संबंध होता. तो नॅक्पचा स्थानिक अध्यक्ष होता. अतिशय धडाडीने आणि निर्भयपणे काम करणारा म्हणून त्याची ख्याती होती. अटकेच्या दिवशी मध्यरात्रीच त्याने मार्टिनला फोन करून बसच्या बहिष्कारात सामील होण्यास सांगितले. इतर अनेक कामात व्यस्त असलेल्या मार्टिनने थोड्या नाखुषीनेच 'विचार करून सांगतो' असे उत्तर दिले. निक्सनने लगेचच राल्फ ॲबरनथीला फोन लावला. ॲबरनथी माँटगोमेरीतल्या सर्वात जुन्या बॅप्टिस्ट चर्चचा धर्मगुरू होता आणि मार्टिनचाही मित्र झाला होता. वांशिक विरोधाच्या अनेक कार्यक्रमात त्याने महत्त्वाची भूमिका निभावली होती. त्याने लगेच मार्टिनला फोन केला आणि या असहकारात त्याने सामील होणे किती महत्त्वाचे आहे ते सांगितले. मार्टिन तयार झाला. त्याच दिवशी संध्याकाळी काही निवडक कार्यकर्त्यांची आणि धर्मगुरूंची सभा निक्सनने बोलावली आणि मार्टिनने सभेसाठी आपल्या चर्चची जागा देऊ केली, पण अजूनही मार्टिन या सगळ्या घटनेकडे थोड्या अलिप्तपणेच पाहत होता. किती लोक सभेला येतील याबद्दलही तो साशंक होता, पण हॉल भरला होता आणि चर्चचे अनेक पदाधिकारी त्यात होते. त्या सगळ्यांचा उत्साह पाहून मार्टिनला मनोमन कुठेतरी जाणवले, ही गोष्ट साधीसुधी राहिलेली नाही, यातून काहीतरी अघटित घडणार आहे. रेव्हरंड रॉय बेनेटने ठराव मांडला. सोमवार, ५ डिसेंबर रोजी कुणीही बस वापरणार नाही. तशा अर्थाचे एक परिपत्रक तयार करण्यात आले. त्याच दिवशी रात्री सात वाजता होल्ट स्ट्रीट बॅप्टिस्ट चर्चमध्ये पुढील कार्यक्रमाची रूपरेषा ठरविण्यासाठी सर्व लोकांची एक जाहीर सभा ठेवण्यात आली.

त्या दिवशी रात्री मार्टिनला रात्रभर झोप आली नाही. दुसऱ्या दिवशी पहाटे उठून परिपत्रकाच्या हजारो प्रती वाटण्यासाठी तो चर्चमध्ये गेला. सकाळी अकरा पर्यंत शेकडो स्त्री पुरुषांनी सात हजार परिपत्रके वाटण्यासाठी नेली. त्या दिवशी

रात्री ॲबरनॅथीबरोबर मार्टिन काळ्या लोकांच्या वाड्यावस्त्यातून बसच्या बहिष्काराबद्दल लोकांना सांगत फिरला.

रविवारच्या दिवसभराच्या कामानंतर दुपारी वृत्तपत्र वाचायला घेतल्यावर या कार्यक्रमाबद्दल एक लेख वाचायला मिळाला आणि लेखाचा एकूण सूर व्हाईट सिटिझन्स कॉन्सिलने आपल्या समस्यांबाबत योजलेल्या मार्गानेच काळे जाऊ लागले आहेत असा होता. मार्टिन लेख वाचून विचारात पडला आपण स्वीकारलेला बहिष्काराचा मार्ग योग्य आहे की नाही? तो नैतिक आहे का? बहिष्काराचा मार्ग मूलत: ख्रिश्चन विरोधी आहे का? हा समस्येचा मार्ग शोधणारा नकारात्मक दृष्टिकोन आहे का? यातून काही चांगलं निष्पन्न झालं तरी अनैतिक मार्गाने नैतिक साध्य मिळवणे समर्थनीय आहे का? बहिष्कार हा अनैतिक साध्यासाठी वापरला जाऊ शकतो. व्हाईट सिटिझन्स कॉन्सिलने ही पद्धत अनेक काळ्यांना जीवनाच्या मूलभूत गरजांपासून दूर ठेवण्यासाठी वापरली. पण आपला हेतू अगदी वेगळा आहे. न्याय आणि स्वातंत्र्यासाठी आपण ही पद्धत वापरतो आहोत. लोकांनी कायद्याचे पालन करावे म्हणून आपण बहिष्कार टाकत आहोत. बस कंपनीचा धंदा बसावा हा आपला उद्देश नाही, न्याय मिळावा हा उद्देश आहे, म्हणजे एका वाईट व्यवस्थेमधील सहभाग आपण काढून घेत आहोत. बस कंपनी हा या व्यवस्थेचा एक भाग आहे, त्यामुळे तिचे नुकसान होणार. पण वाईटाशी सहकार्य करायचे नाही हे आपले ध्येय आहे. थोरोने असहकारविषयी व्यक्त केलेले विचार आत्ता त्याला आठवू लागले. 'वाईट व्यवस्थेशी असहकार करा.' म्हणून त्याच्यापुरता त्याने बहिष्कार हा शब्द सोडून दिला आणि असहकार हा शब्द वापरायचे ठरविले.

सोमवारी पहाटे दोघे पतीपत्नी लौकर जागे झाले. आज काय होणार? नेमके किती लोक सामील होतील, मनात धाकधूक होती. मार्टिन स्वैपाकघरात कॉफी पीत बसला होता, तेवढ्यात कोरेटाने बाहेरच्या खोलीतून हाक दिली, ''मार्टिन, पटकन बाहेर ये.'' खिडकीतून खाली रस्त्यावरून जाणाऱ्या बसकडे पाहत ती म्हणाली, ''बस रिकामी आहे. त्यांच्या घरावरून जाणारी ही साऊथ जॅक्सन लाईन यावेळी काळ्या प्रवाशांनी भरलेली असे. घरकाम करायला जाणारी गडीमाणसे यावेळी प्रवास करीत असत. पाठोपाठ आणखी दोन बस आल्या, त्याही रिकाम्या होत्या. एकीत फक्त दोन गोरी माणसे बसली होती. आपली गाडी काढून मार्टिन रस्त्यावर आला. घरात दोन आठवड्याचे बाळ होते, म्हणून पाय थोडे घुटमळले, पण कोरेटाने पाठीवर आश्वासक हात ठेवला. तो रस्त्यावर आला तेव्हा शेकडो काळी माणसे रस्त्यावर आली होती. बस रिकाम्या होत्या आणि माणसे कामावर चालत निघाली होती. काही सायकलवर होती, काही खेचरांवर. कोणी

घोड्यांच्या बग्गीतून, कोणी टॅक्सी वाटून घेत. कुरकुर न करता एखाद्या ध्येयाने झपाटल्यासारखी माणसे चालत होती. बायका, मुलं, कॉलेजातले विद्यार्थी, कामगार, वृद्ध माणसे कोणीही बसची प्रतीक्षा करत नव्हते. माणसे जागी झाली होती, अन्यायाला कंटाळली होती. एक जादू घडून आली होती. संप शंभर टक्के यशस्वी झाला होता. माणसे आठ आठ, दहा दहा मैल चालत कामावर गेली होती, ती का चालताहेत त्यांना ठाऊक होते. मार्टिनने हे दृश्य पाहिले तेव्हा त्याला त्यांच्या धैर्याचे कौतुक वाटले. आपल्यावरील अन्याय दूर व्हावा म्हणून ही माणसे कोणताही त्याग आणि हालअपेष्टा सोसतील याची त्याला खात्री पटली.

त्या दिवशी सकाळीच रोझा पार्क्सचा खटला झाला आणि ती दोषी ठरवली गेली. तिला चौदा डॉलर्स दंड झाला. तिने वरच्या कोर्टात जाण्याचे ठरवले. अशा प्रकारे दंडाची शिक्षा झालेली ही पहिलीच केस होती. त्याचा परिणाम दुहेरी झाला. निग्रोंनी आता तात्काळ कृती करण्याची वेळ आलेली आहे हे पक्के झाले आणि वांशिक भेदभाव करणाऱ्या कायद्याचीच वैधता तपासण्याची वेळ आली. इतका वेळ उत्स्फूर्तपणे चालू असणाऱ्या घडामोडींना काही निश्चित दिशा देण्याची गरज कार्यकर्त्यांना भासू लागली. दुपारीच सगळे एकत्र जमले. द मॉंटगोमेरी इंप्रूव्हमेंट असोसिएशन या नावाची एक समिती स्थापन झाली. आता प्रश्न होता या समितीचे नेतृत्व कोण स्वीकारणार?

रूफूस लेविसने सुचविले, "रेव्हरंड मार्टिन ल्यूथर किंग आमचा अध्यक्ष असेल." सर्वांनी एकदम होकार दिला. तो क्षणभर नि:शब्द झाला. या बहिष्कारात तो सामील होता, पण नेतृत्व स्वीकारायचे म्हणजे? तो क्षणभरच थबकला आणि मग एकदम अंत:स्फूर्तीने म्हणाला, **"तुम्हाला वाटत असेल की मी हे करू शकतो, तर मी हे नक्की करेन."** त्या क्षणी त्याने हातात जी सूत्रे घेतली, ती आयुष्यभर पुन्हा कधी खाली ठेवली नाहीत.

त्या दिवशी सकाळी बाहेर पडलेला मार्टिन संध्याकाळी जेव्हा घरी पोचला, तेव्हा या नव्या जबाबदारीबद्दल कोरेटाची प्रतिक्रिया काय असेल याबद्दल तो थोडा साशंक होता. नुकताच काही दिवसांपूर्वी दोघांनी निर्णय घेतला होता की पी. एच. डी. च्या प्रबंधाचे काम मार्टिनने नुकतेच संपवले आहे, म्हणून त्याने चर्चच्या कामात अधिक लक्ष घालायचे आणि कोणतीही सार्वजनिक जबाबदारी लगेच स्वीकारायची नाही. त्यामुळे या निर्णयाचे तिला थोडे आश्चर्य वाटले, पण तिला त्याचा अभिमानही वाटला. आता मार्टिनला जास्त काळ घराबाहेर रहावे लागणार या कल्पनेने ती जरासुद्धा गडबडली नाही. उलट शांतपणे आश्वासकवृत्तीने म्हणाली, "तू जे काही करशील त्याला माझा पूर्ण पाठिंबा आहे." नजीकच्या भविष्यकाळात हे अध्यक्षपद कोणते संकट आणणार आहे याची त्याक्षणी त्या दोघांनाही क्षिती नव्हती.

पाचच मिनिटात दार बंद करून मार्टिन आपल्या खोलीत जाऊन बसला, पंधरा, वीस मिनिटात निघायचे होते आणि त्यापूर्वी त्याला भाषणाची तयारी करायची होती. तो मनातून थोडा घाबरला होता. एका पत्रकासारशी असहकारात सामील झालेल्या हजारो बांधवांच्या या चळवळीला दिशा देणारे भाषण त्याला करायला हवे होते. लोक अपेक्षेने येणार, त्यांच्या उत्साहाला, निश्चयाला सातत्य लाभण्यासाठी त्याच्या शब्दांवर लोकांचा विश्वास बसायला हवा. तो तसा मॉंटगोमेरीत अपरिचित होता. त्याच्या भाषणातून तो त्यांना आपला वाटायला हवा. न्यायासाठी त्यांच्या मनात विजिगीषा निर्माण व्हायला हवी. तिथे भरपूर पत्रकार, टीव्ही कॅमेरे, वार्ताहर आपापली आयुधे घेऊन तयार असणार आणि तो जे काही बोलेल ते देशाच्या कानाकोपऱ्यात जाऊन पोचणार. विचार करताना एक गोष्ट मात्र त्याने मनाशी नक्की केली. गोऱ्यांबद्दलचा विद्वेष वाढवणारी कोणतीही भडक विधाने करायची नाहीत, पण अन्यायाला विरोध न करता ते जर थंड बसून राहिले तर त्यांच्या आत्मसन्मानाला धक्का पोचेल, असं वागणं ही स्वत:शी आणि देवाशी प्रतारणा होईल ही गोष्ट मात्र ठासून त्यांच्या मनावर बिंबवायची आणि त्यांना कृती करण्यासाठी उद्युक्त करायचे. वेळ झाली आणि जेवायला सुद्धा न थांबता, कोट चढवून तो घाईघाईने बाहेर पडला. होल्ट स्ट्रीट चर्च अजून बरेच दूर होते, पण रस्त्यावर ट्रॅफिक जॅम झाला होता आणि हजारो माणसे चर्चच्या दिशेने चालत होती. लोकांच्या गर्दीतून ॲबरनथी समवेत वाट काढत तो व्यासपीठापाशी येऊन पोचला, तेव्हा लोकांच्या अव्याहत टाळ्यांच्या कडकडाटाने त्यांचे स्वागत केले, लोक आरोळ्या देत होते, गाणी म्हणत होते, हजारोंच्या संख्येने जमलेल्या त्या लोकांचा उत्साह पाहूनच मार्टिनच्या मनातल्या साऱ्या शंका फिटल्या आणि त्याने मनाशी खूणगाठ बांधली, मी जे सांगीन ते आज हे सर्वजण करायला तयार होतील. मार्टिनची औपचारीक ओळख करून दिल्यावर मार्टिन बोलायला उठला. टी. व्ही, कॅमेरे पुढे सरसावले. लोक शांत झाले आणि जिवाचा कान करून त्याचे भाषण ऐकू लागले. प्रथम त्याने रोझा पार्क्सची कथा सांगितली आणि नंतर निग्रो नागरिकांच्या बसमध्ये होणाऱ्या अपमानाच्या अनेक घटना सांगितल्या.

''आपण प्रथमतः अमेरिकन नागरिक आहोत आणि आपल्याला लोकशाहीबद्दल नितांत प्रेम आहे. लोकशाही ही कागदावर लिहण्याची गोष्ट नसून प्रत्यक्ष कृतीत आणण्याची पद्धती आहे. शोषणाच्या लोखंडी टाचाखाली चिरडून जायला लोक आता कंटाळले आहेत. आपण कुठलीही चुकीची गोष्ट करत नाही. आपण चूक करत असू तर राज्य घटना चुकीची आहे, सुप्रीम कोर्ट चुकीचे आहे; सर्वशक्तिमान परमेश्वर चुकीचा आहे. न्याय मिळेपर्यंत या

माँटगोमेरीत आपल्याला लढायचे आहे. आपणा सर्वांची एकजूट असणं ही काळाची गरज आहे. आपण एकत्र आलो तरच आपल्याला न्याय मिळेल. कोणालाही घाबरू नका, कारण आपण प्रत्येक गोष्ट कायद्याच्या चौकटीत राहून करत आहोत. विरोध करणे हा आपला न्याय्य हक्क आहे. गुलामीची लांब काळी रात्र संपली आहे, स्वातंत्र्य, न्याय आणि समतेच्या पहाटेच्या प्रकाशाप्रत आपण पोचत आहोत. सच्चा ख्रिस्ती माणसाप्रमाणे आपण वागू या. प्रेम हे सच्चा ख्रिस्ती धर्माचे लक्षण आहे. प्रेमाजवळ न्याय राहतो. इथून बाहेर पडताना एक गोष्ट लक्षात ठेवू या की जे काही करायचे त्यात आपली एकजूट असेल. भविष्यात जेव्हा इतिहास लिहिला जाईल त्यावेळी असं लिहिलं जाईल की या माँटगोमेरी शहरात अशा काळ्या वंशाचे, कुरळ्या केसांचे लोक राहत होते जे स्वतःच्या हक्कासाठी नीतीधैर्याने लढले आणि त्यांनी इतिहास व संस्कृतीला एक नवा अर्थ प्राप्त करून दिला.''

लोकांनी पुढे कितीतरी वेळ उत्साहात टाळ्या वाजवून त्याच्या भाषणाला पसंती दिली. परमेश्वरानेच आपल्याला ही संधी देऊन आपल्या मुखातून ही स्वातंत्र्याची वाणी वदवून घेतली अशीच या मागे मार्टिनची भावना होती. त्यानंतर ॲबरनथीने ठराव वाचून दाखवला, 'जोपर्यंत निग्रोंना सौजन्याची वागणूक मिळत नाही, सर्व प्रवाशांना समान वागणूक दिली जात नाही आणि निग्रो जास्त असलेल्या मार्गावर निग्रो ड्रायव्हर्सची नेमणूक होत नाही, तोपर्यंत कोणीही बसने प्रवास करणार नाही.' ठरावाच्या बाजूने प्रत्येकजण उभा राहिला आणि लोकांनी आनंदाने आरोळ्या ठोकल्या. या मागण्या तशा साध्या होत्या. वांशिक समता वगैरे मोठ्या मागण्या नव्हत्या. आपल्याला बसल्या सीटवरून उठवू नये आणि राखीव जागा नसाव्यात एवढीच खरं तर मुख्य मागणी होती, म्हणून ॲबरनथीला वाटत होते की तीन, चार दिवसात हा बहिष्कार संपेल, मार्टिनला वाटत होते की फारतर एक, दोन आठवडे लागतील. घरी येताना मार्टिन तर स्वप्ने बघत होता की ५ डिसेंबर १९५५ चा हा दिवस निग्रोंच्या इतिहासात सुवर्ण अक्षरांनी लिहिला जाईल, कारण शोषितांच्या मनात शोषणाबद्दल संताप निर्माण होणं ही त्यांच्या स्वातंत्र्याकडे जाणारी पहिली पायरी आहे आणि हजारो लोकांनी ज्या एकजुटीने हा असहकाराचा निर्णय घेतला ती एकजूटच त्यांना हा लढा पुढे नेण्याचे बळ देईल.

अर्थातच या सर्व गोष्टी इतक्या सहजासहजी होणार नव्हत्या, याची कल्पना त्या क्षणी कोणालाच आली नाही, पण या निमित्ताने निग्रोंच्या दुसऱ्या स्वातंत्र्य लढ्याची पहाट माँटगोमेरीत झाली होती याचा थोडा अंदाज मात्र मार्टिनला आला होता.

◆◆

८

-०-

पहिला विजयी लढा

“हे मूर्ख निग्रो आपण जिंकलो म्हणून फुशारक्या मारू लागले की काय?”

“पाहू या किती दिवस चालत जाताहेत ते. चार दिवसांत वठणीवर येतील आणि बस वापरायला लागतील.”

“आम्ही आमच्या नियमांवर ठाम आहोत. निग्रोंनी नाही वापरली बस तर आम्हाला त्याची बिलकूल पर्वा नाही. समाजाची सुव्यवस्थित घडी आम्ही अजिबात विस्कटू देणार नाही.” इति माँटगोमेरीचा मेयर.

गोऱ्या लोकांच्या प्रतिक्रिया काळ्यांबद्दलच्या तिरस्कारातून व्यक्त होऊ लागल्या होत्या. “हे नक्की दक्षिणेबाहेरच्या लोकांचे काम असणार न्यूयॉर्कमधले चळवळे नाहीतर साम्यवादी लोक असणार. असा बहिष्कार टाकण्याइतके इथले काळे थोडेच स्मार्ट आहेत? हळूहळू गोरे लोक आपापसात चर्चा करू लागले आणि जसजसे दिवस जाऊ लागले तसतसे ते या असहकाराकडे थोडे धास्तावून पाहू लागले आणि खरंच मार्टिनच्या नेतृत्वाखाली या असहकाराचे उत्तम नियोजन झाले होते. एरवी बसने प्रवास करणाऱ्या काळ्यांची संख्या भरपूर होती. बसची दहा सेंट इतकी भाडे घेऊन काही निग्रो टॅक्सी कंपन्या लोकांची ने-आण करत होत्या. पण काही ठराविक रक्कम, किमान ४५ सेंटस आकारल्याखेरील अशा भाड्याच्या टॅक्सी चालवता येत नाहीत असा कायदा असल्याचे पोलीस कमिशनरने लक्षात आणून दिल्याने ही सोय फार काळ टिकली नाही. मग ज्यांच्या खाजगी मोटारी आहेत अशा काळ्यांना लोकांची ने-आण करण्यासाठी आव्हान करण्यात आले. जवळ जवळ तीनशे मोटार मालकांनी त्यासाठी आपल्या गाड्या वापरायची तयारी दाखवली. त्यासाठी लोकांना चढण्या-उतरण्यासाठी अठ्ठेचाळीस स्टेशन्स ठरवली आणि हजारो माणसांना पत्रके वाटून ही माहिती पुरवली गेली. ही योजना थोडक्या काळात इतकी छान राबवली गेली की गोऱ्यांच्या नागरिक मंडळानेही या नियोजनाचे

कौतुक केले. उत्स्फूर्तपणे या योजनेत चक्क तीन गोऱ्या बायका आपापल्या मोठाल्या गाड्या घेऊन आल्या आणि लोकांची ने-आण करू लागल्या. घरातल्या कामवाल्या बायकांनी खाडे करू नयेत म्हणून काही गोऱ्या मालकिणी मोलकरणींना आणण्या पोचवण्याची व्यवस्था स्वत: करू लागल्या. काही काळ्या मंडळींनी कामावर चालत जाणे पसंत केले, कारण त्यामुळे असहकार अधिक चांगला स्पष्ट होतो असे त्यांना वाटू लागले. काळ्या लोकांच्या मनात या असहकारामागची स्फूर्ती म्हणजे येशूचे पर्वतावरील प्रवचन होते. तिथे त्याने प्रेमाच्या शक्तीवर अत्युच्च उपदेश केला होता. अहिंसा आणि निष्क्रिय प्रतिकार ही बायबलची शिकवणूक होती आणि आपल्या प्रवचनातून ती देता देता येशूकडून मार्टिनची वाटचाल आता गांधींकडे सुरू झाली होती. अहिंसा हेच सामाजिक अन्यायाविरुद्ध शोषितांकडे असलेले प्रभावी शस्त्र आहे हे गांधींचे तत्त्वज्ञान त्याने अभ्यासिले होते, पण सामाजिक प्रश्नात त्याचा परिणामकारक वापर ठाऊक नव्हता, तो करण्याची वेळ आता आली होती. मिस ज्युलिएट मॉर्गन नावाच्या एका गोऱ्या स्त्रीचे एक पत्र मॉंटगोमेरी ॲडव्हर्टायझरमध्ये प्रसिद्ध झाले. तिने काळ्यांच्या बहिष्काराला पूर्ण सहानुभूती दाखवून या चळवळीची तुलना गांधींच्या भारतातील असहकार चळवळीशी केली. या बाईंवर गोऱ्यांनी टीकेचा इतका भडिमार केला की १९५७ मध्ये पुढे दोन वर्षात ती मरण पावली, पण त्यामुळे भारतातल्या या आधुनिक संताचे नाव मॉंटगोमेरीत सर्वतोमुखी झाले. भारतात सर्व भारतीय जनता मोठ्या संख्येने गांधींमागे होती, पण इथे अल्पसंख्य असलेल्या काळ्यांचा हा बहुसंख्य असलेल्या गोऱ्यांविरुद्ध लढा होता. आपल्या अनेक भाषणातून मार्टिन सांगत होता, "**कायदा त्यांना आपल्यावर प्रेम करायला सांगणार नाही, पण आपल्याला मारणे थांबवू शकतो. जिथे कायदा पोचू शकत नाही तिथे अहिंसा पोचू शकते. ज्यांची सद्सद्विवेक बुद्धी झोपली आहे, जे पूर्वग्रहदूषित आहेत ती मंडळी प्रेमळ बनू शकतात. जरी त्यांनी आपल्याला तुडवलं तरी त्यांचा तिरस्कार करण्याइतके स्वत:ला खाली आणू नका. आपण प्रेमाचे हत्यार वापरू या. जे आपला तिरस्कार करतात, त्यांच्याकडे आपण सहानुभूतीने पाहू या. इथला लढा हा अंधाराविरुद्ध प्रकाश असा आहे. नैतिक विश्वाची कमान खूप मोठी आहे आणि ती न्यायाच्या बाजूला वाकली आहे.**"

हे तत्त्वज्ञान आकर्षक असले तरी सामान्य माणसाच्या पचनी पडायला अवघड होते. कार्यकारिणीमंडळातले कोणी सुचवत की यापेक्षा कडक भूमिका घ्यायला हवी. अहिंसा म्हणजे गुळमुळीतपणा आणि तडजोड. दोन चार हिंसाचाराच्या घटना झाल्या म्हणजे निग्रो कुणाला घाबरत नाहीत हे सिद्ध होईल. काहींचे म्हणणे

होते की आठ दहा गोरी माणसे खतम करू, कारण त्यांना हीच भाषा समजते. त्यामुळे सरकारलाही जाग येईल आणि ते आपल्या फायद्याच्या दृष्टीने काही हस्तक्षेप करील. काही लोक अहिंसात्मक प्रतिकाराला तयार होते, पण त्यांचे म्हणणे होते की, जोपर्यंत आमच्यावर हिंसा होत नाही तोपर्यंत आम्ही अहिंसक राहू. उद्या आमच्यावर हल्ला झाला तर आम्ही प्रतिहल्ला करू. त्यांनी आपल्यापुरती हिंसा अहिंसा या मधली रेघ काढून घेतली होती. पण सर्वसाधारण माणसे मोठ्या संख्येने मार्टिनच्या मार्गाने जायला तयार होती, ते त्यांना हे तत्त्वज्ञान समजले होते म्हणून नव्हे, पण त्यांचा मार्टिनच्या नेतृत्वावर पूर्ण विश्वास होता आणि अहिंसा हे त्यांना खऱ्या ख्रिस्ती माणसाचे लक्षण वाटत होते. पण लढण्याचा एक पवित्रा म्हणून अहिंसेचा अंगिकार करणे हे निदान एक पाऊल पुढे जाण्यासारखे होते, जो याच मार्गाने पुढे जातो त्याच्या जीवनाचाच अहिंसा ही एक हिस्सा बनून जाते.

हा बहिष्कार काही फार दिवस चालणार नाही. पाऊस आला की ही माणसे सरळ बसकडे वळतील असे बस कंपनीला वाटत होते, पण जोरदार पाऊस झाला तरी बस ओस पडल्या होत्या. मग बस अधिकारी, मेयर, नगरसेवक यांनी संपकऱ्यांशी बोलणी करायचे ठरवले. बारा लोकांचे शिष्टमंडळ घेऊन मार्टिन त्यांच्या भेटीला गेला. सुरुवातीलाच त्याने आपली भूमिका स्पष्ट केली, की केवळ रोझा पार्क्ससाठी हा संप नाही. ते केवळ एक निमित्त होते, पण काळ्यांवर सतत अन्याय होत राहिलाय आणि त्यांना दडपलं जातंय. मग चर्चा सुरू झाली. सगळ्याच गोऱ्यांचे म्हणणे होते की गोऱ्यांसाठी बसमध्ये राखीव जागा ठेवणे हे कायदेशीर आहे आणि तशा असू नयेत म्हणजे कायद्याच्या विरुद्ध मागणी करणे आहे. निग्रोंचे त्यावर म्हणणे होते, की जो आधी येईल त्याला सीट मिळेल यात कायदा आडवा येत नाही, कित्येक शहरात असाच नियम आहे. कोणीच माघार घ्यायला तयार नव्हते तेव्हा ही बोलणी फिस्कटली. मार्टिन या भेटीबद्दल खूप आशावादी होता आणि त्याला वाटत होते की गोरी मंडळी काळ्यांचा निर्धार पाहून थोडी माघार घेतील. वंशभेद म्हणजे नुसते काळे-गोरे असा भेद करणे नव्हे तर काळ्यांना दडपून टाकणे आणि त्यांचे शोषण करणे होय हे त्याला पुन्हा एकदा तीव्रतेने जाणवले. वंशभेद करणाऱ्या कायद्याच्या चौकटीत न्याय मागितला तरी तो मिळणार नाही. वंशभेद असेपर्यंत समता आणि न्याय कधीच मिळणार नाही, कारण वंशभेदाचा मूळ हेतूच अन्याय आणि असमानता फैलावण्याचा आहे. आपला प्रतिकार आता अधिक तीव्र करायला पाहिजे असे त्याने ठरविले. मॉंटगोमेरी इंप्रुव्हमेंट असोसिएशनच्या कार्यकारिणी सभेत बोलणी फिसकटल्याने अनेक जण मार्टिनवर नाराज दिसले. ॲबरनथीने त्यांना समजवण्याचा प्रयत्न केला. आपल्या आपल्यातच फूट पडली

तर गोऱ्यांचे फावेल हे समजावून दिले. सभेतून घरी गेल्यावर मार्टिनला अपराधी वाटू लागले. सभेत तो चिडून, रागावून बोलला होता, काही वेळा अविचाराने, तिरस्काराने बोलला होता. त्याने स्वत:लाच समजावले, प्रश्न सोडवण्याचा हा मार्ग नाही, दुसरे रागाने बोलले तरी मी रागावता कामा नये, मी शांत राहायला शिकले पाहिजे. कोणी तरी खोटी अफवा पसरवली होती की मार्टिनने पैसे खाल्लेत, स्वत:साठी नवी कॅडिलॅक आणि बायकोसाठी स्टेशन वॅगन घेतलीय. हे अजिबात खरे नव्हते, तरी संतापायचे नाही असे त्याने ठरवले कारण गोरे लोक काळ्या नेत्यांमध्ये फूट पाडण्यासाठी असले उद्योग करत होते. 'या मार्टिनला नेतेपदावरून हटवलंत तर तुमच्या मागण्या मान्य करू.' अशीही वदंता पसरवली गेली होती. शेवटी दोन तीन दिवस विचार करून मार्टिनने मंडळाकडे आपला राजीनामा पाठवला आणि आपण मागे राहून काम करायला तयार आहोत म्हणून कळविले. पण सर्वानुमते हा राजीनामा फेटाळला गेला आणि त्याच्या नेतृत्वावर पूर्ण विश्वास व्यक्त करण्यात आला.

महिना संपला तरी संप मिटण्याची काही चिन्हे दिसेनात. २२ जानेवारीला माँटगोमेरीच्या मेयरने वृत्तपत्रात बातमी दिली की तीन निग्रो नेत्यांशी चर्चा झाली, संप मिटला. मार्टिन बुचकळ्यात पडला. वाटाघाटी करणारी ही तीन माणसे कोण? पुष्कळ चौकशी केल्यावर कळले की बातमी खोटी दिलीय. फोडा आणि झोडाचा खेळ सुरू झालाय. रातोरात सर्व निग्रो क्लब, वस्त्या इथे निरोप गेले की संप संपलेला नाही. लोकांनी बस वापरू नयेत. मेयरने टीव्हीवरून भाषण केले आणि संपावर कडक टीका केली. एकाही काळ्यानं बस वापरली नाही तरी आमचं काहीही बिघडत नाही असंही तो म्हणाला, पण त्याचबरोबर निग्रोंची ने-आण करणाऱ्या गोऱ्या ड्रायव्हरना पण त्याने ही गोष्ट ताबडतोब थांबवण्याची तंबी दिली. मग वाहतुकीचे उल्लंघन केले म्हणून बारीकसारीक गोष्टीसाठी निग्रोंना अटक करण्याचे सत्र सुरू झाले. निग्रोंची ने-आण करणाऱ्या ड्रायव्हर्सचे परवाने विनाकारण जप्त करण्यात येऊ लागले, त्यांचे विमे रद्द होऊ लागले. त्यामुळे खाजगी गाड्यांचे ड्रायव्हर ने-आण करायला घाबरू लागले. ने-आण करणारांची संख्या घटू लागली. त्यामुळे जाण्यायेण्याचा प्रश्न उभा राहिला. तक्रारी वाढल्या. रात्रंदिवस मार्टिनचा फोन खणखणू लागला, दारावरची बेल वाजू लागली. संप मोडतोय की काय अशी त्याला भीती वाटू लागली.

चर्चमधल्या कामानंतर दुपारी घरी परतत असताना त्या बाजूला जाणाऱ्या काही लोकांना गाडीतून घेऊन जावं म्हणून मार्टिन थांबला. त्याने माणसे घेतली. वाटेत त्याची मोटार पोलिसांनी अडवली. गाडी कुणाची, लायसन्स कुठाय वगैरे

चौकशी झाली. ''हाच तो डॅम किंग'' एक पोलीस दुसऱ्याला म्हणाला. गाडी घेऊन पुढे जाताना मोटर सायकलवरून दोन पोलीस आपला पाठलाग करताहेत असे त्याच्या लक्षात आले, आपल्या हातून वाहतुकीच्या नियमांचे थोडेही उल्लंघन झाले तर काहीतरी कुरापत काढून ते आपल्याला अटक करणार हे त्याच्या लक्षात आले. तो काळजीपूर्वक गाडी चालवू लागला. वाटेत घेतलेल्या लोकांची घरे जवळ आल्यावर गाडी थांबली. तेवढ्यात पोलीस त्याच्या गाडीपाशी आले. ''खाली उतर. तुला अटक झालीये. पंचवीस मैल वेगमर्यादेच्या पट्ट्यात तू तीस मैल वेगाने गाडी चालवत होतास.'' ते गरजले. काहीही वाद न घालता मार्टिन खाली उतरला. मित्राला गाडी घेऊन जायला सांगितली, बायकोला निरोप द्यायला सांगितला. मार्टिनची झडती घेऊन पोलीस त्याला घेऊन गेले. शहरातल्या मध्यवर्ती ठिकाणी जिथे तुरुंग होता, त्या दिशेला गाडी गेली नाही. भलत्याच रस्त्याला गाडी लागली, तो भाग मार्टिनने आयुष्यात कधी पाहिलाही नव्हता. त्याच्या छातीचा ठोका चुकला. पोलीस आपल्याला कुठे नेणार आहेत अशी भीती वाटू लागली. जे पुढे येईल ते धैर्याने सहन करण्याची शक्ती दे असा देवाचा धावा मनात सुरू झाला. पण एका पुलाखालून गाडी जाताना दूरवर 'मॉंटगोमेरी जेल' अशी पाटी दिसली आणि त्याने नि:श्वास सोडला. एका उदासवाण्या आणि घाण वासाच्या खोलीत त्याला डांबण्यात आले. अशाच सटरफटर कारणास्तव डांबण्यात आलेला एक शिक्षक सोडला तर इथे सगळे दारूडे, घरफोडे आणि गुन्हेगार होते. कोणी लाकडी फरशीवर पसरले होते, कुणी फाटक्या तुटक्या गाद्यांच्या पलंगावर पडले होते. कोपऱ्यात संडास होता, त्याला धड आडोसाही नव्हता. हे लोक कितीही गुन्हेगार असोत, त्यांना अशा पद्धतीने वागवणे बरे नव्हे असे मार्टिनला वाटले. वंशभेद इथेही होताच. गोऱ्यांच्या खोल्या निराळ्या होत्या. मार्टिनला अटक झाल्याची बातमी वाऱ्यासारखी पसरली आणि लोकांनी हजारोंच्या संख्येने तुरुंगाकडे धाव घेतली. पहिल्यांदा पोचला तो त्याचा जिवलग मित्र राल्फ अॅबरनथी. त्यानं लगेच जामीन देऊ केला, पण दुसऱ्या दिवशी कोर्ट उघडेपर्यंत त्याला पोलिसांनी थांबायला सांगितलं. याचा अर्थ मार्टिनला ती रात्र तुरुंगात काढणं भाग होतं. मग एखाद्या गुन्हेगारासारखे त्याच्या हाताचे ठसे घेण्यात आले. तोपर्यंत बाहेर लोकांची इतकी गर्दी जमली की पोलीसही दबकले. मार्टिन उठून कोट घालताच पोलिसांनी सांगितलं, ''जा, तुला सोडून दिलंय.'' बाहेर हजारो लोकांनी आनंदाने आरोळ्या ठोकून त्याचे स्वागत केले. आपण एकटे नाही, आपल्याबरोबर हजारोजण आहेत. त्यांचे सहकार्य घेऊनच आपला लढा अधिक जोमदार करायला हवा अशी खूण त्याने त्याक्षणीच मनाशी बांधली. अंधार सरला नव्हता, पण एकी हेच बळ आहे हे सांगणारा तारा

कुठंतरी लुकलुकत होता.

हा लढा सुरू झाल्यापासून मार्टिनला धमकीचे फोन येत होते. आता जानेवारीच्या मध्यापर्यंत त्यांची रोजची संख्या पस्तीस, चाळीसपर्यंत झाली. मार्टिनच्या आणि कोरेटाच्या आईवडिलांना प्रथमपासून यांच्या जिवाला धोका आहे अशी भीती वाटत होती. डॅडी किंग तर दर पाच सात दिवसांनी ॲटलांटाहून माँटगोमेरीला चक्कर मारत होते आणि डोळ्यांत पाणी आणून त्यांना काळजी घ्यायला बजावत होते. येणाऱ्या फोनमध्ये गांभीर्याने घेण्याजोगे किती आहेत याचा अंदाज घेत असता एका गोऱ्या मित्राने त्याचे जीवन धोक्यात असल्याची सूचना त्याला दिली, तेव्हा मात्र कोणत्याही क्षणी आपल्याला काहीही होऊ शकते याची विदारक जाणीव मार्टिनला झाली. अशाच भावनेच्या भरात लोकांसामोर बोलताना तो म्हणाला, **''लक्षात ठेवा, उद्या मला काही झालं आणि मी मेलो, तर तुम्ही कोणीही सूडाने हिंसाचार करणार नाही आहात. मी तुम्हाला विनंती करतो की आतापर्यंत ज्या प्रतिष्ठेने आणि शिस्तीने आपण हा लढा देतो आहोत तो तुम्ही तसाच पुढे चालू ठेवाल.''** ऐकणाऱ्यांच्या गर्दीत या शब्दांनी क्षणभर सन्नाटा पसरला.

मार्टिननेही पुढे कबुली दिली आहे की तो मनातून अतिशय घाबरला होता. त्याने काही काळ एक पिस्तूलही जवळ बाळगले पण ज्या अहिंसेचे शिष्यत्व आपण पत्करले, त्याच्याशी काही काळ आपण मनाने प्रतारणा केली याची त्याला लाज वाटली. त्याने पिस्तूल फेकून दिले.

जानेवारी संपता संपता एक दिवस तो रात्री उशिरा घरी परत आला. कोरेटा आणि दोन महिने वयाची योलांडा आधीच झोपल्या होत्या. मार्टिन अंथरुणावर पडला, इतक्यात एक फोन खणाणला, ''नीट लक्ष देऊन ऐक निगर, तुझा आणि तू घातलेल्या या गोंधळाचा आम्हाला आता कंटाळा आला आहे. जर तीन दिवसाच्या आत तू माँटगोमेरीमधून तुझा गाशा गुंडाळला नाहीस, तर तुझं डोकं आणि तुझं घर एकदमच उडवलं जाईल.'' तो अंथरुणावरून खडबडून उठला आणि जमिनीवर येरझारा घालू लागला. अशा धमक्या या पूर्वीही आल्या होत्या, पण आता मात्र मन अशांत झालं. पुन्हा झोपण्याचा प्रयत्न करूनही झोप येईना. तो गोंधळून गेला, निराश झाला. शेवटी कॉफी करण्यासाठी स्वैंपाकघरात गेला. पण कॉफी न पिता कप समोर ठेवून विचार करत राहिला. भित्रेपणा न वाटता या सगळ्यातून आता बाहेर पडावं. मला नुकती जन्मलेली एक सुंदर मुलगी आहे. दमून थकून आल्यावर तिच्या मुखावरचं हसू माझा शीण कुठल्याकुठे घालवते. पलीकडे माझी बायको झोपलीय. तिनं तिचं सारं आयुष्य माझ्यासाठी समर्पित केलंय. एकतर ती माझ्यापासून तुटेल, नाहीतर मी तिच्यापासून. नाही, मला हे सहन होणार नाही. मी दुबळा आहे.

आता आई-वडील कोणीच काही करू शकणार नाहीत. प्रत्येक माणसात एक सुप्त शक्ती असते असं डॅडी किंग म्हणतात. आपल्यातली ती सुप्त शक्तीच आता पणाला लावली पाहिजे. डोकं खाली घालून त्यानं तिथेच मोठ्याने देवाची प्रार्थना केली, **''परमेश्वरा, योग्य काय आहे ते समजून घेण्याचा मी प्रयत्न करतो आहे. मला वाटते की माझा मार्ग बरोबर आहे. जे योग्य वाटते आहे, त्याच्या बाजूने मी उभा आहे. पण मी मनाने दुबळा झालोय, अडखळतोय. माझं अवसान गळलं आहे. मला भीती वाटतीय. माझी अशी प्रतिमा लोकांपुढे आली, तर तेही धैर्य गाळून बसतील. लोक माझ्याकडे त्यांचा नेता म्हणून बघताहेत आणि माझंच धैर्य गळलं तर ते हतबल होतील. माझी सर्व शक्ती संपली आहे, माझ्यापाशी काही उरलेलं नाही. मी एकटा आता याच्याशी सामना करू शकत नाही.''**

आणि त्याचवेळी त्याला त्याच्या अंतर्यामीचा आतला आवाज ऐकू आला, 'मार्टिन ल्यूथर, सन्मार्गावर उभा रहा. न्यायाच्या बाजूने उभा रहा. सत्याच्या बाजूने उभा रहा आणि विश्वास बाळग, मी तुझ्याबरोबर असेन, अगदी जगाच्या अंतापर्यंत.'

त्याच्या डोळ्यांपुढे वीज लकाकली. त्याला मेघांची गर्जना ऐकू आली. कोणीतरी त्याच्या आत्म्याला खच्ची करत होतं, पण त्यानं येशूचा आवाज ऐकला. तो त्याला लढायला सांगत होता. तो त्याला कधीच एकटं सोडणार नव्हता. त्या क्षणी त्याला त्याच्या जवळ दैवी अस्तित्व जाणवलं, असं यापूर्वी कधी जाणवलं नव्हतं. त्या क्षणी त्याची भीती गळून पडली. अनिश्चितता संपली. कशालाही तोंड द्यायला तो आता सिद्ध होता. पुढे तीनच दिवसांनी जे काही अघटित घडणार होतं, त्यासाठीच जणू परमेश्वरानं त्याला मानसिक सामर्थ्य दिलं होतं.

३० जानेवारी, सोमवार. संध्याकाळच्या प्रार्थनासभेसाठी साडेसात वाजता मार्टिन घराबाहेर पडला. बायकोच्या सोबत एक विश्वासू व्यक्ती घरी थांबवली होती. साडेनऊच्या सुमाराला त्यांना घरावर एखादी वीट मारल्यासारखा आवाज आला आणि दुसऱ्याच क्षणी घरावर पडलेल्या बॉंबचा स्फोट झाला. बातमी चर्चपर्यंत येऊन थडकली. लोकांमध्ये प्रार्थनेच्या वेळी चुळबुळ सुरू झाली. मार्टिनने कारण विचारूनही कोणी काही बोलेना. शेवटी ॲबरनथी म्हणाला, "मार्टिन, तुझ्या घरावर बॉंब पडला.'' "माझी बायको, मुलगी सुरक्षित आहेत ना?'' मार्टिनने विचारले. "अजून काही कळलं नाही'' तो म्हणाला. बॉंबफेकीची बातमी मार्टिनने अतिशय शांतपणे घेतली. तीन दिवसांपूर्वीच्या रात्री कशालाही तोंड द्यायची त्याच्या मनाची तयारी झाली होती. त्याने लोकांना अहिंसेच्या तत्त्वज्ञानाची आठवण करून दिली आणि शांतपणे घरी जायला सांगितले, **''आपण जे काही करतो आहोत**

ते बरोबर आहे आणि या लढ्यात देव आपल्या बरोबर आहे यावर विश्वास ठेवा.'' तो म्हणाला.

पत्नी कोरेटा आणि मुलगी योलांडा घराच्या मागच्या बाजूच्या खोलीत सुरक्षित होती. त्यांना पाहता क्षणीच मार्टिनने सुटकेचा निःश्वास टाकला. कोरेटा अजिबात घाबरलेली नव्हती. तिने तो प्रसंग अतिशय धैर्याने घेतला, ते पाहून मार्टिनचे धैर्यही वाढले. इतक्यात पोलिस कमिशनर, मेयर वगैरे सर्व मंडळी जमली आणि असं व्हायला नको होतं वगैरे सारवासारवी करू लागली. ''तुम्हीच भाषणातून लोकांच्या भावना भडकावल्यात, त्याच्याच हा परिणाम आहे.'' असं गर्दीतल्या एकानं त्याला सुनावलंच. घर उद्ध्वस्त झालं होतं, घराबाहेर इतकी प्रचंड गर्दी जमली होती की पोलिसांनाही ती आवरणं कठीण जात होतं. लोकांच्या हातात बंदुका आणि सुऱ्या होत्या, कोणत्याही क्षणी जमाव हिंसक झाला असता. मोडक्या, तुटक्या विटांच्या आणि काचांच्या ढिगाऱ्यावर कसाबसा मार्टिन जाऊन उभा राहिला आणि त्याने लोकांना शांत राहण्याची खूण केली. **''आपण कोणीही हिंसाचार करणार नाही. आपल्याला आपल्या शत्रूंवर प्रेम करायचंय, त्यांच्याशी चांगलं वागायचंय. तिरस्काराचा सामना प्रेमाने करा. ते आपल्याशी कसे का वागोत आपण आपल्या गोऱ्या बांधवांवर प्रेम करू या. प्रेम करा आणि त्यांना कळू दे की तुम्ही त्यांच्यावर प्रेम करता. मला ते थांबवू शकतील, पण हा लढा आता थांबणार नाही, कारण आपण जे करतो आहोत, ते बरोबर आहे, न्याय्य आहे आणि देव आपल्याबरोबर आहे.**'' त्या रात्री पत्नी व मुलीसह तो एका स्नेह्याकडे झोपायला गेला. रात्रीचा प्रसंग आठवत होता. केवळ नशिबानं आणि देव दयेनं त्याची पत्नी आणि मुलगी वाचले होते. संताप आणि तिरस्काराची एक लाट त्याच्या अंगावरून सरसरत गेली, पण त्याने स्वतःला सावरले. मध्यरात्री अचानक कोरेटाचे वडील तिथे आले आणि हा लढा संपेपर्यंत तिला आणि नातीला आपल्या घरी नेण्याचा आग्रह करू लागले. पण कोरेटा ठाम होती. आता या वेळेला नवऱ्याच्या मागे ठामपणे उभे राहण्याची गरज आहे असे सांगून तिने जायला नकार दिला. सुरक्षेसाठी मार्टिनने बंदुकधारी संरक्षक बाळगावेत या सूचनेला मार्टिनने नकार दिला. त्याने आपल्याकडची बंदूक टाकून दिली होती. बंदूक हे उत्तर होऊ शकत नाही यावर पती-पत्नी ठाम होते. मॉटगोमेरी सोडून ॲटलांटाला निघून येण्याचा आग्रह डॅडी किंगनी केला, पण वादविवादात शेवटी मार्टिनच्या निश्चयापुढे त्यांना हार खावी लागली.

२४ फेब्रुवारी १९५६ च्या न्यूयॉर्क टाईम्सने त्याच्या एका भाषणाला खूप प्रसिद्धी दिली. तो म्हणाला, **''काहीजण या लढ्याला तिरस्काराचा रंग देत**

आहेत. हे काळ्या गोऱ्यांमधील युद्ध नव्हे, न्याय आणि अन्याय यांच्यामधला हा संघर्ष आहे. निग्रो वंशीयांनी गोऱ्यांविरोधी बंड करावं यापेक्षा हा लढा मोठा आहे. आम्ही फक्त माँटगोमेरीच्या निग्रोत सुधारणा घडवत नाही, सबंध माँटगोमेरीलाच बदलत आहोत. जरी आम्हाला रोज अटक झाली, आमचं रोज शोषण झालं, रोज पायदळी तुडवले गेलो, तरी त्यांचा तिरस्कार करण्याइतक्या खालच्या पातळीवर येऊ नका. आपण प्रेमाचे शस्त्र वापरू या. तिरस्कार करणाऱ्यांबद्दल सहानुभूती असू दे. त्यांना तिरस्कार करायला शिकवलं आहे, म्हणून तिरस्काराला ते जबाबदार नाहीत. आपण मध्यरात्रीत उभे आहोत, म्हणजेच एका नव्या पहाटेच्या उंबरठ्यावर उभे आहोत.''

हे असे धीराचे शब्द ऐकूनच हजारो सामान्य माणसांचे धैर्य अजून टिकून होते. बसविना थंडीत काकडत, ओल्या जखमा घेऊन लहान मोठी माणसे, बायका, मुले कामावर, शाळेत, दुकानात, मैलोन्‌मैल चालत होती आणि कसंबसं आपलं आयुष्य पुढे रेटत होती. वृत्तपत्रे, टी.व्ही. वरून बातम्या झळकत होत्या. मार्टिनला तर काहींनी लढ्याचा मोझेस बनवून टाकलं होतं. पॅरिसपासून दिल्लीपर्यंत लोकांनी उत्स्फूर्तपणे या लढ्यासाठी पैसे पाठवायला सुरुवात केली. नॅक्पला हे रस्त्यावर येऊन विरोध करणं मान्य नसलं तरी त्यांनीही मदतीचा हात पुढे केला. शेवटचा उपाय म्हणून माँटगोमेरी इंप्रुव्हमेंट असोसिएशन तर्फे कोर्टात बसमधील भेदाविरुद्ध दावा लावण्यात आला. विरोधकांच्या लक्षात आलं हिंसाचार करूनही ही माणसे दबली जात नाहीयेत, तेव्हा त्यांनी मोठ्या प्रमाणात धरपकड करायला सुरुवात केली. ॲटर्नीने माँटगोमेरीचे बहिष्कारविरोधी कायदे प्रसिद्ध केले. १३ फेब्रुवारीला निग्रोंचा बहिष्कार कायदाबाह्य आहे का हे ठरविण्यासाठी काऊंटी ग्रँट ज्यूरी बोलावण्यात आली. ज्यूरींमध्ये सतरा गोरे आणि एक निग्रो होता. ज्युरींनी बहिष्कार अर्थातच बेकायदेशीर आहे असे सांगितले आणि ११५ जणांवर दोषारोप ठेवण्यात आले. त्यात मार्टिन होताच. इतक्या लोकांना अटक होण्याचा मानसिक परिणाम सामान्य माणसांवर होणारच. जर उद्या या लोकांचं खच्चीकरण होऊन त्यांनी बहिष्कारातून अंग काढून घेतलं तर? त्यावेळी मार्टिन शहराबाहेर होता. परत येताच त्याने तुरुंगाकडे धाव घेतली. तिथे एकदम उत्साहाचे वातावरण होते. कुणीही घाबरले नव्हते. उलट अटक करवून घेण्यासाठी लोकांनी गर्दी केली होती. ज्यांचे नाव यादीत नव्हते त्यांना वाईट वाटत होते. कायद्यापुढे थरथरणारे हे एकवेळचे लोक स्वातंत्र्यासाठी अटक करून घ्यायचा अभिमान बाळगत होते. चर्चमधल्या एका सदस्याने मार्टिनसाठी जामीन दिला. मार्टिन घराकडे निघाला.

संप अजून चालूच होता. १९ मार्चला खटला सुरू झाला. पहिली औपचारिकता

पूर्ण झाल्यावर मार्टिनला प्रतिवादी म्हणून बोलावण्यात आले. जज कार्टर यांनी दोन्ही बाजूचे म्हणणे ऐकून घेतल्यावर चार दिवसांनी निकाल दिला. बहिष्कारविरोधी कायद्याचा भंग केल्याने प्रतिवादीला दोषी ठरविण्यात आले. ५०० डॉलर्स दंड अधिक कोर्टाचा खर्च किंवा ३८६ दिवसांची सक्तमजुरी अशी शिक्षा सुनावण्यात आली. हिंसाचार न केल्याने कमी शिक्षा दिल्याचा त्यात उल्लेख होता. कोर्टाबाहेर शेकडो लोक जमले होते, फोटोग्राफर आणि टी. व्ही. कॅमेरे सरसावून होते, मार्टिनने जमावाकडे पाहून हात हलवताच माणसे गाऊ लागली. ''नाही, नाही बस कधी वापरणार नाही.''

शिक्षा ऐकूनही मार्टिनच्या चेहऱ्यावर स्मितहास्य होते. तो गुन्हेगार होता, पण त्याला आपल्या गुन्ह्याचा अभिमान होता. अन्यायाविरुद्ध अहिंसात्मक प्रतिकार करण्याचा हा गुन्हा होता. आपल्या लोकांमध्ये प्रतिष्ठा आणि आत्मसन्मान जागा करण्याचा हा गुन्हा होता. आपले हक्क, स्वातंत्र्य आणि जगण्याचा आनंद मागण्याचा अधिकार जागृत करण्याचा हा गुन्हा होता. चांगल्याशी सहकार्य करण्याइतकंच आपलं नैतिक कर्तव्य आहे की वाईटाशी असहकार करणं ह्याची लोकांना खात्री पटवण्याचा हा गुन्हा होता.

केसवर अपील करण्यात आलं आणि ती वरच्या कोर्टात गेली. मार्टिनला झालेली शिक्षा ही प्रत्येक निग्रोला झालेली शिक्षा आहे हीच भावना सर्व लोकांमध्ये होती. लोक आता खंबीर निश्चयाने एकत्र आले होते आणि जिथे खरी एकी असते तिथे ती मोडण्याचा प्रयत्न झाला तर ती अधिक घट्ट होते. विरोधकांना वाटत होतं की ते निग्रोंना जबरदस्तीनं एखादी गोष्ट करायला भाग पाडतील, पण त्यांना हे समजत नव्हतं की ही माणसं आता भयमुक्त झाली आहेत. 'मुकी बिचारी, कुणीही हाका' अशी ही जुनी माणसं राहिलेली नाहीत.

दिवस जात होते, महिने सरत होते, पण संप संपत नव्हता. सगळ्यांचेच डोळे आता सुप्रीम कोर्टाच्या निकालाकडे लागले होते. काळ्या माणसांना ने आण करणारी खाजगी वाहनं अडवली जात होती. लोकांना बाहेर काढलं जात होतं. काळ्यांच्या गाड्यांना विम्याचं संरक्षण नाकारलं जात होतं. जुन्या पॉलिसी रद्द केल्या जात होत्या. नोव्हेंबर महिना उजाडला. ५ डिसेंबरला संप सुरू झाला होता. जवळजवळ वर्ष होत आलं. खाजगी वाहनांची सुविधा बंद करण्यात आली. आता काय करायचं? लोक कामावर कसे जाणार? संप संपवून टाकायचा का? लोकांसमोर येण्याचीही मार्टिनला भीती वाटू लागली. एकदा कसंबसं धैर्य गोळा करून तो भाषणाला उभा राहिला, **''आपल्या संपकाळातला हा सर्वात अंधारा दिवस आहे, पण अंधारानंतर पहाट येते. या सर्व लढ्यात देव आपल्याबरोबर आहे**

या श्रद्धेनं आपण लढलो. अनपेक्षित अशा अनुभवांनी आपली श्रद्धा डळमळीत होऊ लागली आहे. पण आपण आपल्या श्रद्धेशी ठाम राहिलं पाहिजे. यातूनही मार्ग निघेल.'' पण मार्टिनला जाणवत होते निराशेचे थंड वारे लोकांच्या अंगातून शिरशिरू लागले होते. हजारो मध्यरात्रींपेक्षा ती अधिक काळोखी रात्र होती. आशेचा दीप विझू लागला होता. श्रद्धेचा दीप फडफडत होता.

दुसऱ्या दिवशी सकाळी जज कार्टरच्याच कोर्टात शहरातर्फे करण्यात आलेल्या दाव्याचे कामकाज सुरू झाले आणि प्रतिवादी मार्टिनचे भाषण चालू असता कोर्टात एकच गडबड उडाली. काहीतरी वेगळे घडले होते. इतक्यात असोसिएटेड प्रेसचा वार्ताहर रेक्स थॉमस याने एक कागद मार्टिनच्या हातात ठेवला. सुप्रीम कोर्टाच्या निकालाची ती प्रत होती. सुप्रीम कोर्टाने अलाबामा राज्यातील बसमधला वर्णभेद घटनाबाह्य ठरवला होता. वाचता वाचता मार्टिनचे हृदय अत्यानंदाने धडधडू लागले. कोर्टात त्याने ही बातमी सांगितली. उपस्थित निग्रोंच्या डोळ्यांतून आनंदाश्रू वाहू लागले. 'खुद्द परमेश्वरानेच वॉशिंग्टनहून हा संदेश पाठवला आहे.' अशीच त्यांची भावना होती. मंगळवार १३ नोव्हेंबर १९५६, जवळजवळ एक वर्षाने हा ऐतिहासिक निर्णय मिळाला, नैराश्य, दुःख, यांच्या अंधकारातून पहाट होतेच हा विश्वास मिळाला. मार्टिनच्या पहिल्याच लढ्याला विजय मिळाला आणि नजीकच्या भविष्यातील दीर्घ लढ्यांचा जन्म झाला.

त्या रात्री दोन मोठ्या सभा झाल्या. लोकांनी आनंदाने जल्लोष केला, पण निकालाची अधिकृत प्रत हातात येईपर्यंत बस वापरायची नाही असे ठरले. त्याच रात्री कु क्लक्स क्लॅन या कुख्यात वर्णविद्वेषी संघटनेचे लोक निग्रोंच्या वस्तीत दहशत घालत फिरले. त्यांनी हिंसाचाराच्या आणि बॉंबफेकीच्या धमक्या दिल्या, ''निग्रो लोक बसमध्ये पुढच्या गोऱ्यांच्या राखीव जागांवर बसले तर त्यांची घरे जाळून टाकण्यात येतील.'', ''मार्टिन किंगला उडवण्यात येईल.'', ''सुप्रीम कोर्टाचा न्यायाधीश हराम आहे. तो अलाबामात आला तर त्यालाही मार्टिन बरोबर फासावर देऊ'' अशा धमक्या ते देत होते. या संघटनेचे लोक गावात शिरले म्हणजे निग्रो लोक घाबरून घरात पळत, दार लावून घेत, दिवे मालवून टाकत. हे लोक आपल्याला मारतील याची त्यांना प्रचंड भीती असे. पण त्या रात्री एक नवल घडले. चाळीस मोटारी भरून लांब झगे आणि डोक्यावर वस्त्रे पांघरलेले क्लॅनचे दहशतवादी रस्त्यातून जाऊ लागले, तरी निग्रो वस्तीतले दिवे चालू होते, दारे उघडली होती. सर्कस परेड बघावी तसे लोक त्यांच्याकडे बघत उभे होते आणि क्लॅनचे लोक शेवटी काही न करता कडेच्या गल्ल्याबोळातून अंधारात नाहीसे झाले.

पण तरीही हिंसाचाराचे लोण उसळलेच. मार्टिनच्या घराच्या दारावर दोन

बंदुका झाडण्यात आल्या. अनेक बसचे नुकसान करण्यात आले. निग्रोंना पाठिंबा देणाऱ्या एका गोऱ्या धर्मगुरूच्या घरावर बॉंब टाकण्यात आला. ॲबरनथीच्या घरावर बॉंबफेक झाली. काळ्या लोकांच्या चार चर्चवर बॉंबफेक झाली. मात्र काळ्या लोकांना शांत राहण्यासाठी मार्टिन आणि त्याचे सहकारी सतत आवाहन करत होते. "हा विजय गोऱ्या लोकांवरचा नसून, न्यायाचा आणि लोकशाहीचा आहे. आपला हक्क म्हणून गोऱ्यांना ढकलत पुढे जाऊन बसमध्ये जागा मिळवू नका. जिथे मोकळी जागा असेल तिथे बसा." असे सांगत होते. गोऱ्या धर्मगुरूंनीही गोऱ्या लोकांना असेच आवाहन करावे अशी मार्टिनची अपेक्षा होती, पण त्यासाठी कोणीही पुढे आले नाही.

२० डिसेंबरला हातात निकाल पडला आणि संध्याकाळी मोठी विजयी सभा घेण्यात आली. दुसऱ्या दिवशी राल्फ ॲबरनथी, इ. डी. निक्सन आणि ग्लेन स्मायली या सहकाऱ्यांबरोबर पहाटे पाच पंचावन्नच्या पहिल्या बसमध्ये मार्टिन शिरला. ड्रायव्हरने त्यांचे हसून स्वागत केले. त्यांच्या शेजारच्या सीटवर दोन गोरी माणसे बसली होती, पण निग्रोंना आता या सीटवरून कुणी उठवणार नव्हते. रोझा पार्क्सच्या लढ्याला न्याय मिळाला होता. गर्दी वाढत होती, तशी पुढे बसलेल्या निग्रोंकडे उभे राहणारे गोरे रागाने पहात, किंवा अपमान झाल्यासारखे त्यांच्यामागे बसत. मागच्या जागा रिकाम्या असूनही एक गोरा पुढे उभा राहिला. त्याला कुणीतरी मागे जागा आहे असे म्हटल्यावर तो उसळून म्हणाला, "निगरच्या मागे बसण्यापेक्षा मी मरून नरकात जाणे पसंत करेन." पहिल्या दिवशी असे बरेच प्रसंग घडले, पण हळूहळू लोकांना हे सवयीचे झाले.

मॉंटगोमेरीमध्ये पहिल्यांदाच एवढ्या मोठ्या प्रमाणात निग्रोंनी एकत्र येऊन अहिंसात्मक लढा दिला. हे एक एकाकी फुटकळ बंड नव्हते. हा एकत्रितपणे, दृढ निश्चयाने वर्षभर दिलेला लढा होता. अहिंसा हे शस्त्र अमेरिकेच्या भूमीवर इतक्या मोठ्या प्रमाणात प्रथमच वापरले गेले. या निमित्ताने निग्रोंचा एक नवा चेहरा जगापुढे आला. निग्रोंना आपणही कोणी आहोत याचा साक्षात्कार झाला, आत्मसन्मानाची, स्व-प्रतिष्ठेची जाणीव झाली.

मार्टिनचा तर हा पहिलाच लढा होता आणि त्यात त्याच्या नेतृत्वाचा कस लागला. अनेकदा घाबरण्याचे, पाय मागे घेण्याच्या इच्छेचे प्रसंग आले, पण परमेश्वरावरील अढळ श्रद्धेने तो सावरला. आपण न्यायाच्या बाजूने उभे आहोत, म्हणून परमेश्वर आपल्या बाजूने उभा आहे हे आपल्या अमोघ वाणीने लोकांना पटवून देण्यात तो यशस्वी झाला. अहिंसेचे तत्त्व प्रत्यक्षात राबवताना ते किती प्रभावी अस्त्र आहे याचा त्याने अनुभव घेतला. आपण नेतृत्व करू शकतो हा

आत्मविश्वास त्याला आला आणि आपल्या बांधवांसाठी जे पाऊल पुढे टाकले आहे, ते मागे घ्यायचे नाही, हा त्याचा दृढ निश्चय झाला आणि भविष्यातल्या आयुष्याची दिशा त्याला सापडली.

९

-०-

प्रवास - तुरुंगवास

निग्रोंना मिळालेल्या या अभूतपूर्व विजयाची वार्ता हां हां म्हणता म्हणता देशात आणि जगभरात पसरली. दक्षिणेकडच्या निग्रोंनी घडवून आणलेल्या या क्रांतीचा शिल्पकार आणि नागरी हक्काच्या भावी लढ्याचा नेता म्हणून लोक मार्टिनकडे पाहू लागले. फेब्रुवारी १९५७ च्या टाईम मासिकाच्या मुखपृष्ठावर तो झळकला. न्यूयॉर्क टाईम्सने माँटगोमेरी लढ्याचा सर्व वृत्तांत विस्ताराने छापला. त्याला दूरदूरच्या ठिकाणाहून व्याख्यानाची निमंत्रणे येऊ लागली. वेगवेगळ्या शहरातल्या मोर्च्यांमध्ये तो अग्रभागी दिसू लागला. सर्व जाती, धर्म, वंशाच्या लोकांकडून त्याचे स्वागत होऊ लागले. त्याची भाषणे ऐकण्यासाठी हजारोंच्या संख्येने लोक गर्दी करू लागले. त्याची स्वाक्षरी घेण्यासाठी धडपडू लागले. अशा वेळी आपण कोणीतरी फार महत्त्वाचे आहोत अशी भावना माणसांच्या मनात फार चटकन घर करून बसते. अशा अहंकाराचा वारा आपल्या मनाला लागू नये म्हणून मार्टिन फार दक्ष होता. प्रार्थना करताना तो म्हणे, **''देवा, मी जसा आहे तसाच माझ्या दृष्टीने राहू दे. मी या लढ्यात फक्त एक प्रतीक आहे. इतिहासात काहीतरी घडणार होतं आणि मी केवळ निमित्त झालो. मी जरी माँटगोमेरीत आलो नसतो, तरी बसवर बहिष्कार झालाच असता. पन्नास हजार निग्रो माझ्या मागे होते, त्यांची नावे कधी वृत्तपत्रातून झळकणार नाहीत. मी इथे उभा आहे, कारण इतरांनी मला इथे उभं रहायला मदत केली आहे.''** कीर्तीच्या शिखरावर आपण फार लौकर चढलो, त्यामुळे लहान वयात आपली घसरण सुरू होईल अशी त्याला भीती वाटे. सत्कार स्वीकारताना त्याला फार अवघडल्यासारखे होई आणि सत्कार स्वीकारणारा आपण नव्हे हा दुसराच कुणी तरी आहे असं तो स्वत:ला बजावी. लंडन टेलिव्हिजनसाठी झालेल्या मुलाखतीत त्याने सांगितले,''स्वत:चे सतत आत्मपरीक्षण केल्याशिवाय प्रतीकाची भूमिका स्वीकारणे फार अवघड आहे.''

परिणामत: तो शांत, लाजाळू आणि अंतर्मुख झाला. तो सतत माणसांच्या गराड्यात असला तरी आतून एकाकी वाटू लागला. समाजात असताना दारू घेण्याचं किंवा सिगरेट ओढण्याचं टाळू लागला. वंशभेद विरोधी लढ्याला आता नवी दिशा कोणती मिळेल याचा तो सतत विचार करी. माँटगोमेरीमधील लढ्यापासून त्याला वाटू लागले होते की हा जगभराचा लढा आहे. जगातले बहुसंख्य लोक काळे आहेत. अनेक देश आता स्वतंत्र होत आहेत. त्यांच्या लढ्याचाच आमचा लढा हा एक भाग आहे. आम्हाला वर्ग आणि जाती नको आहेत. आम्हाला प्रत्येकजण स्वतंत्र असायला हवा आहे. **''आपला लढा हा जीवनाच्या प्रत्येक क्षेत्रात उभारायला पाहिजे. युद्ध आणि अर्थव्यवस्थेने सामान्य जनतेच्या गरजा काढून घेऊन वरच्या वर्गांना अधिक श्रीमंत बनवलं आहे. गोऱ्यांमध्ये सुद्धा गरीब आणि शोषित माणसे आहेत, ती मुक्त झाल्याशिवाय काळे मुक्त होणार नाहीत. निग्रोंची समानता ही गरीब गोऱ्यांची आणि निग्रोंची आर्थिक उन्नती यांच्याशी जोडलेली आहे.''**

या लढ्याला दिशा मिळावी या विचाराने त्याने ॲटलांटामध्ये एक निग्रो नेत्यांची सभा बोलावली. सुप्रीम कोर्टाचा निर्णय अहिंसात्मक मार्गाने सर्व ठिकाणी राबवला जावा हा पहिला उद्देश होता. त्या वेळचे अमेरिकन अध्यक्ष ड्वाइट आयसेनहॉवर यांना पत्र पाठवून, दक्षिणेकडे शांततापूर्ण मार्गाने नागरी हक्क मिळवून देण्यासाठी आवाहान करायला स्वत: यावे असे आमंत्रण देण्यात आले. या सभेला शंभर धर्मगुरू उपस्थित होते. सर्वानुमते शेवटी सदर्न लिडर्स कॉन्फरन्स स्थापन करण्यात आली, तिचे पुढे सदर्न ख्रिश्चन लिडरशिप कॉन्फरन्स (SCLC) मध्ये रूपांतर झाले. स्थानिक पातळीवर होणाऱ्या वंशभेदविरोधी चळवळींना सुसंगती प्राप्त करून देण्यासाठी सर्वांनी एकत्रित येण्याचे ठरले. मार्टिन ल्यूथर किंग या संस्थेचा अध्यक्ष म्हणून निवडला गेला.

बसवरचा बहिष्कार संपला, तरी अजून शेकडो प्रश्न माँटगोमेरीत उभे होते. गोऱ्या काळ्यांचे संबंध इतर बाबतीत ताणलेलेच होते. एकेकाळी खेड्यातल्या शेतावर काम करणारा एकाकी निग्रो आता तिथून उखडला गेला होता. दोन महायुद्धांमुळे झालेल्या सामाजिक उलथापालथी, जागतिक मंदी, शेतीचा ऱ्हास आणि औद्योगिक जगताची झालेली वाढ यामुळे निग्रो बहुसंख्येने शहरात स्थलांतरित झाले. त्यांची आर्थिक परिस्थिती पूर्वीपेक्षा थोडी सुधारली. त्यांची मुले शिकू लागली. निग्रो माणूस स्वत:कडे वेगळ्या नजरेने पाहू लागला. या मोठ्या समाजाचे आपण एक जबाबदार घटक आहोत आणि आपल्याला त्याचे हक्क आणि फायदे मिळाले पाहिजेत अशी जाणीव त्याला होऊ लागली. पूर्वीच्या गुलामीमुळे आणि

भेदभावामुळे नशिबी आलेल्या दुय्यम नागरिकत्वाचे तो पुनर्मूल्यमापन करू लागला. आत्मसन्मानाची भावना वाढीला लागल्याने प्रथम नागरिकत्व मिळावे म्हणून संघर्ष करण्याचा निश्चयही दृढ झाला. दक्षिणेकडे अशा प्रकारे एक प्रतिष्ठित निग्रो जन्माला येत होता हा माँटगोमेरीतल्या घटनेचा खरा अर्थ होता.

अनेक गोऱ्या माणसांमध्ये सुद्धा वंशभेदाबद्दल जाणीव-जागृती होत होती. मार्टिनला वाटायचं की वांशिक भेदाच्या बाबतीत अमेरिकेची वृत्ती विमनस्क व्यक्तीसारखी आहे. एका बाजूला लोकशाहीचं गुणगान करायचं आणि दुसऱ्या बाजूला लोकशाही विरोधी वर्तन करायचं. सर्वजण समान आहेत असं म्हणणाऱ्या या देशात निग्रोंच्या बाबतीत भेदाभेद केला जावा, त्यांना कमी लेखलं जावं ही विसंगतीच होती. १७ मार्च १९५४ मध्ये सुप्रीम कोर्टाने निःसंदिग्धपणे निकाल दिला होता की शाळांमध्ये वांशिक भेद करता येणार नाही. या निकालामुळे निग्रोंच्या मनात न्याय मिळण्याची आशा निर्माण झाली. सर्व प्रकारच्या शोषणापासून मुक्ती मिळेल या अमेरिकेतील निग्रोंच्या आशावादामुळे जगातील शोषितांमध्ये आशा निर्माण झाली. वसाहतवाद आणि एकाधिकारशाही यांचे बळी असलेल्या आशिया आणि आफ्रिकेतील अनेक काळ्या लोकांना स्वातंत्र्यासाठी लढण्याची स्फूर्ती मिळाली.

सुप्रीम कोर्टाने वांशिक भेदाभेद निर्मूलनाच्या दिलेल्या ऐतिहासिक निर्णयाची आठवण जागृत करण्यासाठी बरोबर ३ वर्षांनंतर १७ मे १९५७ ला वॉशिंग्टनमध्ये एक प्रार्थना फेरी आयोजित करण्यात आली. हजारो निग्रो आणि काही सदिच्छक गोरे त्यात सामील झाले. लिंकन स्मारकाच्या आवारात दोन तास प्रार्थना आणि भाषणे झाली. संघटित कामगारांच्या या सभेला भक्कम पाठिंबा मिळाला. वांशिक न्याय मिळवण्यासाठी सर्व देशाचे लक्ष वेधून घेण्यासाठी खरेतर हा मेळावा होता. स्वातंत्र्याच्या लढ्यासाठी निग्रोंची एकजूट आहे हे शक्तिप्रदर्शन करण्याचाही हेतू होता. दक्षिणेकडचा हिंसाचार आणि दहशतवाद थांबविण्यासाठी नागरीहक्काचे बिल काँग्रेसने पास करावे ही प्रमुख मागणी होती. निग्रोंचे प्रश्न सोडवायचे असतील तर निग्रोंना मतदानाचा अधिकार मिळायला हवा असे मार्टिनला वाटे. माँटगोमेरीच्या लढ्याला अधिक विस्तृत रूप देण्यासाठी त्याने मतदार नावनोंदणी मोहीम सुरू केली होती. वॉशिंग्टनमधील मेळाव्यात त्याने अमेरिकेच्या अध्यक्षांना निग्रोंना मताधिकार देण्याची विनंती केली. त्यामुळे भेदभावापासून एकात्मतेकडे होणारा प्रवास सहज शक्य होईल. या प्रयत्नांचा एक भाग म्हणून एस सी एल सी च्या माध्यमातून मतदारांचे शिक्षण आणि जाणीव जागृतीची मोहीम सुरू करण्यात आली. निग्रो जोपर्यंत आपला मतदानाचा हक्क राबवत नाहीत तोपर्यंत नागरी हक्काच्या कायद्यांना काहीच अर्थ नाही. निग्रोंचे प्रश्न सोडविण्यासाठी या प्रश्नांची

जाण असणारी माणसे निवडून जायला हवीत आणि मोठ्या प्रमाणात निग्रोंनी मतदान केल्याशिवाय हे शक्य नाही.

या काळात मार्टिनने लोकांचे प्रश्न समजावून घेण्यासाठी आणि निधी जमा करण्यासाठी न्यूयॉर्क ते लॉस एंजेलिस ते न्यू ऑर्लिन्स असा प्रवास केला. मोठ्या सभा घेतल्या. मिरवणुका काढल्या, ख्यातनाम गायकांच्या मैफली आयोजित केल्या. लोकांचा आपल्या शब्दांवर केवळ विश्वासच आहे असे नव्हे तर टोपीतून ससा काढणाऱ्या जादुगारासारखा आपण बदल घडवून आणावा या अपेक्षेने लोक आपल्याकडे पहात आहेत हे त्याच्या लक्षात आले. आपण असे केले नाही, तर आपण निरुपयोगी आहोत असे त्यांना वाटेल या भावनेने त्याच्यावरील दडपण वाढले. कित्येक प्रश्नांकडे राष्ट्राध्यक्ष आयसेन हॉवर यांचे लक्ष वेधूनही एकात्मतेच्या प्रश्नात नेतृत्व स्वीकारून काही कृती करण्याची त्यांची इच्छा नाही. हे प्रश्न योग्य वेळ येताच सुटतील अशी त्यांची थंड भूमिका आहे हे त्याच्या लक्षात आले.

या काळात एक कुठलीही विशिष्ट अशी मोहीम त्याच्या हाती नव्हती, पण बहुतेक काळ तो फिरत होता आणि व्याख्याने देत होता. याच काळात स्टॅनले लेव्हीसनच्या मदतीने त्याने माँटगोमेरीमधील बहिष्काराच्या अनुभवांचे एक पुस्तक लिहून काढले. पुढील काळात त्याने लिहिलेल्या अनेक पुस्तकातले हे पहिले पुस्तक 'स्ट्राईड टोवर्डस फ्रीडम' या नावाने प्रसिद्ध झाले. मार्टिन जितका उत्तम वक्ता होता, तितका उत्तम लेखक नव्हता. पण त्याच्या लेखनातला प्रामाणिकपणा आणि आपण इतिहास घडवत होतो ही उर्मी आणि त्याला स्टॅनले लेव्हीसनच्या संपादकीय कौशल्याची मिळालेली जोड यामुळे हे पुस्तक खरोखरच वाचनीय झाले.

६ मार्च १९५७ रोजी ब्रिटिशांच्या जोखडातून घाना मुक्त झाले, अनेक वर्षांच्या अथक प्रयत्नातून जनतेने स्वातंत्र्य मिळवले. क्वामे एन्क्रुमा पहिले पंतप्रधान झाले. स्वातंत्र्याच्या या हस्तांतरणाच्या कार्यक्रमाला जगातील अनेक पाहुण्यांबरोबर मार्टिनला निमंत्रण मिळाले. हा सर्व कार्यक्रम मार्टिनने अतिशय भारावून जाऊन पाहिला. एका नवीन देशाचा हा जन्म जगातील सर्व शोषितांना लढण्याची एक नवीन उर्मी देईल, न्यायाचा शेवटी विजय होतो ही खात्री देईल आणि स्वातंत्र्याच्या बाजूने जग उभे राहते हा विश्वास निर्माण होईल असे मार्टिनला वाटले.

घानाहून येताना नायजेरिया आणि युरोपातील काही देशांना भेटी देऊन मार्टिन परत आला. १९५८ साल तसं मार्टिनच्या आयुष्यात वाईट गेलं. माँटगोमेरीत पुन्हा एकदा अटक, पोलीस चौकशीचा फार्स आणि न्यूयॉर्कमध्ये त्याच्या खुनाचा झालेला प्रयत्न या सर्वच घटना सप्टेंबर आणि ऑक्टोबर महिन्यात बर्फाळ थंडीत वादळ व्हावं, तशा त्याच्या आयुष्यावर कोसळल्या. ध्यानीमनी नसता अलाबामाचा

वर्णविद्वेषी गव्हर्नर जॉन पॅटरसन याने त्याला माँटगोमेरीत परत पाठविण्यात आल्याचे लेखी वॉरंट बजावले. १९५६ आणि १९५८ मध्ये टॅक्स रिटर्न भरताना खोटेपणा केल्याचा आरोप त्याच्यावर होता. या गुन्ह्यासाठी अलाबामामध्ये पहिल्यांदाच अशा न्यायालयीन चौकशीचे आदेश दिले गेले होते. माँटगोमेरीच्या लढ्यासाठी जमवलेला पैसा स्वत:साठी वापरल्याचा आरोप त्याच्यावर होता, तो ऐकून तर मार्टिनच्या डोळ्यात पाणी तरळले. प्रामाणिकपणा हा आपला सदगुण आहे हे तो जाणत होता आणि त्या जोरावरच आपली डायरी आणि सर्व उत्पन्न खर्च त्याने पुराव्यासकट दाखवून दिले. अर्थातच त्याची निरपराधी म्हणून सुटका झाली. पण या घटनेने त्याच्या मनाला फार वेदना झाल्या. जी शिकवण धर्मगुरू म्हणून तो आपल्या चर्चमध्ये देत होता, त्याच्याच विरुद्ध त्याच्यावर दोषारोप झाले होते. यानंतर काही काळाने पुन्हा त्याला माँटगोमेरीत तिसऱ्यांदा अटक झाली. त्याचा जिवलग मित्र राल्फ ॲबरनथीवर कोर्टात एक केस चालू असताना ॲबरनथीला नैतिक आधार देण्यासाठी मार्टिन त्याच्याबरोबर कोर्टात गेला होता. मार्टिनला कोर्टात प्रवेश करता येणार नाही म्हणून पोलिसांनी अडवले, मार्टिनने त्यावर आक्षेप घेतला, तेव्हा पोलिसांनी त्याला धरले, त्याचे दोन्ही हात पाठीशी दाबून ढकलत त्याला प्रवेशद्वाराशी आणले आणि कोर्टाच्या दाराशी तो घुटमळत असल्याचा त्याच्यावर आरोप ठेवला. तो तिथं का आला होता हे लक्षात न घेता पोलिसांशी मार्टिनची झटापट झाल्याच्या बातम्या मात्र दुसऱ्या दिवशी वृत्तपत्रात झळकल्या. शेवटी शांतपणे स्वत:ला यातून सोडवण्यासाठी मार्टिनला सामना करावा लागला.

शनिवार, २० सप्टेंबर १९५८. न्यूयॉर्क मधील हार्लेम डिपार्टमेंट स्टोअरमध्ये बसून मार्टिन स्ट्राईड टोवर्डस फ्रीडम या आपल्या पुस्तकावर चाहत्यांना सह्या देण्यात मग्न होता. इतक्यात एक काळी स्त्री तिथे चौकशी करत आली.

"मार्टिन ल्यूथर किंग तूच का?" त्याने "होय" म्हणताच दुसऱ्याच क्षणी काहीतरी टोकदार वस्तू जोरात त्याच्या छातीत घुसली. मिसेस आयझोला वेअर करी या बाईने पत्रे उघडण्याच्या सुरीने त्याला भोसकले होते. बाई वेडी होती असे पुढे त्याला कळले. ॲम्ब्युलन्स आली आणि त्याला हार्लेम हॉस्पिटलमध्ये हलवण्यात आले. ऑपरेशन अवघड होते, कारण सुईच्या तीक्ष्ण टोकाने त्याच्या हृदयाच्या मुख्य धमनीला, जवनिकेला स्पर्श केला होता. ती जर फाटली असती तर त्याचा मृत्यूच ओढवला असता. ऑपरेशन होईपर्यंत त्याला शिंक आली असती तरी त्यात त्याचा अंत झाला असता. त्याची छाती उघडी करून ते ब्लेड काढावे लागले. जिवावर बेतलेल्या या दुखण्यातून तो लवकर बरा व्हावा म्हणून जगभरातून संदेश आले, अमेरिकेतून आलेल्या पत्रातून काळे गोरे सर्व लोक त्याच्यासाठी प्रार्थना

करत होते. मार्टिनने ही घटना अतिशय शांतपणे सहन केली आणि त्या बाईबद्दल कोणतीही कटूता मनात येऊ दिली नाही. या ताणतणावात परमेश्वरानेच ते सोसण्याची ताकद आपल्याला दिली अशी त्याची श्रद्धा होती. आपण अहिंसक आहोत म्हणून लोक आपली हिंसा करणार नाहीत असे नाही. अहिंसावादी खुषीने हिंसेला बळी पडू शकतो, पण तो स्वत: मात्र कोणाचीही हिंसा करत नाही. त्याच्या त्यागामुळे सामाजिक स्थिती बदलेल अशी त्याची श्रद्धा असते. या घटनेमुळे आपल्या अंगीकृत कार्यापासून माघारी फिरावे असे त्याला क्षणभरही वाटले नाही. पण लोकांमध्ये मात्र हिंसाचारी वृत्ती बळावते आहे हे पाहून त्याला वाईट वाटले.

निग्रो समाजात मार्टिनच्या बायकांशी असलेल्या लैगिंक संबंधाबाबत बऱ्याचदा नाराजीनं चर्चा चाले. पिटसबर्गमधल्या एका काळ्यांच्या वृत्तपत्राने तर एकदा त्याबद्दल त्याला सूचनाही केली होती, 'नागरी हक्कांबाबत चळवळ करणाऱ्या या दक्षिणेकडील तरुण नेत्याने आपल्या पावलांना वेळीच आवर घालावा. आपली बायको नसलेल्या एका बाईबरोबर हा धर्मगुरू एका हॉटेलच्या खोलीत होता ही गोष्ट विरोधकांच्या हातातले कोलीत बनू शकते.' मार्टिनचे व्यक्तित्वच असे होते की काळ्यांबरोबर गोऱ्या स्त्रियांही त्याच्याकडे आकर्षित होत, त्याला चिठ्ठ्या पाठवत. ॲबरनथीने त्याच्या आठवणींमध्ये लिहले आहे की मार्टिनला सुंदर स्त्रियांचे आकर्षण होते. एका स्नेह्याने त्याला संयमाचा उपदेश केला होता. तेव्हा तो म्हणाला, ''महिन्यातले पंचवीस ते सत्तावीस दिवस मी घराबाहेर असतो. स्त्री सहवास हा माझा चिंतामुक्त होण्याचा एक उपाय आहे.'' आपल्यातल्या या दुहेरी व्यक्तिमत्त्वाची त्यालाही जाणीव होती. आपल्या चर्चमधील श्रोत्यांपुढे बोलताना तो म्हणाला, **''प्रत्येक माणसात एक विमनस्क व्यक्तित्त्व असतं. आपण आपल्या स्वत:तच विभागले गेलेलो असतो. आयुष्यभर आपलं स्वत:शीच एक द्वंद्व चालू असतं. आपल्या उत्तम व्यक्तिमत्त्वात काहीतरी अधम असतं आणि आपल्या अधम व्यक्तिमत्त्वात काहीतरी चांगलं असतं. आपल्या प्रत्येकात एक मिस्टर हाईड आणि डॉक्टर जेकेल दडलेला असतो. आपल्यापैकी अनेकांना माहीत असेल की पापाबरोबर झगडा करणं म्हणजे काय, तो दारूचा गुलाम असणं असेल, खोटेपणा असेल, स्वार्थीपणा असेल किंवा लैंगिक स्वच्छंदपणा असेल. जसजशी वर्षे जातात तसतसे दुर्गुण अधिक धीट होऊ लागतात. असं वागणं चूक आहे हे कळलं पण त्या पापानं तुमच्या जीवनावर अतिक्रमण केलेलं असतं. ते तुमच्याजवळ असतं आणि देव सुद्धा ते बाहेर काढू शकत नाही.''** एकप्रकारे आपल्या वर्तनाचा कबुलीजबाबच तो आपल्या प्रवचनातून देत होता.

शरीर आणि मन यांच्या ताणातूनच त्याच्या सार्वजनिक कार्याला बळ मिळत होतं. अपराधी भावनेचा एक फायदा म्हणजे तो तुम्हाला पश्चात्ताप करायला लावतो. अपराधीपणा ज्यातून आला तीच गोष्ट पुन्हा पुन्हा करण्याने अपराधी भावना बुडून जाते. "पाप करा, पण त्याहीपेक्षा अधिक आनंद ख्रिस्तामध्ये घ्या." याला अनुसरून तो स्वत:ला पुन:पुन्हा अपराध्याच्या क्रुसावर चढवत असे, कारण या अनुभवातूनच त्याच्या आत्म्याला नवचैतन्य लाभत असे.

हळूहळू मार्टिन गांधींच्या विचारांनी भारावून जाऊ लागला. जिथे व्यक्तीचे खाजगी आणि सार्वजनिक जीवन यात अंतर नाही अशा पूर्ण स्वयंशिस्तीकडे त्याचा प्रवास सुरू झाला. गांधीजींप्रमाणे आपल्या आवडत्या वस्तूंचा त्याग करण्यास त्याने सुरुवात केली. गांधीजींप्रमाणे चरखा, आखूड धोतर किंवा उपवासाऐवजी त्याने साधी राहणी अवलंबली. कोरेटाच्या आणि मित्रांच्या लक्षात आलं की तो आपल्या कपड्यांकडे दुर्लक्ष करतो आहे, चुरगाळलेले सूट वापरतो आहे, त्याच्या शर्टच्या बाह्या टोकाला मळलेल्या आहेत. अधूनमधून त्याची दाढी वाढली आहे. गांधींचा अमेरिकन चेला शोभावा तसा तो एकदा पत्नीला म्हणाला, "मला कुठलीही मालमत्ता नको आहे. मला घराची गरज नाही." कोरेटाच्या आग्रहामुळे आपल्या चार मुलांना घेऊन तो लहान घर बदलून एका मोठ्या घरात स्थायिक झाला. मात्र त्याचा त्याने मानसिक त्रास करून घेतला. ज्याने एखाद्या कार्यासाठी स्वत:चे आयुष्य वाहून घेतले आहे त्याला स्वत:च्या कुटुंबाचीही गरज नाही असे तो बोलून दाखवू लागला. कोरेटाला अर्थातच हे बदल आवडले नाहीत. बारीकसारीक कारणावरून दोघात खटके उडू लागले. प्रवासात असताना त्याने फोन करून मुलांची चौकशी केली नाही किंवा व्हाईट हाऊसला दिलेल्या भेटीत कोरेटाला बरोबर नेले नाही. कोरेटाने खरेतर त्याच्यासाठी तिचे गायिका होण्याचे स्वप्न सोडले होते आणि मॉंटगोमेरीच्या लढ्यात ती खंबीरपणे त्याच्या मागे उभी होती. मार्टिनच्या स्त्रियांबरोबर स्वच्छंदी वागण्याचाही तिने कधी विशेष बाऊ केला नाही. त्याचे आणि आपले नाते फार उच्च स्तरावरचे आहे असेच तिने मानले. तिला अनेकदा फार एकटेपणाही वाटत असे.

मॉंटगोमेरीच्या लढ्यानंतरच्या भांबावलेल्या विमनस्क मन:स्थितीच्या काळात त्याच्याभोवती मित्रांची एक संरक्षक फळी उभी राहिली. राल्फ अॅबरनथी तर जिवलग मित्र होताच, त्याच्याबद्दल मार्टिन म्हणे की मी कधी कामी आलो तर माझी जागा अॅबरनथी घेईल. अनेकदा अॅबरनथीने त्याच्याबरोबर तुरुंगाची हवा चाखली आणि मृत्यूच्या शेवटच्या क्षणीही अॅबरनथीच त्याच्याबरोबर होता. शहरी वर्तनाचा आणि मार्टिनला वेळोवेळी सल्ला देणारा अॅण्ड्र्यू यंग, मार्टिनचे शिष्यत्व पत्करलेला वॅट

टी वॉकर, धर्मगुरू फ्रेड शटल्सवर्थ, जहाल मतांचा परंतु बुद्धिवादी जेम्स बेव्हेल, तरुण विद्यार्थी नेता जेसी जॅक्सन हे सर्वजण पुढील अनेक चळवळीत त्याच्या बरोबर होते. त्यांचे परस्परात अनेकदा वादविवाद, मतभेद, गुद्धागुद्धी होई. पण आपला मीपणा जपणारी अशीच माणसे लढ्यासाठी उपयोगी असतात हे मार्टिनला ठाऊक होते. मार्टिनने अतिशय शांतपणे आणि धीराने वागून सगळ्यांना एकत्रित ठेवले होते.

◆◆

१०

-०-

भारतभेट

लहानपणापासूनच मार्टिनला भारताबद्दल आकर्षण होते आणि भारत बघण्याची इच्छा होती. भारतातले हत्ती, वाघ, देवळे, साप पकडणारे आणि गोष्टींच्या पुस्तकातील व्यक्तिरेखा त्याला पहाव्याशा वाटत. माँटगोमेरीच्या बस बहिष्कारात गांधींनी वापरलेले अहिंसात्मक प्रतिकाराचे हत्यार त्याला मार्गदर्शक ठरले होते. त्या गांधींचा भारत एकदा स्वत:च्या डोळ्याने बघून ये, असे त्याचे मित्रही त्याला सांगत होते आणि तो योग अचानक आलाही. त्यावेळचे भारताचे पहिले पंतप्रधान पंडित जवाहरलाल नेहरु यांनी १९५६ मध्ये अमेरिकेला भेट दिली होती त्यावेळी मार्टिनला भेटण्याची इच्छा त्यांनी व्यक्त केली होती. त्यानुसार भारतीय राजदूतांनी त्याच्या भारत भेटीच्या शक्यतेची चौकशी केली. भारतातले अमेरिकन राजदूत चेस्टर बॉल्सनी देखील मार्टिनला भारतात येण्याबद्दल पत्राने विचारले. मार्टिन जाण्याचे ठरवत होता आणि प्रत्येक वेळी काहीतरी कारणाने त्याचे जाणे रद्द होत होते. एकदा आधी घानाच्या स्वातंत्र्य दिनाला हजर रहायचे ठरले, एकदा स्ट्राईड टोवर्डस फ्रीडम हे पुस्तक लौकर पूर्ण करण्याचा लकडा प्रकाशकांनी लावला. एकदा तर त्याच्यावरच प्राणघातक हल्ला झाला. त्यातून बरे झाल्यावर त्याने ठरवले की दक्षिणेकडच्या वांशिक भेदाच्या अन्य लढ्याला सुरुवात होण्यापूर्वी भारताला भेट द्यायची. त्याच्याबरोबर पत्नी कोरेटा आणि भारताच्या इतिहासात आणि शासनात रस असलेले डॉ. रेडिक होते. त्यांनी 'क्रुसेडर विदाऊट व्हायोलंस' हे मार्टिनचे चरित्र लिहिले होते आणि ज्यांनी गांधींना प्रत्यक्ष पाहिले आहे, त्या लोकांचे मार्टिनबद्दल आणि माँटगोमेरी लढ्याबद्दल काय मत आहे हे त्यांना जाणून घ्यायचे होते. ३ फेब्रुवारी १९५९ या दिवशी ते न्यूयॉर्कहून निघाले. वाटेत त्यांनी पॅरिसला मुक्काम केला आणि ९ फेब्रुवारीला ते मुंबई विमानतळावर उतरले. १० मार्चला दिल्लीहून परत जाईपर्यंतचा एक महिन्याचा काळ मार्टिनच्या दृष्टीने आयुष्यभरासाठी डोळे उघडण्याचा काळ

होता. उतरल्याच्या रात्री त्यांनी ताजमहल हॉटेलमध्ये मुक्काम केला आणि दुसऱ्या दिवशी विमानाने ते दिल्लीला रवाना झाले. आपल्या एक महिन्याच्या वास्तव्यात त्यांनी दिल्ली, आग्रा, पटना, गया, कलकत्ता, मद्रास, मदुराई, त्रिवेंद्रम, बंगलोर, मुंबई, अहमदाबाद या शहरांना आणि त्याचबरोबर काही खेड्यांनाही भेटी दिल्या. गांधी नॅशनल मेमोरिअल फंड आणि दक्षिण अमेरिकन फ्रेंडस सर्व्हिस कमिटी या दोन संस्थांनी मिळून या भेटीचा खर्च प्रायोजित केला होता. या महिनाभरात मार्टिन अक्षरश: हजारो लोकांना भेटला, त्याने अनेक व्याख्याने दिली, अनेक मुलाखती दिल्या, पत्रकार परिषदेत आपली मते मांडली. विमान, आगगाडी, मोटार, जीप इत्यादी अनेक वाहनांनी प्रवास केला. तो जिथं जाईल तिथं लोकांनी त्याचं भव्य स्वागत केलं. कल्पनातीत आदरातिथ्य केलं. वृत्तपत्रांनी त्याच्या दौऱ्यांना ठळक मथळे देऊन ते फोटोसहित छापले, त्यामुळे तो जिथे जाईल तिथे त्याच्याभोवती गर्दी जमे. जणू प्रत्येकाचं घर त्याच्यासाठी उघडं असल्याप्रमाणे तो पार पंडित नेहरू, विनोबा भाव्यांपासून सामान्य माणसापर्यंत संवाद साधू शकला. लोक त्याच्याकडे बंधुभावानं पहात, त्याच्या कातडीचा रंग इथे संवादातला अडथळा झाला नाही. पत्रकार, विद्यापीठातले विद्यार्थी, यांच्याशी त्याने साम्राज्यवाद, वंशवाद, वसाहतवाद इत्यादी अनेक विषयांवर हिरिरीने चर्चा केली. कोरेटानेही अनेक ठिकाणी आपले गायन कौशल्य दाखवले. हजारो लोकांनी त्याच्या सह्या घेतल्या. मॉंटगोमेरीमधील ३८१ दिवसांच्या बस बहिष्काराला भारतीय वृत्तपत्रांनी जितकी प्रसिद्धी दिली होती तितकी अमेरिकन वृत्तपत्रांनीही दिली नव्हती असे मार्टिनला वाटले. ‘‘भारतामध्ये श्रीमंत आणि गरीब यांच्यातील दरी मोठी आहे. अनेक लोकांकडे भव्य घरे, शेती, भरजरी कपडे आणि खातंपितं शरीर आहे, पण गरिबांची संख्या फार मोठी आहे. एकट्या मुंबईत पन्नासहजार लोक घरादाराविना रस्त्यावर झोपतात. फाटके तुटके कपडे घातलेले, कचऱ्याच्या ढिगातून अन्न शोधणारे लोक पाहून वाईट वाटले आणि रागही आला. आफ्रिकेत सुद्धा आम्हाला लोक इतक्या वाईट परिस्थितीत दिसले नाहीत.’’ मुंबई विमानतळावरून ताजमहालसारख्या श्रीमंती हॉटेलात जाताना मुंबईच्या घडलेल्या विदारक दर्शनाची नोंद त्याने करून ठेवली आहे. नुकत्याच स्वातंत्र्य मिळालेल्या देशांपुढे अनेक समस्या असतात. राष्ट्रीय संपत्तीचा विनियोग सैन्य उभारणीसाठी करायचा, शस्त्रास्त्रे विकत घेण्यासाठी करायचा की कल्याणकारी राज्यव्यवस्था निर्माण करण्यासाठी करायचा? पाश्चिमात्त्य भांडवलशाही स्वीकारायची, समाजवाद आणायचा की साम्यवाद, भव्य कारखाने उभे करायचे की ग्रामोद्योगांना उत्तेजन द्यायचे? हे सगळे विचारात घेऊन मार्टिनने ९ मार्चला दिल्लीत झालेल्या पत्रकार परिषदेत प्रतिपादन केले की भारताने एकतर्फी नि:शस्त्रीकरण करून जगाला

धडा घालून द्यावा, आपल्या देशाचे स्वातंत्र्य अहिंसात्मक मार्गाने मिळवून एक धडा भारताने जगाला घालून दिलाच आहे. कोणी अन्य राष्ट्रे भारताबरोबर आली नाहीत, तरी भारताने एकट्याने एकतर्फी निःशस्त्रीकरण जाहीर करावे. महात्मा गांधींनी दाखवून दिलेल्या या मार्गावरून भारताने धैर्याने पुढे जावे, जग त्याच्या मागोमाग येईल.'' अशाच तऱ्हेचे विचार दुसऱ्या महायुद्धात गांधींनी ब्रिटिश आणि ज्युईश लोकांना पत्र पाठवून व्यक्त केले होते की या लढ्यात त्यांनी भाग घेऊ नये, जरी त्यामुळे जिंकले जाण्याची वा मरण्याची शक्यता असली तरी. इतकी टोकाची भूमिका मार्टिनने घेतली नाही, पण निष्क्रिय प्रतिकार आणि प्रतिकार न करणे यांची गल्लत होऊ नये असे मात्र त्याने सांगितले. मार्टिनला त्यावेळी कल्पनाही नव्हती की संशोधनासाठी असलेल्या रकमेपैकी एक तृतियांश रक्कम खर्च करून भारताने जो भव्य अणुशक्ती कार्यक्रम हाती घेतला आहे त्यातून एक दिवस अण्वस्त्रेही निर्माण होणार आहेत.

पंडित नेहरूंबरोबर रात्रीच्या जेवणाचे निमंत्रण मिळाल्यावर त्यांच्याशी चर्चा करताना मार्टिनला भारताच्या आण्विक धोरणाची थोडी कल्पना आली. कित्येक बाबतीत नेहरूंची आणि त्याची मते न पटणारी होती. या भोजनासाठी भारताचे ब्रिटिश साम्राज्यातील शेवटचे व्हाईस रॉय लॉर्ड माऊंटबॅटन यांच्या पत्नी लेडी माऊंटबॅटन पाहुण्या म्हणून हजर होत्या. मार्टिनच्या दृष्टीने गांधींनी प्रेम आणि अहिंसेचा मार्ग आचरल्यामुळे स्वातंत्र्यानंतर शोषक आणि शोषित यांच्यामध्ये मैत्रीचे नवे नाते निर्माण झाल्याचे हे प्रतीक होते. गांधींच्याच अहिंसक मार्गाने नेहरूंनी जावे अशी अपेक्षा मार्टिनने व्यक्त केल्यावर नेहरूंनी आपली भूमिका स्पष्ट केली, ''एक व्यक्ती म्हणून आणि गांधींचा अनुयायी म्हणून जीवनाच्या प्रत्येक क्षेत्रात मी अहिंसात्मक प्रतिकाराच्या बाजूने आहे, पण एका देशाचा प्रमुख म्हणून, इतर जगाने अहिंसात्मक तत्त्वे स्वीकारली नसल्याने, आपण एकटेच या मार्गाने जाणे ही चूक ठरेल.'' पंडित नेहरूंना देशापुढील प्रश्नांची आणि आंतरराष्ट्रीय समस्यांची उत्तम जाण होती. त्यावेळच्या काही राजकीय नेत्यांना आणि विचारवंतांना वाटत होतं की भारताचे लौकरात लौकर पाश्चात्तीकरण आणि आधुनिकीकरण व्हायला पाहिजे, म्हणजे इथले जीवनमान लौकर उंचावेल. दुसऱ्या बाजूला बहुतांश लोकांना वाटत होते की त्यामुळे माणसे ऐहिकसुखाच्या मागे लागतील, गळेकापू स्पर्धा निर्माण होईल आणि व्यक्तिस्वातंत्र्यवाद वाढीस लागेल. डॉलर्सच्या मागे लागून भारत आपला आत्मा गमावून बसेल, मशीन्सच्या जगात काही लोकांचे जीवनमान उंचावेल पण बहुसंख्य लोक बेकार होतील, विस्थापित होतील. मार्टिनचे असे मत झाले की पंडित नेहरू हे एक बुद्धिमान आणि राष्ट्रप्रमुखाची धुरा जबाबदारीने सांभाळणारे नेते आहेत,

म्हणून त्यांनी या दोन टोकांच्या भूमिकांचा सुवर्णमध्य गाठला आहे. मार्टिनबरोबर झालेल्या चर्चेत ते म्हणाले की काही औद्योगिकीकरण होणे आवश्यक आहे. अवजड उद्योगात दोष टाळून शासनाच्या नियंत्रणाने विकास साधता येईल. त्याचबरोबर हस्तकला, सूतकताई, विणकाम अशा गृहउद्योगांनाही सरकारने सवलती व उत्तेजन दिले आहे.

नेहरूंबरोबरच्या चर्चेत दलितांच्या प्रश्नांवरही चर्चा झाली. स्वतंत्र भारताने जातीनिर्मूलनाच्या बाबतीत कोणती पावले उचलली आहेत याची नेहरूंनी कल्पना दिली. विद्यापीठात दलितांना प्राध्यान्याने प्रवेश देण्याबद्दल नेहरूंनी सांगितले तेव्हा हा सुद्धा जातीभेदाचाच प्रकार नाही का असे डॉ. रेडिक यांनी म्हटले. नेहरूंचे त्यावर उत्तर होते, की हजारो वर्षे दलितांवर जे अन्याय झाले त्याची ही भरपाई आहे. दलितांना त्यांचे हक्क मिळवून देण्यासाठी भारतीय नेत्यांनी आपले नैतिक सामर्थ्य खर्च केले आहे हे पाहून मार्टिनला बरे वाटले. खेडेगावातून गरीब लोकांच्या मदतीसाठी राबवले जाणारे कार्यक्रम पाहून तो भारावून गेला. १९६० मध्ये निग्रोंना अमेरिकेत मिळणारी वागणूक, त्यांच्यावर होणारा हिंसाचार पाहून भारतातील अस्पृश्यांची आणि त्यांची तुलना होणे साहजिक होते. दोन्हीकडे अस्पृशता वंशभेदातून जन्मली, पण भारतात त्याला धर्माचे अधिष्ठान मिळाले. अस्पृश्यांची घरे गावाबाहेर असत, तशी निग्रोंची वस्तीही गोऱ्यांच्या वस्तीपासून अलग असे. अस्पृश्यांच्या मुलांना शाळेत वेगळे बसवत, पिण्याच्या पाण्याच्या नळांना हात लावता येत नसे, हलकी कामे करावी लागत आणि खेड्यातले जमीनदार कायदे हातात घेऊन त्यांना शिक्षा करत. अमेरिकेच्या दक्षिण भागात गुलामांना स्वातंत्र्य मिळाल्यानंतरही १९६० पर्यंत हीच स्थिती होती. मात्र भारत भेटीत एका प्रसंगाने हे साधर्म्य मार्टिनच्या लक्षात आले. दलितांच्या एका शाळेला भेट दिली असता तिथले मुख्याध्यापक त्याची ओळख करून देताना म्हणाले, ''हे देखील आपल्यासारखे अमेरिकेतील अस्पृश्य समाजातून आले आहेत.'' अमेरिकेतल्या चर्चमध्ये पुढे सहा वर्षांनी प्रवचन देताना त्याला या प्रसंगाची आठवण झाली आणि तो म्हणाला, **''माझा उल्लेख अस्पृश्य म्हणून ऐकल्यावर क्षणभर मला धक्काच बसला. पण मग मी विचार करू लागलो की अमेरिकेतले माझे दोन कोटी बांधव अजूनही शहरातल्या, उंदरांचा बुजबुजाट असलेल्या घाणेरड्या झोपडपट्टीत राहतात, सुखसोयी नसलेल्या शाळेत त्यांची मुले जातात, त्यांच्यासाठी वेगळी हॉटेल्स, वेगळे सार्वजनिक नळ, वेगळ्या मुताऱ्या, वेगळी मैदाने आहेत.''** मग तो स्वत:शीच उद्गारला, **''होय, मी अस्पृश्य आहे आणि अमेरिकतला प्रत्येक निग्रो अस्पृश्य आहे.''**

भारतामध्ये काही खेड्यांना भेटी दिल्यावर तिथली शेकडो माणसे जमिनीवर झोपतात, किंवा लहान लहान झोपड्यातून गायी बैल आणि कोंबड्यांबरोबर राहतात, त्यांना अंघोळीसाठी पाणी मिळत नाही हे पाहिल्यावर त्याच्या मनात कालवाकालव झाली. आपल्या आत्मचरित्रात तो म्हणतो की, **''मग आम्हाला कळलं की ते अस्पृश्य होते. सगळ्यात अधिक कष्ट करणारी ही माणसे त्यांच्याच भारतीय बांधवांकडून तुडवली जात होती. गांधींनी ही समाजव्यवस्था पाहिली आणि त्यांना ती कधीच सहन झाली नाही आणि सबंध आयुष्यभर ते या व्यवस्थेविरुद्ध झगडले, पत्नीच्या इच्छेविरुद्ध त्यांनी एक अस्पृश्य मुलगी दत्तक घेतली. हिंदू मंदिरातून अस्पृश्यांना प्रवेश मिळेपर्यंत त्यांनी उपवास केले.''**

भारतात आल्यावर त्याला आणखी एका कार्यक्रमाचे खूप आश्चर्य वाटले आणि ते म्हणजे विनोबांच्या भूदान चळवळीचे. विनोबा भावे आणि अमेरिकन विद्यापीठात शिकलेले प्रखर बुद्धिवादी जयप्रकाश नारायण हे दोघे मोठ्या जमीनदारांना त्यांच्या जमिनीचा काही भाग भूमीहीनांना दान करण्यास प्रवृत्त करत, त्यावर गावाची सहकारी मालकी राही, त्याचप्रमाणे कापड विणून त्याचे स्वत:चे कपडे स्वत: शिवण्यासाठी ते गावकऱ्यांना उत्तेजन देत. म्हणजे रोजगार, अन्न आणि कपडे याबाबतीत ते गावांना स्वयंपूर्ण करत होते. यामुळे खेडेगावातील माणसे शहरातील झोपडपट्ट्यातून गर्दी करण्यापेक्षा खेड्यातच राहणे पसंत करतील असे त्यांना वाटत होते. या कल्पना पाश्चात्यांना फार विचित्र वाटणाऱ्या होत्या. भूदान चळवळीत हजारो एकर जमीन गरिबांना दान म्हणून मिळाली. पाश्चात्य देशात अशा प्रकारची चळवळ कधीही उभी राहू शकणार नाही असे मार्टिनला वाटले. उजव्या किंवा डाव्या विचारसरणीकडे न झुकता जगातली ही सर्वांत मोठी लोकशाही सामान्य व्यक्तीचे जीवनमान उंचावू शकेल. देशात आणि जगात शांतता आणि अहिंसा यांचा संदेश देणारी भारत ही एक महान शक्ती आहे. या देशात आदर्शवादाचा आणि बुद्धिमानतेचा अजूनही सन्मान होतो. भारताचा आत्मा सुरक्षित ठेवायला हातभार लावणे म्हणजे आपला आत्मा सुरक्षित ठेवणे होय, असे त्याला वाटले.

मार्टिन भारतात खूप हिंडला. सकाळी लौकर उठल्यापासून, रात्री उशिरा झोपेपर्यंत, कधी केळीच्या पानावर जेवून तर कधी मांडी घालून जमिनीवर बसण्याची कसरत करीत, कधी खेड्यातून पायी प्रवास करत तर कधी विद्वानांशी चर्चा करत, समुद्रात पोहण्याचा अनुभव घेत, ताजमहालाचं निथळतं सौंदर्य न्याहाळत, गया आणि शांतिनिकेतन इथे भारताच्या सांस्कृतिक संपन्नतेचा अनुभव घेत हिंडत हिंडत ते २२ फेब्रुवारीला त्रिवेंद्रमला येऊन पोचले. तिथून कन्याकुमारीला आले. जगातील सर्वात सुंदर दृष्यांमधील एक दृष्य असे त्या स्थळाचे वर्णन करत मार्टिन भारावून

गेला, कारण पौर्णिमेच्या रात्री समुद्रात अस्ताला जाणारा सूर्य आणि दुसऱ्या बाजूने समुद्रातून वर येणारा पौर्णिमेचा चंद्र असं सुंदर दृष्य पाहून ते सगळेच हरखून गेले. मार्टिनमधला धर्मगुरू जागा झाला. तो कोरेटाला म्हणाला, **''अंधारात चमकणारा प्रकाश देवाकडे आहे. दिवसाचा प्रकाश मावळतो, आपल्याला मध्यरात्रीच्या अंधारात सोडून देतो, आपल्या आशा आकांक्षाचा चुराडा होतो, आपण अन्यायाचे बळी होतो, शोषणाला बळी पडतो. नैराश्याने आपला आत्मा भरून जातो आणि कुठेच प्रकाशाची तिरीप दिसत नाही. अशा वेळी अचानक दुसराच एक प्रकाश चमकून उठतो आणि नैराश्याचं रूपांतर आशेच्या प्रकाशकिरणात होतं.''** या स्वर्गीय सौंदर्यातून मिळालेला आनंद ही मार्टिनची एकटेपणातली ठेव बनली.

''भारतात मी प्रवासी म्हणून आलेलो नाही, तर वारकरी म्हणून आलो आहे.'' हे मार्टिनचे उद्‌गार खरे ठरले ते त्याच्या अहमदाबादमधील साबरमती आश्रमाच्या वास्तव्यात. दक्षिण आफ्रिकेतून परत आल्यावर गांधीजींनी हा आश्रम स्थापला आणि ते इथे अठरा वर्षे राहिली. देशाचे स्वातंत्र्य आणि नवी समाजरचना यांच्या योजना इथेच आखल्या गेल्या. एक मार्चला मार्टिनने सबंध दिवस इथे घालवला. दांडी मार्चची सुरुवात जिथून झाली त्या ठिकाणी उभं राहून त्यानं त्या वेळचा थरार अनुभवला. पुढच्या काळात फ्रीडम मार्चसाठी आपल्या बांधवांना स्फूर्ती देताना मार्टिनने हा अनुभव सांगितला. तो म्हणाला, **''गांधी निघाले त्यावेळी त्यांच्याबरोबर फक्त आठ, दहा माणसे होती. २१८ मैलांचा पायी प्रवास करत ते दांडीला पोचले तेव्हा हजारोंच्या संख्येने माणसे त्यांच्याबरोबर होती. गांधी पुढे गेले आणि त्यांनी चिमूटभर मीठ उचलले. अन्यायाविरुद्ध कायदेभंग करण्याचा तो एक नाट्यपूर्ण प्रसंग होता. जुलमी कायद्याविरुद्ध केलेला हा मिठाचा सत्याग्रह होता.'' गांधी लोकांना म्हणाले, ''तुम्हाला मारलं तर उलट मारू नका, त्यांनी तुम्हाला गोळ्या घातल्या तर तुम्ही उलट गोळ्या घालू नका. त्यांनी तुम्हाला शिव्या घातल्या तरी तुम्ही त्यांना शिव्या देऊ नका. तुम्ही फक्त पुढे चालत रहा. आपण तिथे पोचेपर्यंत आपल्यातील काही मरतील, काहींना तुरुंगात डांबलं जाईल. पण आपण पुढे चालत राहू.'' आणि ते पुढे चालत आणि चालतच राहिले, हजारोंच्या संख्येने ते एकत्र आले.''** मार्टिनने ही कथा इतकी नाट्यमय पद्धतीने लोकांना ऐकवली की ऐकणाऱ्यांच्या अंगावर काटा आला, मार्टिन बोलत नसून जणू गांधींचाच आत्मा मार्टिनच्या रूपाने बोलत होता.

गांधींच्या नातेवाईकांनी आणि अनेक शिष्यांनी मार्टिनचे साबरमती आश्रमात

स्वागत केले. बहुसंख्य हरिजन असलेल्या सहाशे लोकांसमवेत त्याने आश्रमात प्रार्थना केली. गांधींच्या आयुष्यातील अनेक घटनांना चर्चेमध्ये उजाळा मिळाला. त्याचप्रमाणे माँटगोमेरीमध्ये मार्टिनने केलेल्या अहिंसात्मक प्रतिकाराबद्दल त्याचे कौतुक झाले. पाश्चिमात्य देशात अशा प्रतिकाराची किती गरज आहे हे त्यांना मार्टिनने सांगितले. इतिहासकार क्लेबोर्न कारसन यांनी नमूद केले आहे, की या भेटीच्या अखेरीस गांधींच्या शिष्यांपेक्षाही मार्टिन अधिक गांधीमय झाला होता. गांधींना अधिक चांगल्या रीतीने जाणून घेण्यासाठी खरे तर त्याने भारत भेट ठरवली, पण भारत सोडताना तो पूर्ण गांधीमय होऊन गेला होता.

९ मार्च १९५९ ला भारताचा निरोप घेताना त्याने केलेले भाषण अतिशय हृद्य होते. **''इथल्या लोकांना आणि सरकारला मला एक विनंती करायची आहे. सध्या जागतिक शांततेची परिस्थिती इतकी गंभीर बनली आहे की, तिच्याबद्दल विनोबा भाव्यांशी चर्चा करताना मला एक कल्पना सुचली. अमेरिका आणि रशिया या दोन्ही देशांनी जग भयमुक्त करण्यासाठी निःशस्त्रीकरण करावे अशी शांतताप्रिय व्यक्तींनी केलेली विनंती दोन्ही देशांनी मान्य केलेली नाही. या दोन्ही देशांकडे श्रद्धा आणि धैर्य नाही. विनोबा भावे म्हणाले की भारताकडे श्रद्धा आणि धैर्य दोन्ही आहे म्हणून हा देश आज ना उद्या एकतर्फी निःशस्त्रीकरण करेल. भारताने हा पुढाकार घ्यायला पाहिजे आणि जगाला दाखवले पाहिजे की अहिंसात्मक प्रतिकाराने जसे देशाला स्वातंत्र्य मिळवता येते, त्याचप्रमाणे वैश्विक निःशस्त्रीकरणही करता येऊ शकेल. हे धैर्य म्हणजेच महात्म्याच्या विचारांप्रमाणे जाणे असेल आणि ते सर्व जगाला आपल्या मागे येण्याची प्रेरणा देईल.''**

भारताच्या भेटीने मार्टिनच्या विचारांवर सखोल प्रभाव पडला. राजघाटावर गांधींच्या समाधीला पुष्पहार अर्पण करताना तो या महात्म्यापुढे नतमस्तक झाला. भारताबद्दल पुष्कळ समजलं, पण या खंडप्राय देशातील माणसे, त्यांचे प्रश्न, विरोधाभास, त्यांची कामगिरी याबद्दल कितीतरी समजायचं राहिलं अशी त्याची भावना होती. मात्र शोषितांच्या स्वातंत्र्य लढ्यासाठी अहिंसात्मक प्रतिकार हे सर्वात प्रभावी शस्त्र आहे याबद्दल त्याची खात्री झाली. हिंसाचार न करता भारतीयांनी ब्रिटिशांच्या जोखडातून स्वतःची सुटका केली. हिंसाचारामुळे निर्माण होणारा तिरस्कार आणि कडवटपणा भारतात कुठेही आढळला नाही. मूकसंमती दिल्याने नैतिक आणि आत्मिक आत्महत्त्या होते. हिंसाचाराने मागे राहणाऱ्यांकडे कडवटपणा येतो आणि नाश करणारे निर्दयी बनतात. पण अहिंसेचा मार्ग स्वातंत्र्याकडे नेतो आणि प्रेमळ समाजाची निर्मिती करतो. आपल्या लोकांच्या स्वातंत्र्यासाठी आपण अहिंसेचे

शस्त्र अधिक प्रभावीपणे वापरायचे या निश्चयाने तो माघारी गेला. या भेटीने अहिंसेच्या तत्त्वाचा त्याला जवळून साक्षात्कार झाला आणि आपल्या बांधवांबद्दलची त्याची बांधिलकी आणखी हृद्य झाली.

२२ मार्च १९५९ ला त्याने मॉंटगोमेरीत गांधींच्या आयुष्यावर, त्यांच्या दुःखद शेवटावर एक प्रभावी भाषण केले. भाषणाच्या शेवटी तो म्हणाला, ''**जगाला गांधींसारखी माणसं आवडत नाहीत. हे विचित्र आहे, नाही का? जगाला ख्रिस्तासारखी माणसं आवडत नाहीत. लिंकनसारखी माणसं आवडत नाहीत. ते त्यांना मारून टाकतात. ज्या माणसानं भारतासाठी सर्व काही केलं, आपलं आयुष्य वेचलं, ४० कोटी लोकांना स्वातंत्र्यासाठी प्रवृत्त केलं, त्यातल्याच एका हिंदूला वाटलं की ते मुस्लिमांचा अनुनय करतात, मुस्लिमांना त्यांनी नको इतकं दिलं, बघा, ज्या माणसानं आयुष्यभर अहिंसेचा स्वीकार केला, तो हिंसेचा बळी ठरला. सर्वांवर प्रेम करणारा हा माणूस तिरस्काराचा बळी ठरला. ख्रिस्त गेला त्याच दिवशी गांधी जावेत हा काय योगायोग असेल? त्या दिवशी शुक्रवार होता. गांधींना ज्या माणसाने मारले त्याने मानवतेच्याच छातीत गोळी घातली. महात्मा गांधींना ज्या कारणासाठी मारलं त्याचकारणासाठी अब्राहम लिंकनला मारण्यात आलं आणि ते कारण म्हणजे फाळणी झालेल्या देशाच्या जखमा बुजवण्याचे त्यांचे प्रयत्न. अब्राहम लिंकनला गोळी लागली तेव्हा सेक्रेटरी स्टन्टन म्हणाले, 'आता ते अमर झाले' महात्मा गांधींच्या बाबतीतही तेच म्हणता येईल.**''

◆◆

११

-०-

मार्टिन आणि केनेडी बंधू

माँटगोमेरी इंप्रुव्हमेंट असोसिएशनची स्थापना होऊन चार वर्षे लोटली. माँटगोमेरीतल्या त्याच्या वास्तव्याला पाच वर्षे झाली तेव्हा अ‍ॅटलांटाला रहायला जावे असे मार्टिनला वाटू लागले. एकतर अ‍ॅटलांटा मोठे शहर असल्याने त्याला प्रवासाला ते सोयिस्कर होते. दक्षिण भागात जास्त मोठ्या प्रमाणात स्वातंत्र्य चळवळ सुरू करायची तर अ‍ॅटलांटा मध्यभागी होते. सदर्न ख्रिश्चन लीडरशिप कॉन्फरन्सचे मुख्य कार्यालय अ‍ॅटलांटामध्ये होते, आणि त्याचा अध्यक्ष या नात्याने त्याच्यासाठी अधिक वेळ देणेही गरजेचे होते. हा सगळा विचार करून वडिलांच्या एबेन्झर बॅप्टिस्ट चर्चमध्ये सहधर्मगुरू म्हणून जाण्याचे त्याने ठरविले. माँटगोमेरी सोडणे त्याला थोडे जड गेले कारण तिथल्या लोकांशी त्याचे भावबंध जुळले होते, त्या लोकांच्या अविचल निर्धारानेच त्याची पहिली चळवळ यशस्वी झाली होती आणि या शहरानेच त्याच्या नेतृत्वाची जडणघडण केली होती.

भारतातून परतल्यावर गांधीजींच्या प्रभावामुळे त्याने एक दिवस मौन पाळायचे व तो दिवस चिंतनात घालवायचा असे ठरवले होते, पण अ‍ॅटलांटामध्ये त्याची कामे आणि सामाजिक सहवास इतका वाढला की तो स्वत:साठी वेळ देऊ शकला नाही. सर्वंकष अशी वंशभेदविरोधी चळवळ सुरू व्हावी यासाठी त्याचे प्रयत्न सुरू झाले. याच सुमारास म्हणजे १९६० मध्ये निग्रो विद्यार्थ्यांची एक चळवळ विद्यापीठांच्या आवारात आणि सार्वजनिक ठिकाणी सुरू झाली आणि पाहता पाहता त्याचं लोण दक्षिणेत सर्वत्र पसरलं. विद्यार्थ्यांच्या जेवणव्यवस्थेत विद्यापीठांच्या भोजनालयात जो भेदाभेद पाळला जायचा त्याविरोधात विद्यार्थ्यांनी शांततामय आणि अहिंसक विरोध सुरू केला. मार्टिनकडून स्फूर्ती घेऊनच हा उठाव झाला होता. अर्कांसन्समध्ये विद्यार्थ्यांनी वंशभेद करणाऱ्यांविरुद्ध मोर्चा काढला आणि गोऱ्या काळ्यांच्या एकत्रित महाविद्यालयात त्यांनी प्रवेश केला. नॉर्थ कॅरोलिनामध्ये अनेक निदर्शक 'फक्त

गोऱ्यांसाठी' अशा पाट्या असलेल्या हॉटेलात जाऊन बसले आणि त्यांनी तिथून उठायला नकार दिला. काहींना तिथे जेवण मिळाले तर काहींना पोलिसांनी पकडून नेले. तरुण निदर्शकांनी तुरुंगाच्या खोल्या भरून गेल्या. नॅशव्हिलमध्ये गांधी तत्त्वज्ञानाचा अनुयायी जिम लॉसन याने शांततामय मार्गाने अहिंसक चळवळ कशी चालू ठेवावी याची एक कार्यशाळाच घेतली. मार्टिनच्या पुढाकाराने नॉर्थ कॅरोलिनामधील रॅले येथे शॉ युनिव्हर्सिटीत स्टुडंट नॉनव्हॉयोलंट को ऑर्डिनेटिंग कमिटीची (SNCC) स्थापना झाली. ही चळवळ सर्वदूर नेण्याचे त्यांचे ध्येय होते. जॉन लेविस हा विद्यार्थी नेता चेअरमन झाला, पण पहिल्यापासूनच मार्टिनचे आणि या मंडळाचे खटके उडू लागले. विद्यार्थ्यांच्या गरम रक्ताला मार्टिनचा शांतपणा आणि अहिंसावाद मानवणारा नव्हता. त्यांना आता अनेक गोरे विद्यार्थीही येऊन मिळाले होते. त्यातून काही ठिकाणी हिंसा उसळली. अलाबामामध्ये विद्यार्थी बसमधून 'फ्रीडम राईडस' करताना बस जाळण्यात आली. गोऱ्या लोकांच्या एका समूहाने हातात लोखंडी सळ्या आणि बेसबॉलच्या बॅट घेऊन मॉंटगोमेरी बसस्टेशनवर उतरलेल्या विद्यार्थ्यांना पिटून काढले. ॲबरनथीच्या चर्चमध्ये विद्यार्थी थांबले असता रात्रभर बाहेर दंगा करणाऱ्या गोऱ्यांनी चर्चमध्ये दगड विटांचा बाहेरून वर्षाव केला. मार्टिनने चर्चच्या तळघरातून ॲटर्नी जनरल रॉबर्ट केनेडीला फोन केला की हे लोक कधीही चर्च जाळून टाकतील. पहाटे पहाटे बाहेरची गर्दी कमी झाली आणि नॅशनल गार्डसच्या मदतीने आतली माणसं बाहेर पडली. पुढच्या मिसिसिपी फ्रीडम राईडसाठी विद्यार्थ्यांनी बोलावले असता तो गेला नाही. जॉर्जियामध्ये आधीच अटक होऊन तो नजर कैदेत होता, त्यात आणि मिसिसिपीच्या तुरुंगात त्याला पडायचं नव्हतं. या विद्यार्थ्यांनी ठरल्याप्रमाणे बसयात्रा केली, त्यांना अटक झाली आणि तुरुंगात डांबण्यात आले, आपण त्यांच्याबरोबर नव्हतो, याचे मार्टिनला वाईट वाटले, पण तुरुंगाचा अनुभव त्याने यापूर्वी नुकताच घेतला होता.

१९ ऑक्टोबर १९६०. मार्टिन अन्य पस्तीस निदर्शकांबरोबर एका डिपार्टमेंट स्टोअरमध्ये शिरला आणि 'फक्त गोऱ्यांसाठी' अशी पाटी असलेल्या जेवणाच्या टेबलाशी जाऊन बसला. सर्व लोकांबरोबर त्याला मिनिटभरात अटक झाली. टीव्ही कॅमेऱ्यांनी देशभर ही बातमी लगेच पोचवली. त्यांना ॲटलांटामधील तुरुंगात डांबण्यात आले. चार महिन्याच्या सक्त मजुरीची शिक्षा त्याला ठोठावण्यात आली. पहाटे साडेतीन वाजता त्याला उठवण्यात आले. गुन्हेगाराप्रमाणे हातापायात बेड्या आणि साखळ्या अडकवून त्याला पोलिसांच्या गाडीत बसवण्यात आले. दोन तास अंधारात प्रवास केल्यावर पहाटेच्या सुमाराला त्याला रेडसूव्हिलमधल्या तुरुंगातील एका अंधाऱ्या एकाकी कोठडीत टाकण्यात आले. पहिल्या तुरुंगवासापेक्षा हा तुरुंग

अधिक भयानक होता, प्रथमत: त्याला रडू फुटले, पण स्वत:च्या दुर्बलतेची लाज वाटून त्याने नंतर स्वत:चीच निर्भर्त्सना केली. हा काळ जॉन केनेडी आणि रिचर्ड निक्सन यांच्यामधील अध्यक्षीय उमेदवारीच्या प्रचाराचा काळ होता. मार्टिनला झालेल्या शिक्षेने घाबरून जाऊन कोरेटाने केनेडीचे प्रचारक हॅरिस वोफोर्डला फोन केला की ही माणसे मार्टिनला ठार करतील. वोफोर्डने ही हकिकत केनेडीच्या कानावर घातली, केनेडीने ताबडतोब कोरेटाला अ‍ॅटलांटामध्ये फोन करून मदतीचे आश्वासन दिले. रॉबर्ट केनेडीने शिक्षा ठोठावणाऱ्या न्यायाधीशाला ताबडतोब फोन करून मार्टिनच्या होणाऱ्या छळाबद्दल तक्रार केली. मार्टिनने वरच्या कोर्टात अपील केलेले असल्याने त्याने मार्टिनला जामिनावर सोडण्याची तयारी दाखवली. अंधाऱ्या तुरुंगातून मार्टिन एका आठवड्याने बाहेर पडला तेव्हा तो खूप थकलेला होता. काही काळ आपल्या मुलांबरोबर आणि बायकोबरोबर घालवून त्याने थोडी विश्रांती घेतली. पहिल्या योलांडानंतर त्याला बर्नीस आल्बरटाईन ही एक मुलगी होती व मार्टिन ल्यूथर तिसरा आणि डेक्टरस स्कॉट अशी दोन मुले होती. योलांडाबरोबर पुस्तके वाचणे, फिरणे, बेसबॉल खेळणे यात तो थोडा वेळ रमून गेला. पण इथेही वंशश्रेष्ठत्वाच्या सावलीने त्यांचा पाठलाग केलाच. योलांडाबरोबर टीव्हीवर एका जत्रेची जाहिरात पाहिल्यावर योलांडा म्हणाली, "डॅडी, आपण जाऊ ना?" मार्टिन एकदम कष्टी झाला. ती आता सहा वर्षांची होती आणि एकदम हुशार होती, पण कितीतरी गोष्टी तिला कळण्यापलीकडच्या होत्या. त्या जत्रेत काळ्या मुलांना प्रवेश नाही हे तो तिला कोणत्या तोंडाने सांगू शकणार होता? त्या रात्री गेल्या काही वर्षांतील घटनांचा इतिहास त्याच्या नजरेसमोर आला. विद्यार्थी चळवळीमुळे काही ठिकाणी काळ्यांना हॉटेल्स खुली झाली होती. तरीही अजून कितीतरी ठिकाणी ते दुय्यम नागरिक होते. 'जोरदारपणे ही चळवळ उभी करायला हवी.' तो स्वत:शीच म्हणाला. तसा जॉन केनेडींशी त्यांचा संबंध यापूर्वीच दोन वेळा आला होता. जॉन केनेडी राष्ट्राध्यक्ष पदाची उमेदवारी मिळवण्याच्या प्रयत्नात होते तेव्हा जून १९६० मध्ये त्याची ब्रेकफास्ट टेबलावर केनेडींशी पहिली भेट झाली. या भेटीत मार्टिनने प्रथमच सांगून टाकले की तत्कालीन राष्ट्राध्यक्ष आयसेनहॉवर यांनी निग्रोंच्या प्रश्नात नेतृत्व स्वीकारून काही ठोस पावले कधीच उचलली नाहीत, त्यामुळे पुढील राष्ट्राध्यक्षांनी याबाबतीत काही विशेष करून दाखवावे अशी आमची अपेक्षा आहे. सरकार घर बांधणीसाठी देत असलेल्या मदतीमधील भेदाभेद कायदेशीररीत्या अवैध ठरवावेत. नागरी हक्कांची कडकपणे अंमलबजावणी व्हावी. या दृष्टीने सकारात्मक पावले उचलणाऱ्या राष्ट्राध्यक्षाची गरज आहे. "मी निवडून आलो, तर तसे नेतृत्व मी नक्कीच करेन." असे केनेडींनी वचन दिले. हॉटेलात प्रवेश

मिळण्यासाठी निग्रोंनी केलेल्या आंदोलनामुळे त्यांना जाणीव झाली की मतदानाचा हक्क हा तर मूलभूत महत्त्वाचा आहे आणि त्या प्रश्नात ते आत्ताच लक्ष घालणारे होते. केनेडी निवडणूक लढवणार होते म्हणून निग्रोंची मते मिळवणे त्यांच्या दृष्टीने महत्त्वाचे होते. केनेडींना निग्रोंच्या प्रश्नांचे खोल ज्ञान नाही असे पहिल्या भेटीत मार्टिनला वाटले, पण काही महिन्यानंतर जेव्हा त्यांची उमेदवारी जाहीर झाली तेव्हा त्यांच्या घरी पुन्हा भेट झाल्यावर नागरी हक्काच्या प्रश्नाबाबत त्यांनी खूप माहिती मिळवलेली आहे हे मार्टिनच्या लक्षात आले. राष्ट्राध्यक्षपदाच्या प्रचारात मार्टिनने त्यांना उघड पाठिंबा द्यावा अशी त्यांची इच्छा होती, पण ज्या एस. सी. एल. सी चे प्रतिनिधित्व मार्टिन करत होता ती संघटना पक्षातीत होती म्हणून तसे करणे मार्टिनला उचित वाटले नाही. पण वेळ येताच केनेडींनी मार्टिनला तुरुंगातून सुटण्यासाठी आपला शब्द खर्च केला. खरे तर केनेडींचे विरोधी स्पर्धक निक्सन यांचे व मार्टिनचे संबंध पाहिल्यापासून जवळचे होते, डॅडी किंगनी तर त्यांना उघड पाठिंबा दिला होता, पण निक्सनने मार्टिनच्या तुरुंगवासाबद्दल कोणतीही पावले उचलली नाहीत आणि निग्रोंच्या मतांची संधी घालवली. मार्टिनने केनेडींना जाहीर पाठिंबा दिला नाही तरी त्यांचे जाहीर आभार मानले. पण निवडून आल्यावर केनेडींच्या पहिल्या पदग्रहण समारंभाला मार्टिनला निमंत्रण नव्हते आणि पुढेही निग्रो नेता रॉय विल्किन्स यांच्याशी त्यांनी चर्चा केली पण मार्टिनला कधी चर्चेला बोलावले नाही. त्याचप्रमाणे अ‍ॅटर्नी जनरल रॉबर्ट केनेडी यांनी नागरी हक्क पुनर्स्थापनेसाठी बोलविलेल्या निमंत्रकातही मार्टिनचा समावेश नव्हता. निग्रोंनी मोठ्या प्रमाणात केनेडींना मतदान केले होते, पण केनेडींच्या राष्ट्राध्यक्षपदाचे आठ नऊ महिने संपत आले तरी केनेडी या बाबतीत अजून सावध पावले टाकत होते. निग्रोंनी मोठ्या प्रमाणात नावनोंदणी केल्यापासून त्यांच्या अंगात नवा उत्साह संचारला होता. ठिकठिकाणी मोर्चे नेले जात होते. पूर्वी गोरी माणसे रस्त्यावरून जाताना निग्रो कडेला उभे राहत, आता गोऱ्या माणसांसमोर ती धिटाईने निदर्शने करत होती. आल्बनी, जॉर्जिया मध्ये मोठ्या प्रमाणात त्यांची धरपकड होऊन त्यांना तुरुंगात टाकले जात होते. मार्टिनने शेवटी वाट पाहून आवाज उठवला की निग्रोंना दिलेली वचने केनेडी पाळत नाहीत, ही निग्रोंची फसवणूक आहे. शेवटी केनेडी बंधूंनी मार्टिनला चर्चेसाठी व्हाईट हाऊसवर बोलावले. मार्टिनने जोरदार मागणी केली की ज्याप्रमाणे शंभर वर्षांपूर्वी अब्राहम लिंकनने एक जाहीरनामा काढून गुलामी संपवली त्याप्रमाणे एका फटक्यात सर्व प्रकारचे वांशिक भेद संपुष्टात आणण्याचा जाहीरनामा काढून केनेडींनी निग्रोंना स्वातंत्र्यप्राप्ती करून द्यावी. ही सूचना केनेडींनी स्मित हास्य करत विनयाने स्वीकारली. राष्ट्राध्यक्ष होण्यापूर्वीचे

मार्टिन आणि केनेडी बंधू / ९७

केनेडी आणि आत्ताचे केनेडी यांच्यातला फरक मार्टिनने चाणाक्षपणे टिपला. त्यांच्यामध्ये उपजत समज आणि राजकीय डावपेचांचे कौशल्य होते पण कृती करण्याची नैतिक उत्कटता नव्हती. त्यानंतर लौकरच एका काळ्यांच्या वृत्तपत्रात मुलाखत देताना केनेडी म्हणाले की देशामध्ये काळा गोरा असा भेदभाव केला जात आहे असे त्यांना दिसत नाही. दोघा केनेडी बंधूंनी काळ्या लोकांनी मतदार नोंदणी करावी म्हणून मोठ्या प्रमाणात व्होटर एज्युकेशन प्रॉजेक्ट हाती घेतले. या माध्यमातूनच वांशिक ऐक्य येईल असाही त्यांनी प्रचार केला पण या पलीकडे जाऊन जीवनातल्या साध्यासुध्या रोजच्या भेदभावांच्या बाबतीत जसे सार्वजनिक मुताऱ्या एक असाव्यात, सिनेमागृहात सर्वांनी एकत्र बसावे, कटिंग सलून सर्वांना खुली असावीत- या बाबतीत त्यांनी काहीही केले नाही. मार्टिनने ॲबरनथीच्या चर्चवर दगडफेक चालू असता चर्चच्या तळघरातून रॉबर्ट केनेडींना फोन केला असता तुम्ही बसच्या बहिष्कारात कायद्याचे उल्लंघन केले असल्याने जरा दमाने घ्या असा सल्ला त्यांनी दिला. तेव्हा उसळून मार्टिन म्हणाला, "तो कायदा चुकीचा आहे आणि आम्ही त्याला विरोध केला पाहिजे असे आमची सद्सद्विवेकबुद्धी आम्हाला सांगते." हे आपल्याला धमकावणं आहे असं समजून केनेडी म्हणाले की तुमचे लोक तुरुंगात आहेत त्याचा काहीही परिणाम आमच्यावर होणार नाही. मार्टिनला हे बोलणे अपमानास्पद वाटले आणि तो म्हणाला की, "आणखी हजारो विद्यार्थी स्वातंत्र्य फेऱ्या काढतील आणि तुरुंगात जातील." केनेडी चिडून म्हणाले, "धमकी देऊ नका. आमच्याशी बोलण्याची ही पद्धत नाही." अशी वादावादी होऊनही दोन्ही केनेडी बंधू मार्टिन आणि त्याच्या चळवळींनी प्रभावित झाले होते. इंटरस्टेट कॉमर्स कमिशनला राज्यान्तर्गत बस, आगगाडी वा विमान प्रवास यामध्ये कोणत्याही बाबतीत गोरे-काळे असा भेद केला जाऊ नये असा फतवा त्यांनी याचाच परिणाम म्हणून काढला.

मार्टिनचा जवळचा मित्र स्टॅनले लेव्हीसन याचे कम्युनिस्ट पार्टीशी जवळचे संबंध आहेत आणि तो मार्टिनला जवळचा असल्याने मार्टिनही कम्युनिस्टांशी संबंधित असणार असा संशय एफ.बी.आयचा अधिकारी हूव्हर याला होता. त्याचे मार्टिनच्या प्रत्येक हालचालीकडे बारीक लक्ष असे. नागरी हक्काची चळवळ जोरदार सुरू झाली होती, त्यावेळी केनेडी शासन एका पेचात पडले होते, दोन काळ्या विद्यार्थ्यांना अलाबामा विद्यापीठात प्रवेश देण्यावरून अलाबामाचा गव्हर्नर जॉर्ज वॅलेस याने अतिशय ताठर भूमिका घेतली होती, बर्मिंगहॅममध्ये मार्टिनला अतिशय अपमानास्पद वागवण्यात आलं होतं, जेम्स मेरेडिथला मिसिसिपी विद्यापीठात प्रवेश देण्यावरून वाद झाले. या सर्वांचा परिणाम म्हणून चळवळीबद्दल आपल्या

बांधिलकीला स्मरून केनेडी शासनाने सार्वजनिक ठिकाणी वंशभेद करता येणार नाही असे बिल कॉंग्रेसपुढे मांडले. त्यावेळी राष्ट्राध्यक्ष केनेडी रोज गार्डनमध्ये चक्कर मारण्यासाठी मार्टिनला मुद्दाम घेऊन गेले आणि त्याच्या खांद्यावर हात ठेवून सहज बोलावे असे हळू आवाजात पुटपुटले, "मला वाटतं तुझ्यावर बारीक नजर ठेवली जातीय याची तुला कल्पना असेल. स्टॅनले लेव्हीसन आणि ओडेल या मित्रांशी पूर्णपणे संबंध तोडून टाक, ते दोघेही कम्युनिस्ट आहेत," असा ही सल्ला त्यांनी दिला. ओडेल बाबत मार्टिन काही बोलला नाही, पण त्यांने तिथल्या तिथे केनेडींना सांगून टाकले, "मला स्टॅनले चांगला माहीत आहे आणि तो कम्युनिस्ट आहे यावर माझा विश्वास नाही. मला तसा प्रत्यक्ष पुरावा मिळेपर्यंत मी त्याला सोडणार नाही." स्टॅनले लेव्हीसन त्यावेळी आणखी एक पुस्तक लिहण्यात मार्टिनला मदत करत होता. पण त्यांच्यातला मैत्रीचा गैरफायदा घेत हूव्हरने राष्ट्रीय सुरक्षेच्या नावाखाली मार्टिनचे फोन टॅप करण्याची परवानगी ॲटर्नी जनरलकडे मागितली. अशावेळी एखाद्या प्रसिद्ध व्यक्तीच्या खाजगी आयुष्याबद्दल काही अफवा उठण्याची दाट शक्यता असते, तसे मार्टिनबाबत होऊ नये अशी रॉबर्ट केनेडींची इच्छा होती, म्हणून तशी परवानगी द्यायला त्यांचे मन घेत नव्हते, पण हूव्हरच्या या परवानगी मागण्याच्या नाटकामागे एक महाभयानक धमकी आहे याचीही कल्पना त्यांना होती. एफ. बी. आयसाठी हूव्हरने अनेकदा 'खास' कामगिरी केलेली होती आणि देवाप्रमाणेच याच्या नजरेतून काही सुटत नाही अशी त्याची ख्याती होती. कॉंग्रेसमधील सदस्यांपासून राष्ट्राध्यक्षांच्या लफड्या कुलंगड्यापर्यंत अनेक गुप्त कारवायांची इत्थंभूत माहिती त्याच्या खात्यात जमा हाती. लेव्हीसन आणि ओडेल बाबतची काही माहिती त्याने गुप्तपणे वृत्तपत्रांनाही पुरवली होती, तसे जर राष्ट्राध्यक्षांच्या चारित्र्याबाबत घडले, तर चांगलेच संकट ओढवेल याचीही कल्पना रॉबर्ट केनेडींना होती. मार्टिनचा फोन टॅप करण्याबाबत हूव्हरचा लकडा वाढला, तेव्हा शेवटी रॉबर्ट केनेडींनी त्याला परवानगी दिली. तसे करण्याशिवाय त्यांना दुसरा पर्यायच नव्हता. काही दिवसातच हूव्हरला कल्पनाही नसताना सेक्ससंबंधीच्या मार्टिनच्या गप्पांचा फोन टॅप झाला. मार्टिनवर ताबा ठेवायला या गावगप्पांचा वापर करता येईल याचा धूर्त हूव्हरला अंदाज आला. पुढे त्याने त्या गावगप्पांचा तसा वापर करून मार्टिनची प्रतिष्ठा धुळीला मिळवण्याचा प्रयत्नही केला, पण याचा अर्थ एवढाच होता की मानवी आयुष्याच्या आणि अंतर्मनाच्या गुंतागुंतीचा अर्थ दुर्दैवाने हूव्हरसारख्या हुशार माणसाला कधीच समजला नाही. मार्टिनला आपले सगळे फोन टॅप केले जात आहेत, याचीही पुरेशी कल्पना नव्हती. पुढे अनेक वर्षे अनेक चळवळींच्या काळात हूव्हरच्या कारवाया चालूच होत्या, आणि मार्टिन पक्का कम्युनिस्ट आहे अशी त्याला खात्री

वाटत होती. टाईम मासिकाने मार्टिनला 'मॅन ऑफ द इअर' म्हणून गौरवले, तेव्हा या मार्टिन द्वेष्ट्या माणसाने 'ते अंक कचऱ्याच्या पेटीत टाकण्याची त्यांची लायकी आहे' अशी त्यांची संभावना केली. मार्टिनच्या खाजगी आयुष्याबद्दलच्या अनेक बातम्या हूव्हरपाशी होत्या आणि त्यांच्या आधारे मार्टिनची कीर्ती आपण धुळीस मिळवू अशी त्याची स्वप्ने होती. त्यावेळेपर्यंत नव्याने निवडून आलेल्या राष्ट्राध्यक्ष जॉन्सन यांचे मतही मार्टिन विषयी कलुषित करण्याचा त्याने प्रयत्न केला, पण जॉन्सन यांना मार्टिनच्या अथक झुंजीची पूर्ण कल्पना असल्याने त्यांनी हूव्हरला अजिबात उत्तेजन दिले नाही. वृत्तपत्रांनीही मार्टिन कम्युनिस्ट असल्याच्या आरोपाला प्रतिसाद दिला नाही. शेवटी हूव्हरने स्त्री पत्रकारांची परिषद भरवून 'मार्टिन हा एक नंबरचा खोटारडा आहे, तो चारित्र्यहीन आहे, तो कम्युनिस्टांचा हस्तक आहे' वगैरे तारे तोडले, मार्टिनला या सगळ्या गोष्टींचे अत्यंत मानसिक क्लेश झाले, पण तो कधीच खालच्या पायरीवर उतरला नाही, त्याने आपल्यावरील आरोपांचे खंडन करण्याचाही कधी प्रयत्न केला नाही. उलट, 'कामाच्या आत्यंतिक ताणामुळे एफ. बी. आय् चा हा डायरेक्टर आपला आत्मविश्वास गमावून बसला आहे.' एवढीच संयमित प्रतिक्रिया त्याने व्यक्त केली. हूव्हरबरोबरच्या भेटीतही त्याने अतिशय सौम्य आणि विनयशील भूमिका घेऊन हूव्हरला खजिल केले. लौकरच व्हाईट हाऊसमध्ये राष्ट्राध्यक्षांशी मार्टिनची भेट झाल्यावर, 'केनेडींनी नागरी हक्काबाबत तयार केलेले बिल आपण काना-मात्र्याचाही फरक न करता, जसेच्या तसे संसदेत सादर करून पास करवून घेऊ' असे आश्वासन जॉन्सन यांनी दिल्याने हूव्हरचा पुरताच पराभव झाला. हूव्हरच्या अनेक वर्षांच्या कारवायांनी मार्टिनला वेळोवेळी त्रस्त केले तरी या सर्व प्रकरणात मार्टिनचीच व्यक्तिरेखा जनतेसमोर झळाळून प्रकट झाली.

◆◆

१२

-०-

आल्बनीतली चळवळ

अमेरिकेच्या दक्षिण भागातील आल्बनी, जॉर्जिया ह्या भागातील सामाजिक ताणतणाव दिवसेंदिवस अधिकाधिक ताणले जात होते. स्वत:ची वांशिक श्रेष्ठता मानणाऱ्यांनी ताठर भूमिका घेतली होती. शाळेतील भेद, मतदानाधिकाराला नकार, बागा, ग्रंथालये, हॉटेल्स, बस यामध्ये विलग्नीकरण याबाबतीत ते ठाम होते. दुसऱ्या बाजूला मोर्चे, निदर्शने करून निग्रोही आपला विरोध दाखवून देत होते. खरे तर आल्बनीच्या निग्रोंनी आत्तापर्यंत खूप सोसले होते. प्रत्येक गोष्टीत काही विशिष्ट लोकांना बाजूला ठेवले जाणे ही गोष्ट वरवर पाहता दिसत नाही. पण ती बाजूला ठेवले गेलेल्यांना चटका लावते. त्यांचे मानसिक खच्चीकरण करते. प्रत्येक अनुभवात एक नवी जखम करते. वेगळे रहा, वेगळे खा, वेगळे शिका, वेगळ्या ठिकाणी प्रार्थना करा आणि वेगळे मरा. माणसाच्या आत्मसन्मानाला ठेच पोचवणाऱ्या या कृती आहेत, त्या माणसाच्या माणूसपणाला नकार देतात. माणसाचं नीतीधैर्य उडवून देतात. हे सगळे इथे इतके शिगेला पोचले होते की त्याचा भडका उडालाच. आल्बनीमध्ये सत्तावीस हजार निग्रो रहात होते; पण गेली शंभर वर्षे राजकीय, आर्थिक, शैक्षणिक, सामाजिक स्तरावर ते गुलामीचंच आयुष्य जगत होते आणि वरवर व्यवस्थित वाटणाऱ्या गौरवर्णीय समाजव्यवस्थेनं त्यांना फार सूत्रबद्धपणे दडपून टाकलं होतं. आल्बनी हे नैर्ऋत्येकडील सपाटीवरचे कापूस आणि शेंगदाण्याचे मोठे पीक घेणारं उदासवाणे शहर होते. गेली शंभर वर्षे तिथे होत असलेली निग्रोंची दडपणूक, आल्बनी मुव्हमेंटच्या निमित्ताने वर उसळून आली. बसमधील आणि आगगाड्यांमधील दुजाभाव संपावा, शाळा, ग्रंथालये आणि बागा यामध्ये विलग्नीकरण नको, बोलण्याचे आणि सर्वांना एकत्र जमण्याचे स्वातंत्र्य समान असावे. वैद्यकीय सेवा मिळावी, पोलिसांनी निग्रोंना वाईट वागणूक देऊ नये, मतदानाचा हक्क नाकारला जाऊ नये आणि ज्यूरीमध्ये कृष्णवर्णीयांचा समावेश असावा अशा मागण्या

घेऊन आंदोलनाला सुरुवात झाली. सर्व निदर्शने अतिशय शांततामय, अहिंसक मार्गाने सुरू झाली. गोऱ्यांसाठी राखीव जागांवर बसणे, त्यांच्या प्रार्थनास्थळात जाणे, हॉटेलमध्ये गोऱ्यांच्या जागांवर जेवायला बसणे, मोठ्या संख्येने एकत्र येऊन बस व आगगाड्यांवर बहिष्कार अशा मार्गांने जोरदार विरोध सुरू झाला. आतापर्यंत दक्षिणेच्या कुठल्याही शहरात एवढ्या सर्व बाजूंनी आंदोलन उभे राहिले नव्हते. शहरातल्या अधिकारी लोकांकडूनही प्रत्युत्तर म्हणून तेवढाच जबरदस्त विरोध दाखवला जात होता. मेयर, कमिशनर आणि आल्बनीचा पोलिस प्रमुख लॉरी प्रिट्चेट याने निदर्शकांना लगेच अटक, तुरुंगात डांबणे, वगैरे मार्गांचा अवलंब करून चळवळ चिरडण्याचा निकराने प्रयत्न चालविला. स्थानिक निग्रो नेत्यांनी मार्टिनला फोन करून मार्गदर्शनासाठी बोलावून घेतले. मार्टिन अध्यक्ष असलेल्या सदर्न ख्रिश्चन लिडरशिप कॉन्फरन्सने चळवळीला नैतिक आणि आर्थिक पाठबळ दिले. न्याय, समानता मिळवून दुय्यम नागरिकत्वाची भूमिका संपवण्यासाठी एकत्र आलेल्या जनतेचे कौतुक केले. या विरोधात काळ्या समाजातला प्रत्येक घटक सामील होता. त्यात स्त्री-पुरुष, तरुण, वयस्क हजारोंच्या संख्येने सामील झाले होते. रस्त्यावर आणि तुरुंगात त्यांच्यातील वर्गभेद गळून त्यात व्यावसायिक, कामगार, उद्योजक, शिक्षक, विद्यार्थी सगळे एकत्र आले होते आणि सगळ्यांचा एकच गुन्हा होता की न्यायासाठी ते झगडत होते. मार्टिन आल्बनीत आला तेव्हा जमलेल्या प्रचंड मोठ्या सभेत टाळ्या, आरोळ्या आणि एकत्रित गायलेल्या स्वातंत्र्य गीतांनी त्याचे प्रचंड स्वागत झाले. 'वुई शॅल ओव्हरकम' आणि 'वुई शॅल नॉट बी मुव्हड्' सारख्या भावना हेलावणाऱ्या गाण्यांनी सबंध परिसर दणाणून गेला. मार्टिन व्यासपीठावर चढला आणि घंटानादासारख्या आपल्या दुमदुमत्या आवाजात म्हणाला, **''आम्ही किती काळ अन्याय सहन करायचा? आता अधिक काळ नाही. विश्वाची नैतिक कमान न्यायाच्या दिशेने वाकलेली आहे. किती काळ? फार नाही, कारण...''** आरडाओरडा, टाळ्या यांनी त्याचे पुढचे शब्द खाऊन टाकले होते. माँटगोमेरीनंतर चार वर्षांनी जणू त्याच्या शब्दांतली जादू नवा इतिहास घडवणार होती.

बागा, हॉटेल्स, कॅफे, बस-स्टेशन समोरील निदर्शने कित्येक आठवडे चालली होती. डिसेंबरचे कडाक्याच्या थंडीचे दिवस होते. शहरातील मध्यवस्तीतून लोकांनी मोर्चे काढायचे आणि त्यांना मोठ्या संख्येने अटक व्हायची हे आता नेहमीचेच झाले होते. लोक ज्या अहिंसात्मक मार्गाने निदर्शने करत त्याच अहिंसात्मक मार्गाने आम्ही कायद्याची अंमलबजावणी करतो असे पोलीस प्रमुख प्रिट्चेट म्हणत असे. एक सहा महिन्यांची गर्भारशी स्त्री आपल्या कामवालीला तुरुंगात भेटायला

गेली असता शेरीफ आणि त्याच्या लोकांनी तिला मारहाण केली, त्यावेळी शहरातल्या एका काळ्या वस्तीतून प्रक्षोभ उसळला, बाटल्या आणि दगडांचा भडिमार झाला. प्रिट्चेटने त्यातला एक दगड उचलून पत्रकारांना दाखवला आणि म्हणाला, "हा बघा अहिंसात्मक दगड!" लोकांचा क्षोभ कशामुळे उसळला याचा विसर पडून उलट काळ्या लोकांवर टीका झाली. इतक्या मोठ्या संख्येनं लोकांना अटक झाली की तुरुंगात पाय ठेवायला जागा उरली नाही. मग लोकांना आसपासच्या गोदामात, धान्याच्या कोठारात, कुंपण असलेल्या कुरणातून मोठ्या प्रमाणात डांबण्यात आलं. मार्टिनलाही एका निदर्शनादरम्यान पकडण्यात आलं. ॲबरनथीला आणि त्याला जवळच्या अमेरिकसमधील तुरुंगात ठेवण्यात आलं. परवानगी नसता परेडमध्ये भाग घेणे, सार्वजनिक शांततेला धोका पोचवणे, रस्त्यावर चालणारांना अडथळे निर्माण करणे वगैरे आरोप त्याच्यावर ठेवण्यात आले. त्याने जामीन नाकारला व जोपर्यंत आल्बनीच्या नागरिकांशी काही समझोता घडून येत नाही तोपर्यंत तुरुंगात राहणे पसंत केले. खरे तर लोकांना मार्गदर्शन करून परत जाण्याच्या हिशेबाने तो आला होता, पण अटक झाल्याने तो अडकला. तुरुंगात सत्तरी ओलांडलेल्या बायका, तरुण मुली, मध्यमवयीन माणसे, कुणी डॉक्टर, कुणी कायद्याचे पदवीधर, कुणी शिक्षक, कुणी कामगार यांना पाहून वांशिक विभाजन थांबल्याशिवाय ही माणसे आता गप्प बसणार नाहीत या निर्धाराची त्याला प्रचिती आली. 'क्षुद्रातला क्षुद्र' असे ज्याचे वर्णन मार्टिनने केले तो शेरीफ फ्रेड चॅपेल मार्टिनच्या खोलीबाहेर विशेष दक्षता म्हणून होता. मार्टिनच्या अनुपस्थितीत अन्य नेत्यांनी काही बोलणी केली व त्यानुसार ज्यांच्यावर अजून खटले भरलेले नाहीत त्या सर्वांना बाहेर सोडावे आणि पुढच्या तीस दिवसात निदर्शने झाली नाहीत तर एक द्विवंशीय सदस्यांची समिती नेमून सुधारणांवर विचार व्हावा असे ठरविण्यात आले.

मार्टिनला जरी ही बोलणी फारशी पसंत पडली नाहीत, तरी त्यामध्ये ठरल्याप्रमाणे तो जामिनावर सुटून बाहेर आला. अटींप्रमाणे निदर्शनेही थांबवायची असल्याने तो ॲटलांटाला परत गेला आणि थोड्याच दिवसांत असे लक्षात आले की ही बोलणी शहरातील अधिकारी व्यक्तींनी पार उधळून लावली आहेत. मार्टिनचा हा मोठाच पराभव आहे अशा बातम्या सगळीकडे झळकल्या. आपण जामीन घेऊन सुटलो ती चूक झाली असे त्याला वाटू लागले. हा आपला विजय आहे असे त्यावेळी बाहेर पडताना वाटले. पण बाहेर आल्यावर आपली फसवणूक झाली आहे हे त्याच्या लक्षात आले. तरीसुद्धा आल्बनीतील लोकांनी आपली निदर्शने व अन्य मार्गाने विरोध चालू ठेवला होता. फेब्रुवारी मध्ये त्याच्यावरचा व ॲबरनथी आणि अन्य दोघांवरचा खटला सुरू झाला म्हणून त्याला पुन्हा आल्बनीला परत यावे

लागले. खटल्याचा निकाल १० जुलैला लागला. मार्टिन आणि राल्फ ॲबरनथीला दोषी ठरविण्यात आले. १७८ डॉलर्सचा दंड किंवा ४५ दिवसांचा तुरुंगवास अशी शिक्षा ठोठावण्यात आली. दोघांनी अर्थातच तुरुंगवासाचा दुसरा पर्याय पसंत केला. बाहेरच्या निदर्शकांना त्यामुळे अधिक उत्साह येईल असे त्याला वाटले. कोर्टाच्याच तळघरात असलेल्या तुरुंगात त्याला ठेवण्यात आले. आत्तापर्यंतच्या तुरुंगात हा सर्वात घाणेरडा, अंधारा, कोंदट, एखाद्या जमिनीतल्या भोकासारखा तुरुंग होता. तिथे बंकबेड होते आणि त्यावर फाटक्या आणि दगडासारख्या कठीण गाद्या होत्या. काही ठिकाणी गाद्या नव्हत्या, तिथे लोक जमिनीवर पडले होते. झुरळे, डास, मुंग्या यांची रेलचेल होती. मजुरी कामासाठी रस्त्यावर नेतील, तेवढेच बाहेर जाता येईल असे वाटत असतानाच राल्फला व मार्टिनला सुरक्षिततेच्या प्रश्नावरून त्या कामातून वगळण्यात आले. तुरुंग हा जास्तच उदासवाणा वाटतो, कारण तो बाहेरच्या जगाची दारे बंद करतो. त्याच त्याच वातावरणानं कंटाळा आणतो. तुरुंग म्हणजे जिवंत मरण. असं अर्थहीन जगत राहणं काही सोपं नाही. आपण आपल्यावर लादून घेतलेले हे दुःख काही उदात्त हेतूसाठी आहे, असे तो स्वत:ला सारखे बजावी. त्यामुळे त्याचे नैराश्य पळून जाई. पण तरी त्यातली वेदना मागे उरेच. इथे पक्ष्यांचे आवाज ऐकू येत नाहीत, सूर्य उगवलेला कळत नाही, चंद्र, चांदण्या दिसत नाहीत, ताजी हवा आत येत नाही. जीवनातलं सगळं सौंदर्य इथे संपतं. हे म्हणजे नुसतं जगणं- थंड, क्रूर आणि संपवणारं...

एक दिवस कोरेटा त्याला भेटायला आली. ती नेहमीप्रमाणे गोड आणि शांत होती, त्याला उत्साहित करत होती. मार्टिनला वाटलं अशी बायको देऊन देवानं त्याला वरदानच दिलं आहे. तिचं प्रेम, समजूतदारपणा आणि धैर्य नसतं तर तो केव्हाच कोसळून पडला असता. ती म्हणाली, "तुम्ही तुरुंगात आहे हे कळल्यावर योलांडा रडायला लागली. तिला काय सांगितल्यावर तिची समजूत पटेल हे मला समजेना. म्हणून मी तिला सांगितलं तुझे डॅडी इतरांना मदत करण्यासाठी तुरुंगात गेले आहेत. आणि ते खरंही नव्हतं का?"

बाहेर बऱ्याच लोकांची धरपकड झाली असावी, कारण एक दिवस तुरुंगात बऱ्याच लोकांना आणण्यात आलं आणि मार्टिन व राल्फची तिथून 'बुल पेन' मध्ये उचलबांगडी झाली. ही आणखी घाणेरडी, एवढीशी टीचभर, अंधारी जागा होती आणि त्यात नऊ लोकं होती. सुसंस्कृत समाजामध्ये अशीही कोठडी असू शकते, यावर विश्वास ठेवणं कठीण होतं. पण यातून लौकरच मार्टिनची सुटका झाली. महालबाड अशा प्रिट्चेटला मार्टिनच्या तुरुंगवासामुळे ही चळवळ अधिक पेटणार याचा वास आला आणि त्यानं ठोकून दिलं की कुणी अज्ञात इसमानं मार्टिनचा

जामीन भरला आहे म्हणून मार्टिनला मुक्त करण्यात आलं आहे. पण या मुक्तीचा आनंद नव्हता. अजून निदान सातशे माणसं आत होती. त्याच दिवशी झालेल्या जंगी सार्वजनिक सभेत मार्टिनने जाहीर केले की आल्बनी प्रश्नाची तड लागेपर्यंत त्याचा मुक्काम आल्बनीतच असेल.

काही निग्रोंनी दगडफेक केल्यानंतर सर्वच निग्रोंबाबत मत वाईट होऊ नये म्हणून मार्टिनने अहिंसेशी आपली बांधिलकी दाखवण्यासाठी आणि शांततामय विरोध दाखवण्यासाठी एक दिवस 'प्रायश्चित्त घेण्याचा दिवस' म्हणून जाहीर केला. जे लोक या चळवळीत सामील झाले होते त्यांनी, ज्यांनी हिंसेचा मार्ग आचरला त्या निग्रो बांधवांसाठी प्रार्थना केली. या मार्गाने सिटी कमिशनरला आणि अन्य चांगल्या गोऱ्या नागरिकांना त्यांच्या वर्तनातील नैतिक चांगुलपणाची कल्पना यावी असे वाटत होते. पटकन शेरीफ प्रिट्चेटनेही आपण अहिंसेचे पुरस्कर्ते आहोत असे वृत्तपत्रांना सांगितले आणि या अशांत शहराचा एक दिवस तरी शांततेत गेला. पण तरीही शहराचे कमिशनर अजून कुठलीही बोलणी करायला तयार नव्हते; निग्रोंची स्वातंत्र्याची हाक दडपली जात होती आणि सर्व बाबतीत विभाजन कायम ठेवण्याच्या पोलिसांच्या अट्टहासामुळे एकूण वातावरण हिंसात्मक आणि कडवट बनले होते. यातच शहराच्या मेयरने फेडरल डिस्ट्रिक्ट जजकडून आल्बनी शहरात कोणत्याही प्रकारची निदर्शने करण्यास मनाई असलेला हुकूम जारी केला. चळवळ दडपण्याचीच ही एक खेळी होती.

२७ जुलै रोजी निग्रोंच्या एका गटाने सिटी कमिशनरने बोलणी करावीत म्हणून सिटी हॉल समोर प्रार्थनेचा जागर केला. मार्टिन तिथे पोचता क्षणीच प्रिट्चेटने त्याला अटक केली. ह्या चळवळीसाठी डिसेंबरपासून त्याला झालेली ही तिसरी अटक. पण यावेळी तो सावध होता. मागच्या खेपेस फसवून प्रिट्चेटने त्याला तुरुंगाबाहेर काढले होते, म्हणून यावेळी त्याने बोलावूनही तो त्याच्या ऑफिसमध्ये गेला नाही. याचवेळी 'मीट द प्रेस' या टीव्ही वरील कार्यक्रमात भाग घेण्यासाठी त्याला २९ जुलैला हजर राहण्याचे निमंत्रण आले, पण तरीही जामिनावर सुटून कार्यक्रमाला जाण्याऐवजी मार्टिनने आपल्या ऐवजी डॉ. अँडरसनला टीव्ही वर पाठवले.

शहरातला तणाव जास्त वाढला होता. मार्टिनने आपल्या सहकाऱ्यांना सल्ला दिला की एकच मोठा मोर्चा काढण्यापेक्षा छोट्या गटांनी जास्त ठिकाणी निदर्शने करा. गटागटाने लोक तुरुंगात भरती होत होते, त्यांच्या तोंडात स्वातंत्र्याची गाणी होती. प्रिट्चेट येऊन मार्टिनला तुरुंगातून जामीन घेऊन बाहेर पडायला सांगत होता, कारण शहरातले वातावरण चिघळले होते. शेरीफने तुरुंगातल्या सी. बी.

किंगचे डोके उडवण्याचा प्रयत्न केला होता, म्हणून लोक संतापले होते. मार्टिनने ताबडतोब मित्राकरवी राष्ट्राध्यक्ष केनेडी, त्यांचा भाऊ अॅटर्नी जनरल रॉबर्ट केनेडी आणि न्याय विभागाचे बर्क मार्शल यांना तारा पाठवल्या आणि कायद्याच्या संरक्षकांनीच कायदे धाब्यावर बसवून असे हिंस्त्र वर्तन करावे याबद्दल चिंता व्यक्त केली. तुरुंगात प्रार्थना, गॉस्पेलचे वाचन, कुटुंबियांची भेट याबरोबरच आपल्या प्रवचनांचे लिखाण मार्टिन करत होता. सच्च्या ख्रिश्चन माणसाने युद्ध, शांतता, आर्थिक अन्याय आणि दोन वांशिक लोकांमधील परस्पर संबंध याबाबतीत कोणती भूमिका घ्यावी हा प्रामुख्याने त्याच्या लेखांचा विषय होता. दरम्यानच्या काळात निदर्शनांना घातलेल्या मनाई विरुद्ध कोर्टात सुनावणी सुरू झाली. जुलै मधील ते दिवस प्रखर उन्हाळ्याचे होते आणि तापलेल्या तुरुंगात राहणे हीच फार मोठी शिक्षा होती. कोर्टाचा निकाल विरोधात जाऊन मार्टिन आणि राल्फला शिक्षा झाली तर लोकांनी आणखी जोरदार निदर्शने करण्याचे ठरवले. कोरेटा सकट कित्येक स्त्रियांनी तुरुंगात नवऱ्याबरोबर राहण्याचा निश्चयही जाहीर केला. पण मार्टिनची शिक्षा तात्पुरती विलंबित करण्यात आली आणि त्याला सोडण्यात आले. मात्र हातात काहीच न पडल्याचा एक पोकळ उदासवाणेपणा घेऊन तो बाहेर पडला. रॉबर्ट केनेडीने वॉशिंग्टनमध्ये वक्तव्य केले की मार्टिनची प्रक्षोभक उपस्थिती आल्बनी मध्ये नसती तर शहर प्रशासनाने स्थानिक नेत्यांबरोबर बोलणी केली असती. ते ऐकल्यावर मार्टिनने जाहीर केले की कोणत्याही वाटाघाटीमध्ये तो आडवा येत असेल तर तो आल्बनी आनंदाने सोडून जायला तयार आहे. पण शहर प्रशासनाने जाहीर करून टाकले की या संदर्भातील सर्व कोर्ट केसेसचा निकाल लागेपर्यंत कोणत्याही वाटाघाटी होणार नाहीत. ज्या स्थानिक नेत्यांनी मार्टिनला आल्बनीत बोलावले होते त्यांनीच वाटाघाटीची शक्यता नसल्याने निदर्शने बंद केली आणि मतदान नोंदणी करण्याचे काम हाती घेतले.

सर्व राष्ट्रीय वृत्तपत्रात याचे पडसाद उमटले. 'मार्टिनच्या प्रयत्नाने एक देखील वांशिक अडथळा पडला नाही. उलट आल्बनी आहे तसे ठाम विभागलेले राहिले. अहिंसेचे शस्त्र निस्तेज झाले.' अशी टीका झाली. शहरातल्या बागा, ग्रंथालये सर्वांसाठीच बंद झाली. मार्टिनने जड अंत:करणाने पण मोकळ्या मनाने मान्य केले की "जे तडीस नेण्याची मला आशा होती, ते तडीस नेण्यात मी असफल ठरलो." ज्या गोष्टीचे तो प्रतीक बनला त्यातच तो अडकला आणि कसेबसे ते प्रतीक टिकवण्याच्या धडपडीत त्याने काही चुका केल्या. दुसऱ्या खेपेला जामीन घेऊन तो तुरुंगातून बाहेर पडला. चळवळ आधीच सुरू झाली होती आणि तो नंतर सामील झाला म्हणून त्याच्याकडे खरे नेतृत्व कधीच आले नाही. आर्थिक सत्तेवर प्रहार करायला हवा होता, त्याऐवजी राजकीय सत्तेवर प्रहार झाला आणि

जिथे मतदाराचा हक्क नसतो तिथे अशा प्रहाराचा उपयोग होत नाही. या चळवळीत विभाजनाचे सर्वच मुद्दे घेतले होते, त्याऐवजी बसचा बहिष्कार, हॉटेलात प्रवेश असा एखादा मुद्दा घेऊन त्यावरच लक्ष केंद्रित करायला हवे होते. पण या चुकांमधून मार्टिन धडा शिकला आणि पुढच्या बर्मिंगहॅम चळवळीत त्याने विजयश्री खेचून आणली.

महिनाभराने ग्रंथालय सर्वांसाठी उघडले गेले, या निमित्ताने हजारो निग्रोंनी मतदानासाठी नाव नोंदणी केली, त्याचा परिणाम म्हणून शहराच्या पुढच्या निवडणुकीत वंशश्रेष्ठत्ववाद्यांचा पराभव झाला. आपल्या पदग्रहण शपथेत कायदा सर्वांना समानपणे राबवला जाईल अशी शपथ घेणारा पहिला गव्हर्नर जॉर्जियाला मिळाला. मुख्य म्हणजे काळ्या लोकांचा कणा ताठ झाला. तुमचा कणा वाकलेला असेल तर दुसरा तुमच्या पाठीवर बसतो असे गांधीजी म्हणत असत. लोकांच्या स्वातंत्र्य भावना चेतावल्या गेल्या आणि लोक एकत्र आले, त्यांनी आनंदाने तुरुंगवास भोगला हे यशही काही कमी नव्हते.

◆◆

१३

-०-

बर्मिंगहॅम चळवळ

एस. सी. एल. सी. च्या अॅटलांटा शहरातील ऑबर्न अॅव्हेन्यूवरील मुख्य ऑफिसात मार्टिनने प्रवेश केला, त्यावेळी आकाश काळ्याकुट्ट ढगांनी भरून गेले होते. तो आता वडिलांच्या बॅप्टिस्ट चर्चमध्ये जसे धर्मगुरूचे काम करत होता, तसाच दक्षिणेकडील नागरी हक्क संरक्षणाची चळवळ उभी करणाऱ्या या संघटनेचा अध्यक्ष म्हणूनही नियमित काम करत होता.

"आपल्याला एक नवीन मोहीम हाती घ्यायची आहे." आल्या आल्या त्याने आपल्या सहकाऱ्यांना सांगितले. कॉफीचा कप तोंडाला लावत राल्फने विचारले, "कोणती?"

"बर्मिंगहॅम" मार्टिन म्हणाला.

"काय?" सगळ्यांनी एकाच वेळी अविश्वासानं प्रश्न केला, "तुला काय वेड लागलंय का?" राल्फ म्हणाला,

"तुला माहीत आहे ना, वांशिक प्रश्नातलं ते सगळ्यात आडमुठं आणि सोवळं शहर आहे."

"म्हणूनच, म्हणूनच त्याच्यावर चढाई करायची आहे." खोडकरपणे हसत हसत मार्टिन उद्गारला.

त्याच्या मनातली महत्त्वाकांक्षा सर्वांपर्यंत पोचली. अॅपलचिअन् पर्वतरांगांच्या शेवटच्या उतारावर वसलेलं, मॉंटगोमेरीपासून शंभर मैलावर असलेलं, बर्मिंगहॅम हे अलाबामा राज्यातील शहर-स्टील उद्योगाचं माहेरघर-दक्षिणेकडील पिटस्बर्ग असा त्याचा लौकिक. एका बाजूला प्रचंड श्रीमंत गोरे भांडवलदार, दुसऱ्या बाजूला चाळीस टक्के लोकसंख्या असलेले गरीब काळे कामगार. या शहरानं त्यांना कधीच डोकं वर काढू दिलं नाही, असा या शहराचा अभिमानी लौकिक. या शहरात निग्रोंच्या घरांना आगी लावणे, त्यांचे अपहरण आणि खून, डायनामाईट बॉंबने चर्च

हॉस्पिटलमध्ये जन्माला येणार. निग्रो शाळेत जाणार. काळ्यांसाठी पुरेशा बागा नाहीत, म्हणून रस्त्यावर खेळण्यात त्याचे बालपण जाणार. दुकानात आई-वडिलांबरोबर गेला तर काळ्यांसाठीच्या काऊंटरवर त्याला रांग लावावी लागणार. वाटेत तहान, भूक लागली तर ती निग्रोंच्या भागात येईपर्यंत तशीच दाबून ठेवायची, कारण शहरात निग्रोंना हॉटेलात प्रवेश द्यायला कायद्यानं बंदी आहे. चर्चमध्ये जायचे असेल तर निग्रो चर्चमध्ये जायचे आणि सुरक्षित रहायचे असेल तर असे चर्च शोधायचे जिथला पालक नागरी हक्कांवर बोलणार नाही. गोऱ्या चर्चमध्ये तुम्हाला प्रवेश नाही, कारण देवाच्या दारातसुद्धा सिनेमागृहांप्रमाणे तिथली मंडळी वर्णविग्रहाचा आग्रह धरणारी आहेत. इथे नॅशनल असोसिएशन फॉर द ॲडव्हान्समेंट ऑफ कलर्ड पीपल (नॅक्प) सारख्या संस्थांना थारा नाही, त्या इथे 'परक्या' आहेत आणि त्यांचे उपक्रम बेकायदेशीर! काम धंदा हवा असेल तर स्टील आणि लोखंडाच्या या उद्यमनगरीत तुम्ही फक्त मजूर किंवा हमाल. तुमच्या अंगी गुण असले तरी पगारवाढ वा वरची जागा मिळणार नाही, ती फक्त गोऱ्या लोकांसाठी राखीव. तुमची लोकसंख्या दोन पंचमांशपेक्षा जास्ती असली तरी मतदानाचा अधिकार फक्त एक अष्टमांश लोकांना आहे. सुप्रीम कोर्टाने बागांमधून वर्ण विभागणी काढून टाकली तेव्हा शहरातल्या नगरसेवकांनी बागाच बंद करून टाकल्या आणि एकत्रित बास्केटबॉल संघ नको म्हणून तो खेळच बंद केला असे हे शहर!

निग्रोंना अत्यंत क्रूरपणे वागवणे याला इथे कोणीही आव्हान देऊ शकत नव्हते. शहराचा कमिशनर युजिन 'बुल' कॉनर पक्का निग्रोद्वेष्टा होता आणि त्याला याचा अत्यंत अभिमान होता. निग्रोंशी कसं वागायचं आणि त्यांना बरोबर त्यांची जागा कशी दाखवून द्यायची, निग्रो हक्क वगैरे दाखवायला लागले की त्यांना शासन करायचं वगैरे गोष्टींनी त्याला आनंद होई. काळ्या लोकांबद्दलचा तिरस्कार त्याच्या नसानसात भरला होता. एकूणच शहरातले वातावरण अतिशय हिंसक

आणि क्रूर होते. वर्णविद्वेषी लोकांनी निग्रोंना मारहाण करून भीतीचं वातावरण निर्माण केलं होतं आणि त्यांना त्याची कोणतीही शिक्षा होत नव्हती. एका निग्रोचा लिंगच्छेद करून त्याचे छिन्नविछिन्न शरीर एका एकाकी रस्त्याच्या कडेला फेकलेले सापडले. कोणत्याही निग्रोचे घर बाँबफेक आणि जाळपोळ यातून वाचले नव्हते, तरीही बर्मिंगहॅमचे गोरे बाहेर सांगत आमच्या गावातील निग्रो सुखीसमाधानी आहेत! फक्त काळ्या शोषितांमध्ये भीती होती असं नाही तर गोऱ्या शोषकांमध्येही भीती होती. गावात काही चांगले गोरेही होते, ज्यांना बुल कॉर्नरचा दुष्टावा आवडत नव्हता, पण ते ही गोष्ट खाजगीत बोलत. सार्वजनिकरित्या हे बोलण्याचं नीतीधैर्य त्यांच्यापाशी नव्हतं, म्हणजे बर्मिंगहॅमची शोकांतिका, वाईट लोकांचा दुष्टपणा ही नसून चांगल्या लोकांनी तोंडाला पट्टी बांधून घेणं ही होती. या सगळ्यांमुळे काळे लोक स्वत:ला हीन समजत आणि सामाजिक न्याय वगैरे गोष्टींचा उल्लेख करायलाही घाबरत. इथे पोलिसांचंच राज्य होतं आणि जॉर्ज वॅलेस या इथल्या गव्हर्नरने अधिकार ग्रहणाच्या वेळेसच शपथ घेतली होती, वर्णविभाजन आज आत्ता, वर्णविभाजन उद्या आणि वर्णविभाजन कायमचंच.'

वर्णविद्वेषाच्या या भक्कम तटबंदीला थोडे खिंडार पडले ते स्वातंत्र्य सेनानी रेव्हरंड फ्रेड शटल्सवर्थ यांच्या झुंजार नेतृत्वामुळे. माँटगोमेरी मधील विजयानंतर देशात सगळीकडेच निग्रो चळवळी सुरू झाल्या, त्याचप्रमाणे बर्मिंगहॅममध्येही शटल्सवर्थने अलाबामा ख्रिश्चन मुव्हमेंटस फॉर ह्युमन राईटसचे आयोजन करून वांशिक दहशतवादी बुल कॉनरला शह देण्यास सुरुवात केली. ही संस्था मार्टिनच्या एस. सी. एल. सी. ला संलग्न झालेली पंचाऐंशीवी संस्था होती. या गटाला बुल कॉनर 'त्रासदायक निगर्स' अशी शिवी देई. १९५६ च्या नाताळमध्ये शटल्सवर्थच्या घरावर बाँब टाकून ते पूर्ण बेचिराख करण्यात आले. नंतर त्याचे बेथेल बॅप्टिस्ट हे चर्च डायनामाईटने उडवण्यात आले. पुढल्या वर्षी त्याला आणि त्याच्या बायकोला गोऱ्या जमावाने घेरले, बडवले आणि भोसकले. फ्रीडम राईडसच्या काळात त्याला आठ वेळा तुरुंगवास घडला. या पार्श्वभूमीवर मार्टिनने आपल्या एस. सी. एल. सी. सह त्याच्या मदतीला जायचे ठरवले. आत्तापर्यंतच्या चळवळीतील ही सगळ्यात अवघड चळवळ ठरणार होती, पण त्यात विजय मिळाला, तर देशभर विभाजनवाद्यांचं कंबरडं मोडलं असतं. स्वातंत्र्य आणि न्याय यांच्या लढ्याला गती मिळाली असती. त्यासाठी योग्य नियोजन आणि परमेश्वरावरचा विश्वास या दोन भक्कम आधारावरच तो पुढे जाणार होता. आल्बनींच्या अपयशाची छाननी करताना एक महत्त्वाची गोष्ट लक्षात आली होती, की चळवळ सर्वसामान्यपणे विभाजन विरोधी न करता एखाद्या महत्त्वाच्या मुद्द्यावर केंद्रित करायला हवी. बर्मिंगहॅमच्या लढ्यात व्यापारी वर्गावर

लक्ष केंद्रित करायचे ठरले, कारण इथले काळे त्यांचे मोठे गिऱ्हाईक होते, त्यांनी खरेदी थांबवली तर व्यापार उद्योगावर मोठाच परिणाम झाला असता. आपले सहकारी रेव्हरंड वॅट टी वॉकर आणि राल्फ ॲबरनथी यांच्यासह तो शटल्सवर्थ आणि स्थानिक नेत्यांना बर्मिंगहॅममध्ये भेटला. ही चळवळ अवघड, दीर्घकालीन आणि धोकादायक आहे याची सर्वांनाच कल्पना होती. मागच्या पराभवाने शहाणा होऊन यावेळी मार्टिनने चळवळींची सर्व सूत्रे आपल्या हातात ठेवायचे ठरविले. वृत्तपत्रांशीही तोच प्रवक्ता म्हणून बोलणार होता. गॅस्टन मोटेलच्या तीस नंबरच्या खोलीत त्यासाठी त्याने आपले ऑफीस थाटले. व्यापाऱ्यांवर दडपण आणायचा बेत असल्याने ईस्टरच्या सणाच्या आधी काही दिवस चळवळ सुरू करायचे ठरले, कारण त्यावेळी लोक भरपूर खरेदी करतात. त्यावर्षी ईस्टर १४ एप्रिलला होता म्हणजे मार्चमध्ये सुरुवात केली तर लोकांमध्ये जागृती निर्माण करायला सहा आठवडे मिळाले असते, पण नेमक्या ५ मार्चला मेयरच्या निवडणुका होत्या. त्यासाठी अल्बर्ट बाऊटवेल, बुल कॉनर आणि टॉम किंग असे तीन उमेदवार उभे होते. तिघेही पक्के वर्णद्वेष्टे, त्यात कॉनर सर्वात कट्टर द्वेष्टा, तेव्हा तो जिंकू नये अशी मनापासूनची इच्छा! मार्टिनच्या चळवळीचा वापर निवडणुकीच्या काळात फुटबॉलसारखा होऊ नये, म्हणून त्याने निदर्शने दोन आठवडे पुढे ढकलली. लोकांना लढ्यासाठी तयार करायचे मोठे काम होतेच आणि मार्चपर्यंत अडीचशे लोक पहिल्या फळीत निदर्शने करायला आणि तुरुंगात जायला तयार झाले. मेयरचा निकाल लागला, पण नेमकी बाऊटवेल आणि कॉनरला समान मते पडल्याने, त्याचा निकाल एप्रिलच्या पहिल्या आठवड्यापर्यंत लांबला. यावेळी चळवळ सुरू केली असती, तर त्याचा फायदा कॉनरने उठवला असता आणि सगळ्या गोऱ्या माणसांमध्ये जोरदार प्रचार केला असता की तो एकटाच या काळ्यांच्या त्रासापासून गोऱ्यांना वाचवू शकतो आणि वर्णविभागणी अगदी काटेकोरपणे ठेवू शकतो, म्हणजे मार्टिनच्या चळवळीने कॉनरला जिंकायला मदत झाली असती, म्हणून निदर्शनं पुन्हा एप्रिलच्या पहिल्या आठवड्यापर्यंत लांबणीवर टाकली. मार्टिन पुन्हा ॲटलांटाला परत गेला.

पण तो स्वस्थ बसला नाही. त्याने न्यूयॉर्क येथे हॅरी बेलफाँटच्या घरी एक सभा बोलावली. हॅरी हा मार्टिनचा चाहता आणि एस. सी. एल. सी. चा मदतकर्ता होता. त्या सभेला ७५ लोक उपस्थित होते. बर्मिंगहॅमहून फ्रेड शटल्सवर्थही आला होता आणि मोठ्या प्रमाणात तुरुंगात गेलेल्यांसाठी जामीन द्यायला खूप पैशाची गरज असल्याचे त्याने सांगितले. जागेवरच खूप पैसे गोळा झाले. उरलेल्या दोन चार दिवसात हॅरीने आणखी रक्कम गोळा केली आणि मार्टिन लगेचच बर्मिंगहॅमला

परतला. २ एप्रिलला मेयरची पुनर्निवडणूक झाली आणि ३ एप्रिल १९६३ रोजी चळवळीला तोंड फुटले. त्या दिवशीच्या 'बर्मिंगहॅम न्यूज' या वृत्तपत्रात पहिल्या पानावर उगवत्या सूर्याचा फोटो होता, अल्बर्ट बाऊटवेल निवडून आल्याची बातमी होती आणि या शहरात आता वांशिक सुसंवाद नांदावा अशी आशा व्यक्त केली होती. बाऊटवेल काही फार चांगला होता असे नाही, तो बुल कॉनरचीच पण थोडी सुसंस्कृत आवृत्ती होता एवढेच. ''आम्ही बर्मिंगहॅमचे नागरिक एकमेकांचा आदर राखतो आणि एकमेकांना समजून घेतो'' हे त्याचे मेयर झाल्यावरच्या भाषणातील वाक्य म्हणजे धूळफेक आहे, शहराच्या लोकसंख्येत दोन पंचमांशाने असलेल्या काळ्यांना तो काहीच किंमत देत नाही हे सगळ्यांनाच ठाऊक होते. निवडणूक झाल्यावर बुल कॉनरने १९६५ पर्यंत आपल्याला कमिशनर पदावरून काढता येणार नाही अशी भूमिका घेऊन कोर्टात अर्ज केला. तो मान्य झाला तर तो अजून दोन वर्षे त्या पदावर राहिला असता आणि मान्य झाला नाही तरी १५ एप्रिलपर्यंत त्याची मुदत होती, म्हणजे त्याच्यापासून सुटका नव्हतीच, उलट आता मेयर बाऊटवेल आणि बुल कॉनर दोघांचा छळवाद सहन करावा लागणार होता. मार्टिनने राज्यपालांना एक मागणीपत्र पाठवलं. फक्त दोनच मागण्यांचं. काळ्यांना चांगली वागणूक आणि योग्य तो चांगला पगार. राज्यपालांनी दोन्ही मागण्या धुडकावून उत्तर धाडलं 'नेव्हर'— कधीच नाही. लढाईला सुरुवात झाली होती. सुरुवात जेवणाच्या टेबलावर जाऊन बसण्यापासून झाली. हा लढा पुष्कळ दिवस चालणार होता हे ठाऊक असल्यामुळे मार्टिनने जनशक्ती राखून वापरायची असं ठरवलं. अगदी छोट्या गटांना गोऱ्यांसाठी राखीव हॉटेलात जेवणासाठी पाठवलं. तीन दिवस फक्त एवढाच कार्यक्रम ठरला. जेवण द्या नाहीतर अटक करा, अशी भूमिका त्यांनी घेतली आणि त्यात पस्तीस जणांना अटक झाली. पण इथे मुख्य काम होते ते लोकांमध्ये स्वातंत्र्याची चेतना निर्माण करण्याचे. त्यासाठी मार्टिनने आणि त्याच्या सहकाऱ्यांनी वाड्या, वस्त्या, चर्चमधून पासष्ट लहान मोठ्या सभा घेतल्या. प्रथम निग्रोंच्या लोकपरंपरेतून आलेल्या जुन्या गाण्यांना उजाळा दिला. समूहाने लोक ती आनंदात म्हणू लागले. 'वेक अप धिस मॉर्निंग, वुईथ माय माईन्ड स्टेड ऑन फ्रीडम' अशा ओळींना संगीत साथ वगैरेची गरज नसे. 'कम बाय मी लॉर्ड, कम बाय मी' हे गाणं पूर्वी गुलाम म्हणत असत, त्याला आता नव्याने उजाळा मिळाला. गुलामांची गाणी म्हणण्यात आपण अजूनही गुलामीत आहोत आणि आपण यातून एक दिवस नक्कीच बाहेर पडू असा दिलासा मिळे. भावनांनी जमावाची मनं ओथंबून आली की मार्टिन सांगे, **''देवावर विश्वास ठेवा, तो आपल्याला या अंधारातून बाहेर काढणार आहे. या शहरात पाळण्यापासून**

आपले हातपाय बांधलेले आहेत. नैराश्याच्या खोल गर्तेत आपण सापडलो आहोत. ठिकठिकाणी धोक्याचे खड्डे आहेत. सर्वत्र अंधार आहे, पण प्रकाशाचा एखादा धूसर किरण अंधारात चमकतो आहे.'' मग तो त्यांना अहिंसात्मक निदर्शने म्हणजे काय ते समजून देई, अहिंसेची शक्ती वर्णन करे. गांधीजींनी भारतात अहिंसात्मक लढा देऊन स्वातंत्र्य कसं मिळवलं याच्या स्फूर्तीप्रद गोष्टी सांगे. आपणहून निदर्शनात सामील व्हायला कोण तयार आहे ते विचारी, मग काही लोक हात वर करत. तो त्यांना म्हणे, ''बघा, कोणी मारलं तर उलट मारायचं नाही. कोणतंही शस्त्र जवळ बाळगता येणार नाही, अगदी कागद कापायची सुरीसुद्धा'' त्यावेळी लोक आपल्याजवळ सुऱ्या बाळगीत, पोलिसांवर उगारण्यासाठी नाही, पण बुल कॉनरच्या कुत्र्यांपासून वाचण्यासाठी. ''**अहिंसेला शस्त्राची जरूरी नाही, अगदी दात कोरण्याच्या काडीचीही! आपल्याकडे फार प्रभावी शस्त्र आहे. ते म्हणजे आपण बरोबर आहोत हा आपला दृढ विश्वास. आपली कातडी बचावण्यापेक्षा आपली योग्य ती ध्येयं सांभाळणं हे आपलं पहिलं कर्तव्य आहे.''** या पुढे आलेल्या स्वयंसेवकांना तो सैनिक म्हणे '**हे आमचं खास सैन्य आहे, इथे शस्त्रास्त्र नाहीत, पण तळमळ आहे, गणवेश नाहीत पण पक्का निश्चय आहे, दारूगोळा नाही पण श्रद्धा आहे, पैसा नाही, पण सद्सद्विवेकबुद्धी आहे.**' पण हे काम वाटलं तेवढं सोपं नव्हतं. लोकांमध्ये एकमत नव्हतं, दुफळी होती. काहींना मार्टिन बाहेरचा, परका वाटे, त्यांना तो उसळून म्हणे, ''मी एस. सी. एल. सी. चा अध्यक्ष या नात्याने कुठेही परका नाही. खरं तर स्वातंत्र्य आणि न्यायासाठी जो निग्रो काम करतो तो अमेरिकेत कुठे ही परका नाही. जोपर्यंत त्याच्या बांधवांना चांगलं जीवन आणि मानवी हक्क नाकारले जातायत तोपर्यंत त्याच्या प्रतिष्ठेला, सामाजिक स्थानाला, आर्थिक उन्नतीला काहीही अर्थ नाही.'' मार्टिन अतिशय जिव्हाळ्याने आणि अंतःकरणपूर्वक बोलत असे, त्यामुळे हळूहळू लोकांच्या शंका, भीती, अडचणी कमी होऊ लागल्या आणि मोठ्या संख्येने तरुण माणसे चळवळीत यायला तयार झाली. या तरुण रक्तातला जोम आणि निश्चय यापुढे बुल कॉनरच्या धाकधपटशाचे काहीही चालणार नाही याची मार्टिनला खात्री पटली.

तीन दिवसांच्या जेवणाच्या टेबलावरील अतिक्रमणानंतर सहा मार्चला सिटी हॉलवर एक मोर्चा काढण्यात आला, मग त्यानंतर रोजची निदर्शने सुरू झाली. शहरातल्या व्यापाऱ्यांवर मोठ्या प्रमाणात बहिष्कार टाकला गेला आणि त्याचे परिणामही दिसू लागले. ईस्टरपूर्वी फक्त वीस एक निग्रोंनी दुकानात जाऊन खरेदी केली. जसजशी स्वातंत्र्य सैनिकांची संख्या वाढू लागली तसतशी चळवळीची

व्याप्ती वाढली. गोऱ्यांच्या चर्चमध्ये शिरून प्रार्थना करणे, त्यांच्या ग्रंथालयात ठिय्या देऊन बसणे, मतदारांची नोंदणी करणाऱ्या ऑफिसमध्ये घुसून त्यांना नोंद करायला लावणे, वगैरे गोष्टी मोठ्या प्रमाणात सुरू झाल्या, तशा तुरुंगातल्या कोठड्याही भरू लागल्या. शहरातल्या स्टील फॅक्टऱ्यांमधून काम करणारे हजारो कामगार एकत्र आले. सर्वत्र निदर्शने सुरू झाली. 'फ्रीडम, ब्रिंग फ्रीडम टु बर्मिंगहॅम' अशा घोषणा देऊ लागले. हे लोण हॉटेल्स, दुकाने, घरे इत्यादी ठिकाणी काम करणाऱ्या काळ्यांमध्ये पसरले आणि समान हक्कांसाठी सारी काळी जनता रस्त्यावर आली. भारतातल्या स्वातंत्र्य लढ्याचीच ही नवी आवृत्ती होती. हजारो गोऱ्या पोलिसांनी माणसांना उचललं, व्हॅनमध्ये टाकलं. मार्टिनच्या गटाने पैसे भरून अनेकांची जामिनावर सुटका केली.

आश्चर्याची गोष्ट म्हणजे कॉनर अजून निदान वरवर तरी शांत होता. त्याची कुत्री अजून रस्त्यावर आली नव्हती. मग शहरातल्या शासकांनी कोर्टाकडून एक मनाई हुकूम आणला की निदर्शने करण्याचा लोकांचा हक्क कोर्टाने मान्य करेपर्यंत कोणतीही चळवळ वा निदर्शने करू नयेत. अशा तऱ्हेने मुस्कटदाबी झाल्यावर सगळी चळवळच थंडावली असती, म्हणून आयुष्यात प्रथमच मार्टिनने असा निर्णय घेतला की आता कायदेभंग करून चळवळ चालू ठेवायची. चळवळ सुरू होऊन दहा दिवस झाले होते आणि जवळपास चारशे ते पाचशे माणसं अजूनही तुरुंगात होती. काही जामिनावर सुटली होती. १२ एप्रिलला गुड फ्रायडे होता, त्या दिवशी मुहूर्त साधून स्वत: मार्टिन व ॲबरनथी रस्त्यावर उतरले. पण आदल्याच दिवशी एक धक्का बसला. निदर्शकांना जामीन देणाऱ्या जामीनदाराने आपली असमर्थतता व्यक्त केली, कारण त्याचं आर्थिक उत्पन्न पुरेसं नाही हे अधिकाऱ्यांच्या लक्षात आलं. हा मोठाच आघात होता, कारण तुरुंगातल्या लोकांची जामीनावर सुटका करायची हे त्यांचं नैतिक कर्तव्य होतं. ते पार पाडता आलं नाही तर लोक त्यांच्यावर कसा विश्वास ठेवणार? दुसऱ्या दिवशीच्या निदर्शनात तर नवे पन्नासजण सामील होणार होते, त्यांच्या सुटकेचं काय करायचं?

गुड फ्रायडेच्या दिवशी सकाळी गॅस्टन मोटेलच्या तीस नंबरच्या खोलीत या प्रश्नावर चर्चा करण्यासाठी महत्त्वाची चोवीस माणसं जमली. काथ्याकूट झाला, पण पैसे मिळविण्याचा मार्ग सापडला नाही. शेवटी एकजण म्हणाला, "मार्टिन, तू आजच्या निदर्शनात उतरू नकोस. तू तुरुंगात गेलास तर चळवळच थांबेल. तू बाहेर राहून पैसे गोळा कर, हे काम तूच करू शकतोस." इतरांनीही त्याला दुजोरा दिला, पण मार्टिनच्या मनात वादळ उठलं. काय करावं, दोन्ही गोष्टी तितक्याच महत्त्वाच्या आहेत. तो एका खोलीत एकटाच जाऊन बसला. तुरुंगातल्या निग्रोंना

सोडवणं आवश्यक होतं, पण म्हणून मागं रहायचं? त्याच्या द्विधा मनानं मग अचानक उडी घेतली मोटेलच्या बाहेर, तुरुंगाच्या बाहेर, बर्मिंगहॅम शहराच्या बाहेर तिथं दोन कोटी काळी माणसं अन्यायाचा तांबडा समुद्र आपण एक ना एक दिवस पार करू आणि एकीकरण आणि स्वातंत्र्याच्या प्रदेशात जाऊ अशी स्वप्नं पाहत होती. त्याने प्रार्थना केली, ''परमेश्वरा, आम्ही आमच्यासाठी लढत नाही. या देशाचा आत्मा सुरक्षित व्हावा म्हणून आम्हाला बळ दे.'' आता शंकेला अवसर उरला नाही. त्याचा मार्ग स्पष्ट होता ''मला जायला हवं.'' शर्ट पॅन्ट बदलून त्याने कामगारांचे निळे कपडे घातले आणि तो मित्रांना म्हणाला, ''मित्रांनो, माझा निर्णय झाला आहे. माझी श्रद्धा सांगते त्याप्रमाणे मी करत आहे, पुढे काय होईल, पैसे कसे उभे राहतील मला काही माहीत नाही.'' सर्वांनी उत्साहाने परस्परांमध्ये हात गुंफले, प्रत्येकाच्या तोंडी तेव्हा गाणं होतं, ''वुई शॅल ओव्हरकम.'' मग सर्वचजण झिऑन हिलचर्चजवळ गेले. मोर्चाला इथून सुरुवात व्हायची होती. शेकडो लोक रस्त्यावर जमा होते. शहराच्या ज्या रस्त्यावर काळ्यांना जायला परवानगी नव्हती तिकडे मोर्चा निघाला. मोर्च्यातले लोक गाणी म्हणत होते. दोन्ही बाजूंनी मोर्चा पाहण्यासाठी आलेले लोक टाळ्या वाजवून त्यांना उत्तेजन देत होते ते उत्स्फूर्तपणे त्याच्या मागे आले. 'आयुष्यात त्याक्षणी वाटलं की आपला दृढ निश्चय या दिवसाइतका कधीच पक्का नव्हता. ज्या लोकांबरोबर मी चालत होतो त्यांच्याबद्दल इतका अभिमान पूर्वी कधी वाटला नव्हता.' असे त्याने स्वत:च या प्रसंगाबाबत लिहले आहे. शहराच्या मध्यभागी येईपर्यंत हजारो पोलिसांनी रस्ते अडवले होते. शहरातले जणू सर्व पोलीस या मार्गावर तैनात होते. ''जा पोरा घरी जा, इथे काळ्यांना प्रवेश नाही.'' अशी त्याची टर उडवण्यात आली. गर्दी क्षणभर विचलित झाली. पुढे काय करायचं?— आणि कुणाच्या ध्यानीमनी नसता मार्टिन त्या तापलेल्या रस्त्यावर बसला आणि जमिनीला डोकं टेकवून परमेश्वराची प्रार्थना करू लागला. त्याक्षणी गर्दीतला प्रत्येकजण खाली बसला आणि ती हजारो काळी माणसे शांतपणे परमेश्वराला आळवू लागली.

पोलिसही अजिबात विचलित झाले नाहीत. त्यांनी मार्टिनला आणि इतरांना रस्त्यावरून हटवायला सुरुवात केली, पण कुणीही प्रतिकार केला नाही. पोलिसांची कुत्री त्यांच्या अंगाला झोंबू लागली पण कुणी मान वर करूनही पाहिलं नाही. एकेक करून सगळ्यांची रवानगी तुरुंगात झाली. मार्टिनच्या शर्टाची कॉलर धरून एका दांडग्या पोलिसाने त्याला गाडीत घातले आणि त्याला एकट्यालाच इतरांपासून दूर एका एकाकी कोठडीत डांबण्यात आले. कोणालाही त्याला भेटू दिले नाही, अगदी त्याच्या वकिलालासुद्धा. बाकीच्यांचे काय झाले असेल? ते कुठे असतील? आता

चळवळीचे काय? मनात प्रश्नांचे मोहोळ उठले. त्याला मारहाण झाली नाही. शिवीगाळ होत होती, पण तुरुंगात तसे ते चालतेच. मुळात एकांतवासाची शिक्षा हीच महाभयानक होती. ती एक अंधारकोठडी होती आणि अंधाराचीच डोळ्यांना सवय झाल्याने सकाळी सूर्य उगवल्यावर येणारी प्रकाशाची तिरीप त्याच्या डोळ्यांना सहन होत नसे. कोरेटा त्यावेळी चौथ्या मुलीच्यावेळी बाळंतीण होती. तिला मार्टिनला भेटण्याची परवानगी नव्हतीच, पण त्याला तिला फोन करायची सुद्धा परवानगी नव्हती. मागच्या अनुभवावरून तिने थेट रॉबर्ट केनेडी व जॉन एफ केनेडींना फोन करून मार्टिन अंधारकोठडीत एकांतवासात आहे; मला त्याच्या जिवाची भीती वाटते असे कळवले. दोघांनीही ताबडतोब दखल घेण्याचे आश्वासन देऊन हालचाल केली. तेव्हा मार्टिनला बायकोला फोन करण्याची परवानगी मिळाली आणि एकूण परिस्थितीतही बराच फरक पडला. त्याचे दोन मित्र त्याला भेटू शकले. न्यूयॉर्कहून त्याचा वकील क्लेरेन्स जोन्स आला. तो चांगली बातमी घेऊन आला होता की न्यूयॉर्कमध्ये हॅरी बेलफाँटने जामीनासाठी पन्नास हजार डॉलर्स मिळवले होते, तो आणखीही मिळवण्याच्या खटपटीत होता. मार्टिनने सुटकेचा नि:श्वास टाकला. असे संकटकाळी उभे राहणारे मित्र हीच त्याची संपत्ती होती. मार्टिनचा विश्वास होता, मोर्च्यात जायचा निर्णय झाला तेव्हा परमेश्वर तिथे होता, पैसे नव्हते तेव्हा हॅरीच्या रूपाने तोच पैसे घेऊन आला आणि अंधार कोठडीत तो एकाकी होता असं तरी कसे म्हणावं? परमेश्वर त्याच्याजवळ होताच की!

◆◆

१४

-०-

बर्मिंगहॅम पेटले

आठ दिवसांच्या अंधार कोठडीतील निवासस्थानातून मार्टिन आणि अॅबरनथी जामीनावर सुटले. बाहेर काहीशा मंदावलेल्या चळवळींना गती देणे हा मुख्य उद्देश होता. मार्टिनने यावेळी ठरवले होते की महाविद्यालयीन आणि हायस्कूलमधल्या मुलांना चळवळीत ओढायचे. मोठी माणसं रोज निदर्शनं करत होती, तुरुंगात जात होती, पण भिंतीवर डोकं आपटून घ्यावं आणि आपल्यालाच जखम व्हावी, पण भिंतीला काही होऊ नये तसं चाललं होतं. परिस्थितीत काहीच फरक पडत नव्हता. आपल्या लढाईचा फायदा सर्वांनाच होणार आहे, तर प्रत्येकानेच त्यातला आपला वाटा का उचलू नये? तरुण सळसळत्या रक्ताला आवाहन केले तर न्याय आणि स्वातंत्र्य यासाठी काय किंमत द्यावी लागते ते त्यांना कळेल, त्यांचा सहभाग उत्साह वाढवणारा असेल आणि धैर्याने ते यात सामील होतील अशी त्याची अटकळ होती, पण या निर्णयावर गोऱ्या, काळ्या दोन्ही समाजातून सडकून टीका होणार हेही तो जाणून होता. तो आणि त्याचे सहकारी मग शाळामहाविद्यालयातून फिरले. चर्चमध्ये मुलांच्या सभा बोलावल्या. अहिंसात्मक लढा म्हणजे काय ते त्यांना समजावून दिलं. अत्यंत शिस्तबद्ध चाललेल्या या लढ्यात त्यांची शक्ती, उत्साह आणि तळमळ यांचं योगदान देण्याचं आवाहन केलं. या सामाजिक चळवळीत भाग घ्यायला मुलं उत्सुक होती. आता विचार करताना वाटतं की लढ्याला नवी चेतना द्यायला आणि सगळ्या राष्ट्राचं लक्ष खेचून घ्यायला हा योग्य निर्णय होता.

पहिला विरोध झाला तो माध्यमांचा. एरवी निग्रोंच्या बाजूनं सहानुभूतीपूर्ण बातम्या देणाऱ्यांनीही मुलांचा वापर करण्याच्या या वृत्तीचा कडक शब्दांत निषेध केला. "ही विभाजक समाजव्यवस्था आमच्या मुलांना वाईट वागणूक देत होती? तेव्हा ही वृत्तपत्रे काय करत होती, भेदाभेदाच्या घाण वासांनी भरलेल्या आणि स्वातंत्र्याची ताजी हवा कोंडून धरलेल्या वातावरणात आमची मुलं घेटोमध्ये जन्म

घेत होती, तेव्हा हे बातमीदार काय करत होते?'' हा प्रश्न होताच आणि मुलांनी त्या प्रश्नांना आपल्या कृत्तींतून उत्तर दिले. आठ वर्षांची एक मुलगी आईबरोबर निदर्शनात आली तेव्हा एका पोलिसानं तिला हटकलं, ''तुला काय हवंय ते तरी कळतं का?'' तो म्हणाला. ''स्वातंत्र्य.'' तिनं तात्काळ उत्तर दिलं. स्वातंत्र्य शब्दाचा अर्थच काय, पण उच्चार सुद्धा नीट न येणाऱ्या त्या वयाचं हे उत्तर पाहून पोलिससुद्धा चाट पडला.

एकदा पाच सहा छोटी मुलं निदर्शनात भाग घेण्यासाठी आली. अँडी यंगनं त्यांना सांगितलं, ''तुम्ही अजून खूप लहान आहात, त्यापेक्षा ग्रंथालयात जा, तिथं काही वाचा, शिका, तिथं तुम्हाला कोणी अटक करणार नाही.'' मुलं खरंच गोऱ्यांच्या राखीव ग्रंथालयात घुसली. जरा घाबरत, पण निर्धारानं मुलांच्या विभागात शिरली आणि पुस्तकं वाचण्यात गढून गेली. त्यांच्या मार्गाने त्यांनी खरंच स्वातंत्र्याची हाक ऐकली होती.

स्वयंसेवक म्हणून पुढे आलेल्या एका मुलाला वडिलांनी घरीच अडवलं आणि जायला मनाई केली, तेव्हा तो मुलगा बाणेदारपणे वडिलांना म्हणाला, ''तुम्ही मला घरात कोंडलंत तर मी पळून जाईन. शिक्षा केलीत तर ती भोगण्याची माझी तयारी आहे. पण लक्षात ठेवा, हे काही मी फक्त माझ्या स्वातंत्र्याकरिता करत नाही. मी हे करतो आहे, कारण तुम्ही आणि आई स्वतंत्र झालेले मला पहायचे आहे आणि ते सुद्धा तुम्ही मरण्यापूर्वी!'' वडिलांच्या डोळ्यांत पाणी आलं आणि त्यांनी त्याला जाऊ दिलं.

मुलांच्या येण्यानं लढ्यात एक नवी जान आली. सळसळत्या तरुणांचं रक्त साहसाच्या कल्पनेनं उकळू लागलं. ही एक ऐतिहासिक घटना होती आणि गांधींच्या नाऱ्याप्रमाणे हे एक 'जेल भरो' आंदोलन होतं. नि:शस्त्र लोकांचं विनोद हे मोठं शस्त्र असतं आणि मुलांनी चळवळीची हास्य विनोदानं सुरुवात केली. दोन दोनच्या गटानं ते बाहेर पडले, त्यामुळे ते निदर्शनासाठी एवढ्या मोठ्या संख्येनं जमतील अशी पोलिसांना बिलकूल कल्पना आली नाही. माँटगोमेरीच्या बस बहिष्कारात सामील झालेल्या एक आजी म्हणाल्या होत्या, ''हे मी माझ्या मुला-नातवांसाठी करते आहे.'' सात वर्षांनी आता ही मुलं-नातवंडंचं आजी-आजोबांसाठी बाहेर रस्त्यावर आली होती. शहराच्या गोऱ्या मध्यवस्तीत मुलं घुसली तेव्हा पोलिसांनी धरपकड सुरू केली. शेतातल्या धान्य भरायच्या वॅगन्समध्ये पोरं कोंबली, पण वॅगन्स संपल्या. नंतर शेरीफच्या गाड्या आणि शाळांच्या बसेसमध्ये मुलं कोंबून त्यांची तुरुंगात रवानगी झाली, तरी त्यांच्या चेहऱ्यावर हास्य होतं आणि मुखात स्वातंत्र्याची गाणी!

तुरुंगात जागा उरली नाही आणि देशभरातून बुल कॉनरबद्दल नाराजीचे सूर उमटू लागले, तेव्हा त्याने आपला पवित्रा बदलला. आपली अहिंसात्मक भूमिका त्याने सोडून दिली आणि एका घाणेरड्या मार्गाचा अवलंब केला. बायकांवर लाठीमार झाला, रानटी कुत्री जमावाच्या अंगावर सोडण्यात आली. आग विझवण्यासाठी वापरल्या जाणाऱ्या प्रचंड दाबाच्या होज पाईपने मुलांच्या अंगावर पाण्याचे फवारे उडवण्यात आले, त्यांचा वेग इतका प्रचंड होता की त्याच्या शक्तीने काही मुले हवेत उडाली. काही भिंतीवर जोरदार आपटली, तर काही घरंगळत गेली. हाती सापडलेल्यांना डांबून ठेवण्यात आलं, तर पळालेली दुसऱ्या दिवशी आणखी मोठ्या गटाबरोबर पुन्हा निदर्शने करायला आली. पुन्हा त्यांच्यावर लाठीचे प्रहार झाले. लोखंडी कांबेने त्यांना फोडून काढण्यात आले. पाण्याच्या फवाऱ्यांचा मार देण्यात आला. हा प्रचंड ताणतणावाचा काळ होता आणि लोकांच्या धैर्याची कसोटी बघण्याचा. एकही मुलगा किंवा मोठा माणूस यांनी उलट प्रतिकार केला नाही, कोणीही तिरस्कार दाखवला नाही. रस्त्यावरच्या बघ्यांनाच राग अनावर झाला आणि त्यांनी पोलिसांवर दगडांचा आणि बाटल्यांचा मारा केला. पण निदर्शक शांत राहिले. निदर्शकांचं हे शौर्य आणि निश्चय आणि दुसऱ्या बाजूला कॉनरचं रानटी वागणं यांची दृश्यं टीव्हीवर पाहून सारी अमेरिका हादरली. देशाच्या कानाकोपऱ्यातून संताप व्यक्त होऊ लागला. एवढ्या एवढ्या पोरांवर झालेला अमानुष हल्ला लोकांची सहानुभूती मिळवून गेला. काही शाळातल्या प्राचार्यांनी मोर्चात जायला मुलांना बंदी केली, शाळेचं गेट लावून घेतलं तर पोरं गेटवरून उड्या मारत मोर्चात सामील झाली. २५०० तरुण मुलं एकावेळी तुरुंगात असल्याचं ते चित्र राष्ट्राला जागं करणारं होतं.

खुद्द बर्मिंगहॅममधील गोरे लोक तटस्थ राहिले. एरवी त्यांनी बुल कॉनरला मदत केली असती, पण काळ्यांबद्दल सहानुभूती नसली तरी जे होतं आहे ते योग्य नाही असं त्यांना वाटत असावं. एक दिवस तर एक अनपेक्षित नाट्यमय प्रसंग घडला. ती रविवारची दुपार होती. तुरुंगाच्या दाराजवळ प्रार्थना करायची अशा निश्चयाने हजारो निग्रो पिलग्रीम बॅप्टिस्ट चर्चपासून निघाले. वाटेत गोऱ्या लोकांच्या रस्त्याच्या हद्दीवर कॉनरने त्यांना माघारी फिरायला फर्मावले. अतिशय शांतपणे आणि विनयाने मोर्चाचे नेतृत्व करणाऱ्या रेव्हरंड चार्लस् बिल्पस्ने नकार दिला. कॉनर संतापला. तो पोलिसांवर ओरडला, "पाहता काय, फवारे सोडा." पुढच्या तीस सेकंदात जे काय घडलं ते पोलीस इतिहासात प्रथमच घडलं असेल. मोर्चाकडे तोंड करून पोलीस शांत उभे राहिले. मोर्चातले काही लोक गुडघ्यावर बसून प्रार्थना करत होते, काही लाठ्याकाठ्या खाण्यासाठी अंग चोरून उभे राहिले. पाण्याचा

प्रवाह रोखण्यासाठी काहींनी तोंडावर हात धरले. सर्वजण निश्चल होते, जणू त्यांनी आपली शरीरे आणि आत्मे कॉनरच्या अत्याचारांपुढे पणाला लावले होते. कॉनर पुन्हा एकदा हाताखालच्या पोलिसांवर खेकसला, पण पोलीस हाताची घडी घालून गप्प उभे होते. बर्मिंगहॅमचे रस्ते निदर्शकांच्या रक्ताने धुतले गेले होते. तुरुंग दुथडी भरून वहात होते. हॉस्पिटल्समध्ये जखमींना ठेवायला जागा उरली नव्हती. पोलिसांनाही हे बघवले नसावे. त्यांच्या हातातले पाईप जागच्या जागी पाण्याने भिजले, पोलीस मागे सरले. मोर्चा पुढे झाला. त्याला कोणीही अडवले नाही. ठरल्याप्रमाणे तुरुंगाच्या दारात प्रार्थना झाली. हा अहिंसात्मक शक्तीचा मोठाच विजय होता.

बहिष्कारामुळे दुकानातली खरेदी बंद झाल्याने गोरे व्यापारी मनातून अस्वस्थ झाले, व्यापाऱ्यांवर तीव्र दडपण आले, पण अजूनही त्यातली दुराग्रही माणसं काळ्या नेतृत्वाबरोबर बोलणी करायला तयार नव्हती. मात्र आता राष्ट्रीय स्तरावर चळवळीविषयी सहानुभूती निर्माण झाली. कॉनरच्या दडपणुकीचा धिक्कार होऊ लागला, तेव्हा व्हाइट हाऊसला खडबडून जाग आली. राष्ट्राध्यक्षांतर्फे बर्क मार्शल हा त्यांचा नागरी हक्क प्रमुख सहकारी आणि जोसेफ डोलन हा डेप्युटी ॲटर्नी जनरल या दोघांना तहाची बोलणी करण्यासाठी ताबडतोब बर्मिंगहॅमला पाठवण्यात आले. जरी मार्शलला उपाय लादण्याचा अधिकार नव्हता, तरी या बोलण्यांमध्ये तो राष्ट्राध्यक्षांचं प्रतिनिधित्व करणार होता. मार्शलनी आल्या आल्या एकतर्फी निदर्शने बंद करण्याचा निर्णय घेतला नाही, तर चांगली गोष्ट म्हणजे आर्थिक सत्ता हाती असलेल्या गोऱ्या व्यापाऱ्यांबरोबर निग्रो नेत्यांच्या बोलण्याच्या अनेक फेऱ्या सुरू केल्या. त्यानंतर मार्शलच्या मध्यस्थीने सिनियर सिटिझन्स कमिटी आणि निग्रो नेते यांच्या काही गुप्त बैठका झाल्या. मार्टिनने त्यावेळी आपले मागणीपत्र सादर केले, पण ते मान्य करण्यावर एकमत होईना.

या मधल्या काळात हिंसाचाराने शहरात धुमाकूळ घालण्यास सुरुवात केली. बुल कॉनर जवळच्या शस्त्रास्त्र साठ्यात वाढ झाली. जे लोक अहिंसात्मक मार्गात सामील नव्हते, त्यांनी दगडविटा आणि बाटल्यांचा पोलिसांवर मारा केला. कॉनरने होज पाईपच्या पाण्याचा दाब एवढा वाढवला की त्यामुळे काही झाडांचे बुंधे मुळासकट उखडून पडले. माणसे तर गुंडाळ्यांसारखी ढकलली गेली. फ्रेड शटल्सवर्थ हा स्थानिक नेता पाण्याच्या दाबाने एका भिंतीवर जोरदार आपटला. त्याच्या छातीला मार लागला, त्याला अँब्युलन्समधून इस्पितळात हलवावे लागले. हे कळल्यावर कॉनरची प्रतिक्रिया होती, "त्याला प्रेतवाहक गाडीतून न्यावे लागले असते तर अधिक चांगले झाले असते." शहरातल्या पोलिसांनी हाहा:कार पाहून राज्य राखीव पोलीस दलाला पाचारण केले. यात मध्येच एक घटना घडली.

सिनियर सिटिझन्स कमिटीने निग्रो नेत्यांना पुन्हा बोलणी करायला बोलावले. त्यांच्या मागण्या ऐकून ही गोरी मंडळी चिडलीच. वातावरण तापले. मार्शलचे काही ऐकून घेण्याची त्यांची तयारी नव्हती. शेवटी या १२५ उद्योजक लोकांनी सभा तहकूब केली आणि ते लंचसाठी बाहेर पडले. रस्त्यावर येताच त्यांना जे दृश्य दिसले त्याने ते चक्रावूनच गेले. कित्येक हजार निग्रो रस्त्यावर आले होते. जिकडे पहावे तिकडे काळा समुद्र उचंबळून आला होता. रस्ते, फूटपाथ, मोकळ्या जागा, दुकाने, पायऱ्या, जिथे जागा सापडेल तिकडे निग्रोच निग्रो. कुणी उभे कुणी बसलेले, आणि ते काहीही विध्वंस करत नव्हते, त्यांच्या तोंडी स्वातंत्र्यगीते होती आणि शहराचा तो भाग त्या गीतांनी भारून गेला होता.

शहरातल्या या सर्व महत्त्वाच्या व्यक्ती चकित होऊन पाहू लागल्या आणि त्यांच्या लक्षात आलं की हा लढा आता थांबवता येणार नाही. ते जेवून पुन्हा बैठकीत आले तेव्हा त्यांचा दुराग्रही सूर बदललेला होता. पुढे तीन तास चर्चा झाली आणि ही उद्योजक व व्यापारी मंडळी आपल्या हिताचे काही निर्णय घेतील अशी आशा निर्माण झाल्याने चोवीस तासांपुरती निदर्शने थांबवण्यात आली. त्यादिवशी राष्ट्राध्यक्ष केनेडींनी वार्ताहर परिषद घेऊन बर्मिंगहॅम मधल्या परिस्थितीचे विवेचन केले आणि दोन्ही बाजूंचा संवाद सुरू झाला असून यश नजरेच्या टप्प्यात आहे असे सांगितले. याचवेळी जुन्या कुठल्यातरी आरोपावरून राल्फ आणि मार्टिनला पकडण्यात आल्याने लोक खवळले, पण परिस्थिती चिघळू नये, बोलणी पुन्हा चालू राहवीत म्हणून ते दोघे जामीनावर सुटून आले. दोन दिवस रात्रंदिवस चर्चा होऊन शेवटी दोघांच्या सहमतीने एक पत्रक जाहीर करण्यात आले. त्यानुसार असे ठरले,

१) जेवणाची सार्वजनिक ठिकाणे, स्वच्छतागृहे, पाण्याचे नळ येथील विभाजन टप्प्याटप्प्याने नव्वद दिवसांत संपुष्टात आणावे.

२) कोणताही भेदभाव न करता उद्योग जगतात निग्रोंची भरती करावी, त्यांना बढत्या मिळाव्यात आणि क्लार्क, सेल्समन वगैरे जागीही त्यांची नेमणूक व्हावी. पुढच्या दोन महिन्यांत ही कारवाई व्हावी. आतापर्यंत निग्रोंना ज्या प्रकाराच्या नोकऱ्या नाकारण्यात आल्या त्यामध्ये त्यांचा शिरकाव होण्यासाठी नेते व उद्योजकांची एक समिती नेमावी.

३) तुरुंगात अडकून पडलेल्यांची जामीनावर वा वैयक्तिक जातमुचलक्यावर सुटका व्हावी म्हणून सहाकार्य करावे.

४) यापुढे निदर्शने वा विरोध करण्यासारखी परिस्थिती निर्माण होऊ नये म्हणून चेंबर ऑफ कॉमर्सने दोन आठवड्यात गोरे व काळे यांच्यात सुसंवाद साधावा.

दोन वंशांना विभागणारी भिंत कोसळणार असे या तहाने वाटत होते, पण इथे कोणतीही गोष्ट इतक्या सरळपणे होणार नव्हती याची प्रचिती लौकरच आली.

बर्मिंगहॅम प्रश्नावर सर्वसामान्य तोडगा निघाला. ही बातमी जगभरातल्या शेकडो बातमीदारांनी टिपली. देशभरातल्या वृत्तपत्रातून ती पहिल्या पानावर मोठ्या अक्षरात झळकली. ती वाचून बर्मिंगहॅममधल्या निग्रोद्वेष्ट्या गोऱ्यांच्या अंगाचा तिळपापड झाला. व्यापारी मंडळी निग्रोंपुढे शरण गेली अशी भाषा बोलली जाऊ लागली. गेल्या पाच सहा रात्री मार्टिनला रात्रीची दोन, तीस तास सुद्धा झोप मिळाली नव्हती. त्या रात्री तो समाधानाने झोपला, तोच फोन खणखणला. कु क्लक्स क्लॅनची रात्रीच बैठक झाली होती, त्याचा भाऊ ए. डी. किंगच्या घरावर बॉंबफेक झाली आणि बर्मिंगहॅमच्या ज्या गेस्टन मोटेल मधल्या ३० नंबरच्या खोलीत मार्टिनने आपला तळ ठोकला होता, त्या खोलीला नेम धरून मोटेलवर बॉंब फेकण्यात आला. मार्टिनला मारण्याचाच हेतू होता, पण सुदैवाने त्याच दिवशी मार्टिन ॲटलांटाला आला होता, म्हणून वाचला. रात्रीच्या बारवर तुफानी बॉंबफेक झाली. हजारो निग्रो रस्त्यावर जमा झाले. वॅट वॉकर आणि ए. डी. किंगने जमावाला शांत करण्याचा प्रयत्न केला, पण त्याचा काही उपयोग झाला नाही. धुमश्चक्री सुरू झाली. लोकांनी पोलिसांवर दगडफेक केली. मोटारी बसेसची तोडफोड केली. आगी लावल्या. पोलिसांनीही तुफानी हिंसाचाराने प्रत्युत्तर दिले. गोऱ्या लोकांना हेच व्हायला हवे होते, त्यामुळे तहाच्या निर्णयांवर बोळा फिरला असता. मार्टिनच्या भावाचे घर पूर्ण बेचिराख झाले. मोटेलमधले कित्येकजण गंभीररित्या जखमी झाले. रस्त्यांची अवस्था युद्धभूमीसारखी झाली. जळलेल्या घरांच्या ढिगाऱ्यातून वाट काढत एवढ्या भयानक हिंसेला आणि तिरस्काराला उत्तर देण्यासाठी लोकांनी उत्स्फूर्तपणे मोर्चा काढला तेव्हा त्यांच्या तोंडात स्वातंत्र्याचे स्फूर्तीगीत होते, "वुई शॅल ओव्हरकम" लोकांची आशा आणि श्रद्धा अजूनही डळमळली नव्हती.

दुसऱ्या दिवशी राष्ट्राध्यक्षांनी आपले निवेदन प्रसिद्ध केले. अत्यंत योग्य आणि न्याय्य असलेल्या तहाच्या निर्णयाविरुद्ध कोणाही अतिरेक्यांचा विरोध खपवून घेतला जाणार नाही. त्यांच्याविरोधात कडक कारवाई केली जाईल, त्यासाठी केंद्रीय सरकारचे तीन हजार सैनिक बर्मिंगहॅममध्ये तैनात करण्यात आले. या कडक निर्णयामुळे वर्णद्वेष्ट्यांच्या कारवाया थांबल्या.

तरी काही अधिकाऱ्यांनी दुसऱ्या मार्गाने त्रास द्यायला सुरुवात केली. ज्या विद्यार्थ्यांनी निदर्शनात भाग घेतला, त्यांची शाळा-कॉलेजातून हकालपट्टी करावी आणि शिक्षणमंडळाने त्यांची कायमची छुट्टी करावी असा फतवा काढण्यात आला. सर्व विद्यार्थ्यांनी याच्या निषेधात शाळा कॉलेजवर बहिष्कार टाकून निदर्शने करावीत

असे स्थानिक नेत्यांनी ठरवले, पण मार्टिनने त्यांना आवरले. तहाच्या कोणत्याही अटींना त्याला धक्का लावायचा नव्हता. निग्रोंना चेतवून आंदोलन करायला लावण्याचा हा एक डाव आहे, हे मार्टिनने ओळखले व या निर्णयाला कोर्टात आव्हान दिले. कोर्टाने निकाल निग्रो विद्यार्थ्यांच्या बाजूने दिला आणि शिक्षणमंडळावर कडक ताशेरे ओढले. कायदेशीर मार्गाने जे विद्यार्थी आपले घटनात्मक हक्क मिळविण्यासाठी लढा देतात त्यांच्यावर सूड उगवणे वर्णद्वेष्टेपणाचे आहे असे निकालात म्हटले गेले. निकालाची प्रत हाती आली तेव्हा विजयोत्सव साजरा झाला. बर्मिंगहॅम लढ्यात मिळालेला हा दुसरा विजय होता. दुसऱ्याच दिवशी अलाबामाच्या सुप्रीम कोर्टाने बुल कॉनरची कायमची हकालपट्टी केली हा लागोपाठ मिळालेला तिसरा विजय होता.

सहा आठवड्याच्या या लढ्यात उर्वरित अमेरिका आणि बाहेरच्या जगाकडून प्रचंड पाठिंबा मिळाला. नुसत्याच सदिच्छा वा नैतिक पाठिंबा नाही, तर पिगी बँकेतल्या काही पेनीजपासून तो हजारो डॉलर्सच्या रकमेचा ओघ संघटनेकडे वळला. एकी हेच बळ हा प्रत्यय याच लढ्यात आला. देशभरातून अनेक धर्मगुरू, शिक्षक, विद्यार्थी, सामान्य नागरिक इथे येऊन हा आपला सगळ्यांचा लढा आहे असे समजून निदर्शनात सामील झाले. तुरुंगात गेले. नॅक्पने आर्थिक आणि कायदेशीर सल्ल्याचे पाठबळ दिले. तहाच्या सहमतीतून निग्रोंचे स्वातंत्र्य, समानता आणि सन्मान यांचा विजय झाला. सगळेच व्यवहार काही कायद्यांनी सुरळीत होत नाहीत. लोकांच्या मनातून तिरस्काराचे विष जायला काही वर्षं जावी लागतात, पण आता निदान त्यासाठी भूमी तयार झाली. काळी-गोरी मुलं हातात हात घालून शाळेत जातील अशी आशा निर्माण झाली.

बर्मिंगहॅममधल्या सातत्यपूर्ण, शांत मनाने घेतलेल्या निर्णयांनी आणि आपल्या खंबीर नेतृत्वाने मार्टिनने आपले आल्बनीतले अपयश धुवून काढले. यापेक्षा अधिक मोठ्या लढ्यासाठी तो सज्ज झाला. बर्मिंगहॅमच्या लढ्यात अंधार कोठडीत एकांतवासात असताना कोणीतरी वृत्तपत्राच्या कागदाचा एक तुकडा त्याच्या कोठडीत सरकवला. रात्री मिणमिणत्या दिव्यात तो वाचताना मार्टिनचं रक्त तापू लागलं. 'बर्मिंगहॅम न्यूज' या वृत्तपत्राने मोठे शीर्षक देऊन ती बातमी छापली होती. आठ गोऱ्या स्थानिक धर्मगुरुंनी एकत्र येऊन एक पत्रक प्रसिद्ध केले होते आणि त्यात निग्रोंनी ही निदर्शने मागे घ्यावीत असे आवाहन केले होते. खरे तर हे विभाजनवादी धर्मगुरू त्यांच्या चर्चमध्ये सुद्धा वंशवाद काटेकोरपणे पाळणारे आणि त्यांनी उपदेश केला होता की मार्टिन परका आहे, जहाल मतवादी आहे, ही निदर्शनांची वेळ नाही, अशी निदर्शने करणे शहाणपणाचे नाही, त्यामुळे तिरस्कार आणि हिंसा उफाळेल, त्यामुळे इथले प्रश्न सुटणार नाहीत, उलट जास्त जटील होतील. रस्ता

ही प्रश्न सोडवण्याची जागा नव्हे, त्यासाठी कोर्ट आहे' आपल्याच व्यवसाय बंधूंनी आपल्यावर अशी टीका करावी याचे मार्टिनला वाईट वाटले आणि सात्विक संतापही आला, याला उत्तर दिलेच पाहिजे अशी इतकी उत्कट आंतरिक उर्मी त्याला आली की वृत्तपत्राच्याच कोऱ्या सामासिक जागेवर त्याने कोरी जागा मिळेल तिथे लिहायला सुरुवात केली, पण हे विचारधन इतके विपुल होते की शेवटी माणसे भेटायला परवानगी मिळाल्यानंतर त्यांच्याकडून नोट पॅड, कागद पुन्हा पुन्हा मिळवून त्याने चार सलग दिवस रात्री बसून वीस कागद भरून जो मजकूर लिहिला तो इतका तेजस्वी होता की, त्याची प्रभावी भाषणे सुद्धा त्यापुढे फिकी पडावीत. 'लेटर फ्रॉम बर्मिंगहॅम जेल' तुरुंगातल्या या पत्रातून त्याने आपल्या अहिंसात्मक आंदोलनाबाबत केनेडींपासून या धर्मगुरूंपर्यंत लोकांच्या त्याच्याबद्दल ज्या काही शंकाकुशंका होत्या, त्यांना स्वच्छ, स्पष्ट शब्दांत पण अत्यंत ओजस्वी शैलीत उत्तरे दिली. या निमित्ताने हा त्याच्या वैचारिक प्रवासाचा जाहीरनामाच होता.

आपल्या बंधूंना उत्तर देताना सुरुवातीला तो म्हणतो, **''ज्यांना विषम विभागणीच्या रोगाची कधी बाधा झाली नाही त्यांना यात होरपळणाऱ्या जिवांच्या यातना काय कळणार? थांबा, अजून वेळ आली नाही हे शब्द फक्त तेच लोक बोलू शकतात. आमच्या दृष्टीने या शब्दांचा अर्थ होतो, 'कधीच नाही', कारण प्रलंबित न्याय म्हणजे न्याय नाकारणे होय. परमेश्वराने आणि घटनेने हक्क द्यावेत म्हणून आम्ही ३४० वर्षे वाट पाहिली. आशिया, आफ्रिकेतल्या अनेक देशांनी आपले स्वातंत्र्य मिळवले आणि आम्ही अजून टेबलावर एक कप कॉफी मिळावी म्हणून झगडतो आहोत. ज्यांना या विषारी बाणांनी कधी दंश केला नाही, त्यांना सोपं आहे हो 'थांबा' म्हणणं! पण जेव्हा आम्ही डोळ्यांनी पाहतो की हिंसक जमाव आमच्या आईवडिलांना लाथाबुक्क्यांनी बडवतो, लहरीखातर आमच्या बहीण-भावांना पाण्यात बुडवतो, नसानसात तिरस्कार भरलेले पोलीस आमच्या बांधवांना शिव्या, लाथा घालतात, मारून टाकतात, इतक्या श्रीमंत समाजामध्ये दोन कोटी निग्रो गरिबीच्या हवाबंद बरणीत श्वास कोंडून जगतात. तुमच्या सहा वर्षांच्या मुलीच्या डोळ्यांत अश्रू जमा होतात जेव्हा तुम्ही तिला ॲम्युजमेंट पार्कमध्ये काळ्यांना मज्जाव आहे म्हणून सांगता, घशाला कोरड पडली तरी जिथले नळ तुम्हाला पाणी देत नाहीत, हॉटेलात प्रवेश नाही म्हणून जेव्हा तुम्ही प्रवासात रात्रीच्या रात्री मोटारीत पाय दुमडून झोपी जाता, जिथे 'गोऱ्यांसाठी' 'काळ्यांसाठी' अशा पाट्या तुमच्या डोळ्यांना झोंबतात, जिथे तुमचे पहिले नाव फक्त 'निगर' आणि किती वयस्क असलात तरी पुढे 'बॉय' असते, रात्रंदिवस एकच गोष्ट**

तुम्हाला कुरतडत असते की तुम्ही 'निग्रो' आहात. आत भिती आणि बाहेर तिरस्कार. तेव्हा तुम्ही सतत तुमच्या मनाशी भांडत असता की 'तुम्ही कोणीही नाही' मग तुम्हाला समजेल की, 'थांबा' म्हणणे किती अवघड आहे. जिथे सहनशक्तीचा प्याला संपतो आणि नैराश्याच्या समुद्रात तुम्ही गटांगळ्या खाऊ लागता, तिथे अशी एक वेळ येते.''

पुढे त्याने असेही म्हटले आहे की **''आपल्या काळ्या बांधवांना दुःखाच्या खाईत लोटून आपले वेगळे सुखाचे आयुष्य जर गोरे लोक जगू पहात असतील तर त्यांनी लक्षात ठेवावे की कुठेही होणारा अन्याय हा प्रत्येक ठिकाणी न्यायाला एक धोका असतो.''**

या धर्मगुरुंनी निदर्शकांच्या बाबतीत पोलिसांनी घेतलेल्या भूमिकेबद्दल त्यांचे कौतुक केले होते, त्याबाबत मार्टिनने म्हटले, की **''अनैतिक साध्यासाठी नैतिक साधने वापरणे हा भ्रष्टाचार आहे. मग त्यांनी निदर्शने करणाऱ्या, जेवणाच्या टेबलाशी जाऊन बसणाऱ्या निग्रोंच्या अमाप धैर्याचे आणि त्रास सोसण्याच्या तयारीचे कौतुक का नाही केले? सत्य हे आहे की आपल्या पूर्वजांनी ज्या लोकशाहीची स्थापना केली, तिच्याकडे देशाला घेऊन जाणारे आमचे निदर्शक हेच खरे नायक आहेत. आम्हाला न्याय देण्यात खरा अडथळा आमचा तिरस्कार करणाऱ्यांचा, अथवा कु क्लक्स क्लॅनचा नाही, वाईट लोकांच्या आमच्याबद्दल असलेल्या मतांपेक्षा चांगल्या लोकांचं आमच्याबद्दल असलेलं उथळ मत अधिक उद्वेगजनक आहे. याच लोकांनी आम्हाला जहाल मतवादी म्हटले आहे. आपण जहाल आहोत का यापेक्षा आपण कशासाठी जहाल झालो हे महत्त्वाचे आहे. 'प्रेषित अमोस, जीझस, जेफरसन, लिंकन हे सुद्धा जहालच आहेत'** इथे मार्टिनने प्रत्यक्ष शब्दात म्हटले नसले तरीसुद्धा त्याला असे सुचवायचे आहे की स्वातंत्र्याच्या संरक्षणासाठी असलेला जहालपणा हा दुर्गुण नसतो. या आपल्या पत्रात मार्टिनने सेंट पॉल, सॉक्रेटिस, थॉमस ऑक्विनास, टी. एस. इलियट, मार्टिन बुबर इत्यादींची वचने उधृत केली आहेत. क्रोझर कॉलेज, बॉस्टन विद्यापीठ इथे आठ वर्षांपूर्वी अभ्यासलेल्या सर्व पुस्तकांचे प्रतिबिंबच जणू या पत्रावर पडून तो एक खराखुरा प्रबंध बनला आहे. सेंट ऑगस्टिनचा दाखला देऊन तो म्हणतो की **अन्याय्य कायदे हे कायदे नव्हेतच, पण हे अन्याय्य कायदे जो मोडतो ते त्याने खुलेपणाने आणि प्रेमाने मोडले पाहिजेत, अन्याय्य कायद्यांसंबंधी समाजाची सद्सद्विवेकबुद्धी जागी केली पाहिजे आणि त्याचवेळी कायद्यांबद्दल उच्च प्रतीचा आदरही ठेवला पाहिजे.**

या पत्रावर त्या आठ धर्मगुरूंनी कोणत्याही प्रतिक्रिया व्यक्त केल्या नाहीत.

वॅट टी वॉकर या त्याच्या सहकाऱ्याच्या हातात मात्र जेव्हा हे पत्र पडले तेव्हा त्याचे महत्त्व ओळखून त्याने त्याच्या हजारो प्रती काढून वाटल्या आणि त्याला मार्टिनच्या 'ग्रेट टेस्टॅमेंट' चा दर्जा लाभला. लौकरच वॉशिंग्टनमध्ये त्याने केलेल्या तेजस्वी भाषणाची ही एक प्रकारे नांदीच होती.

◆◆

१५

-०-

माझे एक स्वप्न आहे

सहा वर्षांपूर्वी मॉंटगोमेरीचा प्रश्न कोर्टातून सुटला होता, पण बर्मिंगहॅमचा विजय हा मार्टिनचा खराखुरा मोठा विजय होता, कारण तो त्याच्या प्रयत्नांनी सुटला होता. अमेरिकेतल्या नागरी हक्काच्या चळवळीचा एकमेव शिल्पकार नेता म्हणून त्याचं देशातलं स्थान या विजयानं पक्कं झालं. टाईम मासिकाच्या मुखपृष्ठावर तो 'मॅन ऑफ द इअर १९६३' म्हणून चमकला. **'या विश्वाच्या घडामोडीत अशी एक शक्ती आहे की जी अंतिमतः सत्याचा विजय घडवून आणते आणि कठीण काळातून प्रवास करायला तुम्हाला मानसिक बळ देते.'** असे म्हणत मार्टिनने हा विजय विनयाने स्वीकारला.

बर्मिंगहॅमच्या विजयानंतर जणू देशाभरातल्या काळ्या लोकांना बळ मिळालं. सर्व सार्वजनिक ठिकाणी निग्रोंना मुक्त प्रवेश मिळावा म्हणून १८६ शहरे अणि गावातून ७५८ निदर्शने झाली. सर्व अमेरिकाभर बर्मिंगहॅमचीच पुनरावृत्ती होते की काय अशी भिती केनेडी प्रशासनाला वाटू लागली. देशातील वांशिक असंतोषाचा हा अग्नी अधिक भडकण्यापूर्वी सर्व सार्वजनिक जागी निग्रोंना प्रवेश मिळावा यासाठी नागरी हक्कांचा प्रस्ताव केनेडींनी तयार केला. तो काँग्रेसपुढे येऊन पास व्हायला आणखी काही काळ जावा लागणार होता. याच काळात अलाबामाचा गव्हर्नर जॉर्ज वॅलेस याला विद्यापीठात दोन काळ्या विद्यार्थ्यांना प्रवेश देण्याच्या प्रश्नापासून दूर रहायचा आदेश देण्यात आला. त्याच दिवशी संध्याकाळी राष्ट्राध्यक्ष केनेडींनी राष्ट्राला उद्देशून भाषण केले.

''हा प्रश्न मुख्यत: नैतिक आहे. हा प्रश्न धर्मग्रंथाइतका जुना आहे आणि अमेरिकेच्या घटनेइतका स्पष्ट आहे. केवळ त्याच्या कातडीचा रंग काळा आहे, म्हणून एखाद्या अमेरिकनाला सार्वजनिक खुल्या असणाऱ्या रेस्टॉरंटमध्ये जेवण घेता येत नसेल, जर त्याला एखाद्या उत्तम पब्लिक स्कूलमध्ये आपल्या मुलाला

घालता येत नसेल... तर त्याच्या कातडीचा रंग बदलून आपल्यापैकी किती लोकांना समाधान होणार आहे? उशीर करून आणि धीर धरून आपल्यापैकी किती लोक समाधानी होणार आहेत?----

म्हणून मी काँग्रेसला विनंती करत आहे की सर्व अमेरिकनांना हॉटेल्स, रेस्टॉरंटस्, थिएटर्स, स्टोअर्स इत्यादी सर्व सार्वजनिक जागी खुला प्रवेश देणारा कायदा अमलात आणावा...''

जॉन एफ. केनेडींनी अतिशय तळमळीने हे बिल मांडले. पण दुर्दैवाने त्याचे कायद्यात रूपांतर मात्र पुढच्या राष्ट्राध्यक्षांकडून झाले. यानंतर वॉशिंग्टनमध्ये निग्रोंचा मोठा मोर्चा निघाला होता, त्यावेळी मार्टिनची आणि त्यांची गाठ पडली होती.

इतकी वर्षे दक्षिणेकडे निग्रोंचे स्वातंत्र्ययुद्ध सुरू होते, कारण त्यांच्यामानाने उत्तरेतील निग्रोंचे आयुष्य तुलनेने स्वतंत्र होते. पण आता उत्तरेकडील निग्रोंच्याही लक्षात येऊ लागले होते की छुपेपणाने त्यांनाही गोऱ्या संस्कृतीने बाजूला ठेवले आहे. वैयक्तिक प्रगती, नोकरीतील भेदभाव, भाड्याने घरे मिळण्यात होणारा वर्णभेद, आर्थिक उन्नती या सर्वांच्या मागे गोऱ्या लोकांच्या मनात काळ्यांबद्दल असलेल्या द्वेषाचे हिडीस दर्शन त्यांनाही समजू लागले. शिकागो, एलिनॉईस इथे गोऱ्यांच्या वस्तीत घरे मिळण्याचा प्रश्न संघर्षरूप धारण करू लागला.

स्वातंत्र्य हे एका अर्थाने संसर्गजन्य असते. १९६३ च्या उन्हाळ्यापर्यंत स्वातंत्र्याचा हा रोग अमेरिकेतील १००० शहरांमधून पसरला आणि त्याने अमेरिकेचा चेहरामोहराच बदलून टाकला. त्याचा परिणाम म्हणून देशातील हजारो जेवणगृहे, हॉटेल्स, बागा आणि अन्य सार्वजनिक ठिकाणे निग्रोंसाठी खुली झाली. या सगळ्या छोट्या, मोठ्या घटनांची परिणती एका भव्यदिव्य कार्यक्रमात करण्याची कल्पना धडाडीचा निग्रो नेता फिलिप रॅन्डॉल्फ यांच्या मनात आली आणि या कल्पनेने भराभर आकार घेतला तो राजधानी वॉशिंग्टनवर एक प्रचंड मोठा मोर्चा काढण्याचा. देशभर विखुरलेल्या निग्रोंच्या आंदोलनांच्या छोट्या छोट्या प्रयत्नांना एकत्र आणून एक विराट सभा त्याला आयोजित करायची होती. ही कल्पना प्रत्यक्षात आणण्यासाठी शौर्य आणि धाडस हवे होते. निग्रो समाजात आपल्या तक्रारी सोडवून घेण्याबाबत एकमत होते, पण त्यासाठी आखल्या जाणाऱ्या डावपेचांच्या बाबतीत मात्र एकमत नव्हते. आपापल्या छोट्या गटापुरते ते अत्यंत घट्टपणे एकत्र येत, पण देशभरातील निग्रोंनी एकत्र येण्याचा राष्ट्रीय आवाका केवढा विराट आहे याचा त्यांना पूर्वानुभव नव्हता. काही विघ्नसंतोषी लोक भीती दाखवत होते की एवढ्या विराट जनसमुदायात थोडा जरी हिंसाचार उफाळला, तर काँग्रेसपुढे येणाऱ्या बिलावर त्याचा वाईट परिणाम होईल. निग्रोंचे दोष जाहीररित्या दिसण्यापेक्षा लपून राहिलेले बरे असे

त्यांना वाटे. ज्यांचा निग्रोंचं मन:सामर्थ्य, शिस्त आणि सहनशक्ती यांवर पूर्ण विश्वास होता, त्यांनी या मोर्चाचं स्वागत केलं शेवटी विरोधकांचा आवाज विरला आणि आनंदाचे चीत्कार अमेरिकाभर घुमले. हा प्रचंड मोर्चा वॉशिंग्टनमध्ये येणार या कल्पनेने केनेडीसुद्धा थोडे बेचैन झाले आणि याचा परिणाम आधीच विरोधी सूर छेडणाऱ्या काँग्रेसवर होईल की काय अशी शंका त्यांना वाटू लागली.

२८ ऑगस्ट १९६३. वॉशिंग्टन स्क्वेअरचा प्रचंड लांबलचक पट्टा, समोर अब्राहम लिंकनचा सिंहासनाधिष्ठित भव्य पुतळा आणि त्याच्या साक्षीनं समोर लोटलेला २,५०,००० लोकांचा अभूतपूर्व जनसागर. त्याच्यात जवळजवळ एक तृतीयांश लोक गोरे! देशाच्या कानाकोपऱ्यातून आलेले काळे आबाल वृद्ध, स्त्रीपुरुष, श्रीमंत गरीब, सुशिक्षित-अशिक्षित, एवढेच नव्हे तर प्रचंड मोठ्या संख्येने आलेले पॉप स्टार, चित्रपट कलावंत, गायक यांची मोठीच मांदियाळी या सभेला हजर होती. मिळेल ते वाहन पकडून लोक आले होते. काहीजण तर कित्येक मैल पायी तुडवत आले होते. अनेकांना बिनपगारी रजा मिळाली होती. त्यात पुन्हा प्रवास खर्च. कित्येक हजार गरिबांच्या ही गोष्ट आवाक्याबाहेरची होती. ते सर्वजण अतिशय आनंदात होते, टाळ्यांच्या कडकडाटांनी भाषणांना साद देत होते. हलक्या आवाजात गाणी गात होते. उत्साही होते तरी शिस्तबद्ध होते. प्रत्येकाला हा प्रसंग ऐतिहासिक आहे याची जाणीव होती. हे एक बंदुकीविना झालेलं प्रचंड शक्तीप्रदर्शन होतं आणि प्रेम हे त्यांचं अत्यंत प्रभावी आणि धारदार हत्यार होतं. या मोर्चाचं आणखी एक वैशिष्ट्य होतं ते म्हणजे गोऱ्यांच्या चर्चमधल्या अनेकांनी यात सहभाग घेतला होता. मार्टिनला पहिल्यापासून वाटे की चर्चने लोकांच्या प्रश्नापासून अलिप्त राहू नये, उलट ते सोडवण्यासाठी नेतृत्व करावे, पण त्याला हवा तसा प्रतिसाद चर्चकडून कधी मिळाला नव्हता, पण यावेळी मात्र धार्मिक नेत्यांनी निग्रोंना त्यांचे मूलभूत हक्क मिळवून देण्याच्या लढ्यात सक्रिय भाग घेतला.

लाखोंच्या संख्येनं लोक आल्याने आणि ह्या प्रतिनिधींच्यामागे आणखी लाखो लोक घरी असल्याने या सभेला एक बळ प्राप्त झालं, आपला लढा न्याय्य कारणासाठी आहे या विश्वासानं या सभेला एक प्रतिष्ठा प्राप्त झाली आणि स्वातंत्र्याबद्दल प्रत्येकाच्या मनात असलेल्या भावनिक ओढीमुळे या समुदायाला एकात्मता लाभली. सर्वांची तोंडे लिंकनच्या पुतळ्याकडे होती तशी स्वत:कडेही होती, स्वत:च्या नशिबाकडे, स्वत:च्या भवितव्याकडे, आणि परमेश्वराकडे!

सर्व वक्त्यांनी आपली भाषणे आधी लिहून आणायची आणि प्रेससाठी आधी एक प्रत द्यायची असे ठरले होते. कोणीही लोकांच्या भावना भडकवण्याचे भाषण करायचे नाही असे ठरवूनही जॉन लेक्सिनने क्रांती, जाळपोळ वगैरे जहाल

भाषण लिहून आणल्याने मार्टिनने ते त्याला आयत्यावेळी बदलायला लावले. मार्टिनने स्वत:चे भाषण त्या दिवशी रात्री जागून लिहून काढले होते, पण ते वाचून दाखवताना, मधे त्याने ते बाजूला ठेवून आयत्यावेळी जे उत्स्फूर्त भाषण केले, ते इतके उत्कृष्ट झाले की तो त्या दिवशीचा 'हिरो' बनला आणि ते भाषण अजरामर झाले.

सभा सुरू झाली तेव्हा प्रथम रॅन्डॉल्फ लेविस, रॉय विल्किन्स यांची भाषणे झाली. जोन बेझ, मरियन अॅन्डरसन, बॉब डिलन, महालिया जॅक्सन यांनी गाणी म्हटली आणि पाहता पाहता सभेचं रूपांतर एखाद्या प्रार्थना सभेसारखं झालं. शेवटचं भाषण अर्थातच मार्टिनचं होतं. सर्व कार्यक्रमाचं टीव्हीच्या तीनही नेटवर्कवरून थेट प्रक्षेपण चालू होतं, लाखो लोक ते घरात बसून पाहत होते, त्यात राष्ट्राध्यक्ष केनेडीही होते.

मार्टिनचं भाषण ऐकता ऐकता कधी लोकांच्या अंगावर रोमांचं फुलत होते, कधी सरसरून काटा येत होता तर कधी लोक अंतर्मुख होऊन शांत राहत होते, तर कधी टाळ्यांच्या गजरात बेहोश होऊन ओरडत होते. मार्टिनने नेहमीप्रमाणे अतिशय शांत, धीरगंभीर आवाजात सुरुवात केली. पण त्याला त्याच्या बोलण्यातला खरा सूर सापडला, ज्यावेळी त्याने **'आय हॅव अ ड्रीमने'** सुरुवात केली.

''ज्या माणसाच्या (अब्राहम लिंकन) प्रतिकात्मक सावलीत आज आपण उभे आहोत, त्या माणसाने १०० वर्षांपूर्वी निग्रोंच्या स्वातंत्र्याच्या जाहीरनाम्यावर सही केली. हजारो निग्रोंच्या मनात त्या जाहीरनाम्याने आशेच्या प्रकाशाचा किरण आणला. जे अन्यायाचे चटके सहन करत होते, त्यांच्या गुलामीच्या दीर्घ रात्रीचा हा आनंदाच्या प्रकाशकिरणांनी शेवट झाला होता.

पण शंभर वर्षे लोटली तरी निग्रो अजून स्वतंत्र नाही. शंभर वर्षांनंतर अजूनही तो विभक्तपणाच्या बेड्यांनी बद्ध आहे आणि भेदाभेदाच्या साखळदंडांनी बांधला गेला आहे. या देशातील ऐहिक समृद्धीच्या समुद्रात तो अजूनही दारिद्र्याच्या एकाकी बेटावर राहतो आहे. शंभर वर्षे झाली तरी निग्रो अजूनही अमेरिकन समाजाच्या कोपऱ्यात खितपत पडला आहे आणि स्वत:च्या जमिनीवर वनवास भोगतो आहे. या लज्जास्पद परिस्थितीची नाट्यमयता अनुभवायला आपण सर्व इथे जमलो आहोत.

एका दृष्टीने आपण आपल्या देशाच्या राजधानीत धनादेश वटवायला आलो आहोत. जेव्हा घटनाकारांनी घटना आणि स्वातंत्र्याचा जाहीरनामा लिहिला, त्यावेळी त्यांनी एका वचननाम्यावर स्वाक्षरी केली. प्रत्येक अमेरिकन हा त्याचा वारसदार होता. हा वचननामा असा होता, की सर्व माणसांना, होय, काळ्या त्याचप्रमाणे गोऱ्या माणसांना, या देशातील प्रत्येक माणसाला जगण्याचा, स्वातंत्र्याचा आणि आनंद मिळवण्याचा हक्क आहे. काळ्यांच्या

बाबतीत मात्र हा वचननामा पाळला जात नाही. तो मोडला जातो. या पवित्र घटनेला मान देण्याऐवजी निग्रोंना मिळालेला धनादेश 'पुरेसे पैसे नाहीत' म्हणून परत आला आहे. न्यायाच्या बँकेचे दिवाळे वाजले आहे यावर आम्ही विश्वास ठेवणे नाकारतो. आपल्या देशातील संधीच्या पेट्यांमध्ये पुरेसे पैसे नाहीत हे आम्ही नाकारतो. म्हणून हा धनादेश वटवायला आम्ही आलो आहोत, जो मागणी केल्यावर आम्हाला स्वातंत्र्याची समृद्धी आणि न्यायाची सुरक्षितता देईल.

थोर पुरुषांच्या या शहरात आम्ही आमच्या आत्यंतिक गरजेची आठवण करून द्यायला आलो आहोत. शांतपणे काही करण्याची किंवा हळूहळू परिणाम घडवून आणणाऱ्या वेदनाशामकाची ही वेळ नाही. लोकशाहीत दिलेली वचने खरी करण्याची ही वेळ आहे. विभक्तपणाच्या अंधाऱ्या आणि एकाकी दरीकडून सूर्यप्रकाशाने भरलेल्या वांशिक न्यायाच्या रस्त्याने जाण्यासाठी उठण्याची ही वेळ आहे. वांशिक अन्यायाच्या निसरड्या वाळूकडून, बंधूभावाच्या दणकट पहाडाकडे आपल्या देशाला नेण्याची ही वेळ आहे. देवाच्या सर्व लेकरांसाठी न्यायाचं वास्तव स्वीकारण्याची ही वेळ आहे. या लक्षवेधी चळवळीकडे दुर्लक्ष करून देशाला आता परवडणार नाही. निग्रोंच्या धैर्याला कमी लेखणेही परवडणार नाही. कायदेशीर असमानतेचा हा तीव्र उन्हाळा स्वातंत्र्य आणि समानतेच्या उत्साही शरद ऋतूत बदलेपर्यंत थांबणार नाही. १९६३ हा शेवट नाही ही सुरुवात आहे. जर देशाने आपला व्यवहार पूर्वीप्रमाणेच ठेवला तर त्यांना ही क्रूर जाणीव होईल की निग्रोंच्या साचलेल्या संतापाची कोंडलेली वाफ बाहेर पडायलाच हवी होती आणि नंतरच ते समाधानी होतील. जोपर्यंत निग्रोंना त्यांचे नागरी हक्क मिळणार नाहीत तोपर्यंत अमेरिकेत शांतता आणि स्वास्थ्य नांदणार नाही. न्यायाचा प्रकाशमान दिवस उगवेपर्यंत बंडाचं चक्रीवादळ देशाचा पाया गदागदा हलवेल. न्यायाच्या महालापर्यंत नेणाऱ्या उबदार नव्या मार्गावर उभ्या असणाऱ्या माझ्या बांधवांना मला सांगितले पाहिजे, की खरे हक्क मिळविण्यासाठी आपण खोट्या कृत्याचा अपराध करायचा नाही.

कडवटपणा आणि तिरस्काराच्या कपातून स्वातंत्र्याचे पेय पिण्याची तहान आपल्याला भागवायची नाही. सन्मान आणि शिस्तीच्या उच्च पातळीवरच आपला लढा आपल्याला लढायचा आहे. आपला सर्जक विरोध शारीरिक हिंसेच्या पातळीवर आणून मलिन करू नका. शारीरिक बळाच्या वर असलेल्या आत्मिक बळाच्या स्थानावरून आपल्याला लढायचे आहे.

ह्या नव्या लढाऊपणाने निग्रो समाज भारला आहे, त्याचे पर्यवसान गोऱ्या लोकांवरच्या अविश्वासात होऊ नये. आज या सभेत दिसताहेत तसे आपल्या अनेक गोऱ्या बंधूंच्या लक्षात आले आहे की त्यांचे नशीब आपल्या नशिबाशी बांधले गेले आहे आणि त्यांचे स्वातंत्र्य हे घट्टपणे आपल्या स्वातंत्र्याशी बांधले आहे. आपण एकट्यानी नाही तर अन्यायाविरूद्धचे हे युद्ध द्वि-वांशिक सैन्याने लढायचे आहे.

आपण वचनबद्ध आहोत की आपण नेहमी पुढे कूच करू. आपण मागे वळू शकत नाही. नागरी हक्कासाठी वाहून घेतलेल्यांना लोक विचारतात, ''तुमचे समाधान केव्हा होणार?'' ज्याबद्दल बोलताही येणार नाही इतक्या महाभयंकर पोलीस क्रूरतेचे निग्रो जोपर्यंत बळी होत आहेत, तोपर्यंत आमचे कधीही समाधान होणार नाही. जोपर्यंत थकलं भागलेलं आमचं शरीर हायवेवरच्या मोटेल्समध्ये वा शहरातल्या हॉटेल्समध्ये विश्रांती घेऊ शकत नाही, तोपर्यंत आमचे समाधान होणार नाही. जोपर्यंत आमच्या मुलांची अस्मिता ओरबडली जातीय आणि 'फक्त गोऱ्यांसाठी' अशा पाट्यांनी त्यांचा आत्मसन्मान लुबाडला जातोय तोपर्यंत आम्ही समाधानी असणार नाही. जोपर्यंत मिसिसिपीमधल्या निग्रोला मत देता येत नाही आणि जोपर्यंत न्यूयॉर्कमधल्या निग्रोला वाटतं की ज्यासाठी मत द्यावं असं त्याच्यासाठी काहीच नाही, तोपर्यंत आम्ही समाधानी असणार नाही. जोपर्यंत न्याय पाण्याच्या प्रवाहाप्रमाणे खालपर्यंत झिरपत नाही आणि नीती झऱ्याप्रमाणे वाहत नाही तोपर्यंत आम्ही समाधानी नाही.

मित्रहो, मला जाणीव आहे की तुमच्यापैकी अनेकांवर खटले चालू आहेत. काहीजण नुकते तुरुंगातून सुटले आहेत. काहीजण अशा ठिकाणाहून आले आहेत जिथे स्वातंत्र्याच्या शोधासाठी छळाच्या वादळांनी तुम्हाला कुचलले आहे आणि पोलिसी क्रौर्याच्या वाऱ्याने तुम्हाला लटपटवले आहे. सर्जनशील त्यागाचे तुम्ही योद्धे आहात. कोणताही लाभ न होता सोसलेलं दुःख आपल्याला मुक्ततेचा अनुभव देतं यावर श्रद्धा ठेवून काम करा.

मिसिसिपीला परत जा, अलाबामाला परत जा. साऊथ कॅरोलिनाला परत जा. लुझियानाला परत जा. उत्तरेकडच्या शहरातील झोपडपट्ट्यात आणि घेटोजमध्ये परत जा आणि विश्वास ठेवा की आज ना उद्या ही परिस्थिती बदलू शकते आणि नक्कीच बदलेल, नैराश्याच्या खाईत आपण लोळण घेऊ या नको.

मित्रांनो, मी तुम्हाला असं सांगतो की आज उद्या आपल्याला अडचणी

सोसाव्या लागतील, तरीही माझे एक स्वप्न आहे. अमेरिकन स्वप्नात त्याचे खोल मूळ आहे की एक ना एक दिवस हे राष्ट्र जागे होऊन उठेल आणि खऱ्या अर्थाने आपल्या धर्मश्रद्धेला जागेल. हे सत्य स्वयंसिद्ध आहे की सर्व माणसे आणि धर्मसंप्रदाय समान आहेत.'' इथे मार्टिन क्षणभर थांबला, त्याने आपले कागद बाजूला ठेवले आणि तो उत्स्फूर्तपणे म्हणाला, ''माझं एक स्वप्न आहे की जॉर्जियाच्या लाल डोंगरावर पूर्वीच्या गुलामांची मुलं आणि पूर्वीच्या गुलामांच्या मालकांची मुलं, बंधुभावाच्या टेबलाभोवती एकत्र बसली आहेत. माझं एक स्वप्न आहे की जे राज्य आज अन्यायाने धुमसते आहे, दडपणुकीने पिळवटले आहे, त्या मिसिसिपीचे सुद्धा एक दिवस स्वातंत्र्य आणि न्यायाच्या ओॲसिसमध्ये परिवर्तन होईल.

माझं एक स्वप्न आहे की माझी चार लहान मुलं एक दिवस अशा देशात राहतील, जिथं त्यांच्या कातडीच्या रंगावरून त्यांची परीक्षा होणार नाही, तर त्यांच्या व्यक्तिविशेषावरून त्यांना पारखलं जाईल.

माझं असं स्वप्न आहे की अलाबामामध्ये जिथे आज कट्टर वंशद्वेष्टे लोक आहेत, जिथे अडथळे आणणाऱ्या आणि परिणामशून्य कायदेशीर शब्दांनी सरकारचे ओठ ठिबकत आहेत तिथे, खुद्द तिथे, अलाबामामध्ये छोटी काळी मुलं, छोट्या काळ्या मुली, गोरी मुलं आणि गोऱ्या मुली एकमेकांशी बहीणभावंडाप्रमाणे हात गुंफतील. असं स्वप्न मी आज पाहिलं.

माझं एक स्वप्न आहे की एकदिवस प्रत्येक दऱ्याखोऱ्यात उत्साह, आनंद भरला असेल. प्रत्येक डोंगर थोडा खाली आणला जाईल, ओबडधोबड उंचवटे सपाट केले जातील. वेड्यावाकड्या जागा सरळ केल्या जातील. परमेश्वराचे तेज फाकेल आणि सर्व मानवजात ते एकत्रितपणे पाहील. ही माझी आशा आहे आणि ही आशा घेऊन मी दक्षिणेकडे परत जाणार आहे.

या श्रद्धेने निराशेच्या डोंगरात आशेचा एखादा दगड आपल्याला दिसेल. या श्रद्धेने आपल्या राष्ट्रातील विसंवादी सूर बंधुभावाच्या सुंदर संवादी सूरात परिवर्तित होतील. या श्रद्धेने आपण एकत्र काम करू शकू. प्रार्थना करू शकू, संघर्ष करू शकू. एकत्र तुरुंगात जाऊ. स्वातंत्र्यासाठी एकत्रित उभे राहू, कारण आपल्याला माहीत आहे की एक दिवस आपण स्वतंत्र होऊ. हा तो दिवस असेल जेव्हा देवाची लेकरे एकत्र येऊन नव्या अर्थाचे गाणे गातील.

My Country its of thee
Sweet land of liberty

of thee I sing
land where my fathers died
land of the pilgrims pride
from every mountain side
let freedom ring----

जर अमेरिकेला श्रेष्ठ राष्ट्र व्हायचं असेल तर हे वास्तवात यायलाच पाहिजे. न्यू हॅम्पशायरच्या आश्चर्यकारक डोंगरातून स्वातंत्र्याचा निनाद घुमू दे. न्यूयॉर्कच्या प्रचंड डोंगरातून स्वातंत्र्याचा निनाद घुमू दे. पेनसिल्व्हानियाच्या उंच उंच शिखरावरून स्वातंत्र्याचा निनाद घुमू दे. कोलोराडोच्या बर्फाच्छादित डोंगरातून स्वातंत्र्याचा निनाद घुमू दे. कॅलिफोर्नियाच्या वळणदार उतारावरून स्वातंत्र्याचा निनाद घुमू दे. फक्त एवढंच नाही.

जॉर्जियाच्या पत्थराच्या पर्वतामधून स्वातंत्र्याचा निनाद घुमू दे. टेनेसीच्या देखण्या पर्वतराजींमधून स्वातंत्र्याचा निनाद घुमू दे. मिसिसिपीच्या छोट्या टेकाडापासून उंच पर्वतांपर्यंत स्वातंत्र्याचा निनाद घुमू दे.

जेव्हा स्वातंत्र्याचा निनाद होईल, तेव्हा तो प्रत्येक खेड्यात, वस्तीत पोचेल, प्रत्येक राज्यात, शहरात पोचेल. तो दिवस लौकर येण्यासाठी घाई करू या. त्यावेळी देवाची सर्व मुले काळी, गोरी, ज्यूज, जेन्टाईल्स, कॅथॉलिक्स, प्रॉटेस्टंटस् एकत्रित हात मिळवतील आणि कृष्णवर्णीय गुलामांचे जुने गाणे म्हणतील, 'free at last---' मुक्त झालो, मुक्त झालो, आभार-शक्तिमान परमेश्वरा - 'अखेर आम्ही मुक्त झालो.'

एका भारलेल्या स्थितीतच तो आपल्या खुर्चीवर जाऊन बसला, त्याच्या चेहऱ्यावरून घामाच्या धारा वाहत होत्या, क्षणभर समोरचे लाखो लोक स्तब्ध होते आणि त्यानंतर त्यांनी टाळ्यांचा एवढा प्रचंड कडकडाट केला की तो सबंध वॉशिंग्टन मॉलभर दुमदुमला. हे सर्व जवळून पाहणारी कोरेटा म्हणाली, "जणू पृथ्वीवर पुन्हा देवाचं राज्य आलंय असं वाटतंय."

माध्यमांनी थेट प्रक्षेपण केल्यामुळे लाखो काळ्या लोकांनी आपल्या नेत्याला मन भरून पाहिले, ऐकले आणि मुक्तीची स्वप्ने त्यांच्याही मनात रुंजी घालू लागली. पण त्याहीपेक्षा महत्त्वाचे म्हणजे जे लाखो गोरे लोक या चळवळींपासून तसे अलिप्तच होते, त्यांना हा विराट जनसमुदाय, त्यांचे शिस्तबद्ध वागणे, पांढरपेशा पेहराव, त्यांची एकजूट, त्यांच्या नेत्यांची संयत पण प्रभावी भाषणे आणि मार्टिनच्या अंत:करणापासून आलेले मुक्ततेचे आर्त हुंकार हे सर्व चकित करणारे होते. देशाच्या राजधानीत घडून आलेली ही लोकशाहीवरचा विश्वास बळकट करणारी सभा

प्रत्येकाच्याच मनात समानतेचे भवितव्य निर्माण करणारी होती.

व्हाईट हाऊसमधून मार्टिनचे भाषण ऐकणारे राष्ट्राध्यक्ष केनेडी उद्गारले, ''ही इज डॅम्ड गुड, डॅम्ड गुड.'' रॅलीचा शेवटचा कार्यक्रम म्हणून निग्रोंचे प्रातिनिधिक मंडळ केनेडींना भेटायला गेले असता, मार्टिनशी हस्तांदोलन करताना किंचितशी मान झुकवून ते म्हणाले, ''माझं एक स्वप्न आहे.''

◆◆

१६

-०-

चर्चवरील बॉंबफेक

वॉशिंग्टनच्या सभेतील यशातून काही चांगले निष्पन्न होईल या आशेत नेतेमंडळी दंग असतानाच अचानकपणे गोऱ्या लोकांच्या तीव्र द्वेषातून हिंसाचार आणि क्रौर्याचा आगडोंब उसळला. काळ्यांचा प्रश्न हा नैतिक प्रश्न आहे आणि तो सोडवण्यासाठी कॉंग्रेसमध्ये लौकरच बिल मांडले जाईल अशा स्वरूपाचे केनेडींचे भाषण ज्या दिवशी टीव्हीवरून झाले, त्याच दिवशी संध्याकाळी नॅक्पचा सेक्रेटरी मेडगर एव्हर्स धोरणात्मक बैठक संपवून घरी परत येत असता झुडूपात लपलेल्या बायरन डी ला बेकवुईथ नावाच्या इसमाने गोळ्या झाडून त्याचा खून केला. वॉशिंग्टनच्या सभेनंतर दोनच आठवड्यात रविवारी सकाळी बर्मिंगहॅममधील सोळाव्या रस्त्यावरील बॅप्टिस्ट चर्चमध्ये प्रार्थनेसाठी खच्चून भरलेल्या चर्चवर बॉंबफेक झाली. त्याने समूहगीत गात असलेल्या चार छोट्या निष्पाप मुलींचा बळी घेतला. पोलिसांनी रस्त्यावर एका मुलाला जिवे मारलं. द्वेषाने भरलेल्या गोऱ्या तरूणांनी रस्त्यावरून जाणाऱ्या एका सायकलस्वार मुलाला विनाकारण मारून टाकले. तोडफोड झालेल्या चर्चमधल्या खिडक्यांच्या स्टेनग्लासचा मार येशूच्या तोंडावरही बसला होता. जिथे देवच देवळात सुरक्षित नव्हता, तिथे देवळातल्या माणसांचे काय? शेकडो जखमींनी भरलेलं ते चर्च कोणाही सहृदयाच्या डोळ्यांत पाणी आणणारे होते.

चार निष्पाप पोरींच्या भयानक हत्याकांडाने मार्टिन मनातून पार हादरून गेला. कशाकरता करतो आहोत आपण हे सगळे? आपल्याच निष्पाप लोकांची हत्या होण्यासाठी? दु:ख आणि कडवटपणाने त्याचे मन भरून आले. बर्मिंगहॅमचा प्रश्न मार्गी लागला, लोक मुक्त झाले असा नि:श्वास सोडण्यापूर्वीच गोऱ्या द्वेष्ट्यांनी हे चार बळी घेतले. बॉंबफेक चालू असता तो दयाघन परमेश्वर कुठे होता? स्वातंत्र्याच्या वेदीवर अनेकांचे बळी जातात, ते हुतात्मे अमर होतात, त्यांच्या बलिदानाने चळवळीला पुन्हा एक मोठी शक्ती प्राप्त होते. मेडगर एव्हर्स हुतात्मा

झाला, तो काळ्या चळवळींचा नेता होता. विल्यम मूर या पोस्टमनला गोळी झाडून मारण्यात आले, तो अन्यायाविरुद्ध लढण्याचे संदेश घरोघरी पोचवत होता. पण या मुलींनी असे काय पाप केले होते? प्रार्थना म्हणण्यासाठी आलेल्या त्या पांढऱ्या फ्रॉकमधल्या सुंदर मुली, नुकत्याच बाळपणातून पुढे आलेल्या फुलांच्या कळ्या-त्यांचे जीवन असे अकाली का खुडले जावे? त्या पुढे आयुष्यात कोणीतरी झाल्या असत्या. पण त्या हुतात्मा ठरल्या. त्या काही मुद्दामहून लढायला गेल्या नव्हत्या, पण परमेश्वराच्या मनातले हेतू कोणाला कळतात? आपल्या हजारो बांधवांच्या स्वातंत्र्यासाठी त्यांनी प्राण दिले, परमेश्वराच्या घरात त्यांचा आनंदाने वास होवो. अशा काहीतरी विचारांनी सुन्न झालेल्या मनाने मार्टिन त्या मुलींच्या अन्त्ययात्रेला गेला.

या चार मुलींच्या हत्येच्या बातम्या जगभर पसरल्या आणि जगभरातून हळहळ व्यक्त करण्यात आली, पण बर्मिंगहॅममधल्या बहुसंख्य गोऱ्यांनी आपल्या संवेदनशीलतेची दारे घट्ट बंद केली होती. कोणीही ऑफिसर वा सामान्य गोरा माणूस अन्त्ययात्रेकडे फिरकला नाही. नाही म्हणायला काही गोरे पाद्री आले होते. त्या दिवशी पुरली ती केवळ त्या मुलींची शरीरे नव्हती, सन्मान आणि सभ्यता यांचाही हा अंत होता. मुलींची मृत शरीरे ठेवलेल्या लाकडी पेट्यांकडे पाहून लोकांना शोक आवरत नव्हता. माणसांच्या श्रद्धा, परंपरा, निष्ठा, विश्वास अशांना अशावेळी धक्का पोचतो आणि परमेश्वराने असे का घडू दिले अशा प्रश्नाने माणूस बेचैन होतो. लोकांच्या मनातील ही दु:खद संभ्रमावस्था पाहून शेवटी मार्टिन बोलायला उभा राहिला.

'देवाच्या या सुंदर मुलींना श्रद्धांजली अर्पण करण्यासाठी आपण इथे जमलो आहोत. मानवजातीला काळिमा फासण्याच्या कृतीत या निरपराध, निष्पाप सुंदर मुलींचा बळी गेला आहे. त्यांचा मृत्यू अतिशय उदात्त कारणासाठी झाला आहे. स्वातंत्र्य आणि मानवी सन्मान यांच्यासाठी पवित्र क्रूसावर हुतात्मा झालेल्या या नायिका आहेत. त्यांचा मृत्यू आपल्याला सांगतो आहे की त्यांना कोणी मारले याची काळजी करण्यापेक्षा ज्या तत्वज्ञानाने हे खून जन्माला घातले त्या समाजव्यवस्थेची काळजी करा. त्यांचे बलिदान कधीच व्यर्थ होणार नाही. वाईटातून परमेश्वर काहीतरी चांगले निर्माण करतो. या अंधाऱ्या शहराला त्यांचे हे निष्पाप रक्त मुक्तीचा, शक्तीचा नवा प्रकाश देईल. पवित्र बायबलमध्ये म्हटले आहे, ''एक लहान मूल तुम्हाला मार्ग दाखवेल.'' या मुलींचा मृत्यू सबंध दक्षिण भागाला अरुंद रस्त्यावरून शांतता आणि बंधुभावाच्या मोठ्या रस्त्याकडे घेऊन जाईल. हा शोकात्म प्रसंग गोऱ्या दक्षिणेला सद्सद्विवेक बुद्धीचा प्रकाश दाखवेल.

चर्चवरील बॉंबफेक / १३७

निराश होऊ नका, कडवट होऊ नका, हिंसेने प्रतिशोध घेण्याचे मनात आणू नका. गोऱ्या भावंडांवरच्या विश्वासाला तडा जाऊ देऊ नका. त्यांच्यातले भरकटलेले लोक मानवी आयुष्याचे मोल जाणतील अशी आशा करू या.

या मुलींच्या कुटुंबियांचे सांत्वन करणे अशक्य आहे. जन्माला आलेला प्रत्येकजण लहान-मोठा, गरीब-श्रीमंत- एक ना एक दिवस मरणारच आहे. पण ख्रिस्ती धर्म असे सांगतो की मृत्यू हा शेवट नाही, पुढच्या अर्थपूर्ण गोष्टीसाठी एक विराम आहे. मानवी वंशाला शून्याकडे नेणारा तो अंधारा रस्ता नाही, तर अमर जीवनाकडे नेणारे ते एक उघडे प्रवेशद्वार आहे. ही श्रद्धा या अवघड दिवसात तुम्हाला मानसिक बळ देवो!'

मार्टिनने धर्मगुरू आणि बांधव या नात्याने जीवन मृत्यूचे तत्त्वज्ञान विशद केले तरी हा प्रसंगच 'यथो वाचो निवर्तन्ते' जिथून शब्द माघारी फिरतात असा होता.

अशा अवघड काळी मार्टिनला वाटले की आपण व्हाईट हाऊसला आवाहन करावे. व्हाईट हाऊस काही मुलींचे प्राण परत आणून देणार नव्हते पण या भयानक घटनेतून काही चांगले निष्पन्न व्हायला मदत करेल अशी कुठे तरी त्याच्या अंतर्मनाला आशा वाटत होती. त्याला आणि त्याच्या सहकाऱ्यांना केनेडींनी भेटीला बोलावले. त्याने राष्ट्राध्यक्षांना सांगितले,

''या घटनेने केवळ बर्मिंगहॅम, ॲटलांटा नव्हे तर साऱ्या देशाचे स्थैर्य धोक्यात आले आहे. यामुळे सर्वच निग्रो समाजात एक नैराश्याचे आणि मानसिक गोंधळाचे वातावरण आहे. आम्ही एकटे पडलो आहोत, असुरक्षित आहोत आणि हे संकट आम्ही जिथे जाऊ तिथे आमच्या बरोबर आहे. आम्ही नेते मंडळी त्यांना अहिंसेचे तत्त्वज्ञान शिकवत असतो, पण लोक म्हणतात याचा काय उपयोग आहे? त्यामुळे आता अहिंसा टिकवणे कठीण होऊ लागले आहे. आत्ता जर निग्रोंना संरक्षण आणि सुरक्षितता मिळाली नाही तर सबंध देशात वांशिक युद्ध सुरु होईल.''

अतिशय संयमाने मार्टिनने हा प्रश्न पुढे मांडला. व्हाईट हाऊस सोडताना त्याला खात्रीने वाटत होते की वरच्या पातळीवरून काही चांगला निर्णय घेतला जाईल. त्याच्या सहकाऱ्यांना त्याची इतकी नरमाईची भूमिका पसंत पडली नाही. सरकारकडून काही आशा बाळगणे ही मार्टिनची चूकच ठरली. टीव्हीवरून रडण्याचे नाटक करणाऱ्या मेयरने मृतांच्या नातेवाईकांची ना भेट घेतली ना त्यांना पत्र पाठवले. वरच्या पातळीवर काही बैठका झाल्या पण त्याही गोऱ्या आणि काळ्यांच्या अलगविलग! एकत्रितपणे हा प्रश्न काही कुठे चर्चिला गेला नाही. कदाचित त्यांना वाटले असेल वॉशिंग्टनची सभा हा निग्रो चळवळींचा शेवट होता, आता सारे

वादळ शांत झाले आहे, थंडावले आहे, पण मार्टिनने विचार केला की ते असे समजत असतील तर ती त्यांची घोडचूक आहे. आम्ही या राखेतून उठू, अधिक जोमाने उठू, आम्हाला स्वतंत्र व्हायचे आहे आणि त्यासाठी अहिंसात्मक मार्गानेच आम्ही शेवटपर्यंत लढत राहू.

१५ सप्टेंबर १९६३ ला चर्चवर भ्याड हल्ला झाला आणि पुढे दोनच महिन्यांनी २२ नोव्हेंबर १९६३ ला राष्ट्राध्यक्ष जॉन एफ केनेडींची हत्या करण्यात आली. हा निग्रो चळवळींवर आणखी एक आघात होता, कारण केनेडींना या चळवळीबद्दल आस्था होती. राजकीय, सामाजिक बदल घडवून आणण्याचे धैर्य त्यांच्यापाशी होते. न्याय, आर्थिक सुबत्ता आणि शांतता यांची पुनर्स्थापना अमेरिकन समाजात करायची असेल, तर निग्रोंना समान नागरी हक्क मिळालेच पाहिजेत यावर ते ठाम होते. समान नागरीहक्काचे बिल कॉंग्रेसमध्ये येऊ घातले होते त्याचवेळी त्यांची हत्या झाली. मार्टिनसकट सर्व निग्रो समाजाला हा फार मोठा धक्का होता.

टीव्ही वरील भाषणानंतर पुढे फक्त पाच महिन्यांत केनेडी डलासला बंदुकीची शिकार झाले. कोरेटा बरोबर टी.व्ही वर मार्टिन ते दुर्दैवी दृश्य पाहत होता, तो उद्गारला, "माझ्याही बाबतीत असंच घडणार आहे."

राष्ट्रीय दुखवट्याच्या पुढच्या दोन दिवसात तो आजाराने घरातच अंथरुणावर पडून होता. त्याला जसं केनेडींच्या पदग्रहण कार्यक्रमाचं निमंत्रण नव्हतं, तसं त्यांच्या अंत्ययात्रेचंही निमंत्रण नव्हतं, तरीसुद्धा आजारी असूनही तो बळेबळे अंथरुणावरून उठला आणि एकटा वॉशिंग्टनला आला. चर्चपासून अर्लिंग्टन सिमेटरीच्या अंत्ययात्रेच्या मिरवणुकीच्या रस्त्यावर उभं राहून त्यानं केनेडींचं अंत्यदर्शन घेतलं तेव्हा त्याचे डोळे भरून आले होते.

◆◆

१७

-०-

नागरी हक्क कायदा १९६४

सेंट ऑगस्टिन, फ्लोरिडामधले किनाऱ्यावरचे एक सर्वात जुने शहर. आधुनिक काळात प्रवाशांचे आवडते पर्यटन स्थळ, तर जुन्या काळात गुलामांच्या थेट आवकीमुळे त्यांच्या व्यापाराचे केंद्र, त्याचे अवशेष म्हणून आजही तिथे 'स्लेव्ह मार्केट' असा भाग आहे. स्पॅनिशांची वसाहत मोठी. आजूबाजूला जंगलाचा भाग मोठा असल्याने लाकडाचा व्यवसाय तेजीत, बटाट्याचे पीक अमाप. मिसिसिपीनंतर या शहराचा वर्णद्वेष्टे म्हणून नंबर लागावा असे एकूण वातावरण. बाहेरच्या जगात चाललेल्या निग्रो चळवळी जशा यांच्या खिजगणतीतही नाहीत अशी बेदरकार अहंमन्य वृत्ती. मुख्य म्हणजे कु क्लक्स क्लॅन आणि जॉन बर्च सोसायटीचा हा बालेकिल्ला. त्यामुळे त्यांची दहशत सर्व शहरावर. निग्रोंवरील हिंसाचाराला काही कारण लागायचे नाही. मनमानी कारभार. त्यामुळे अर्थातच काळे लोक मनातून अत्यंत घाबरलेले. या सुमाराला गोऱ्यांनी चार निग्रोंचे स्लेव्ह मार्केट भागातून अपहरण केले, त्यांना बेशुद्धपडेपर्यंत पिस्तुलांच्या टोकांनी आणि दांडक्यांनी बडवबडव बडवले, स्थानिक नेत्यांनी लहानमोठी निदर्शने केली आणि मागण्या केल्या की एक द्विवंशीय समिती स्थापन करावी; सार्वजनिक ठिकाणी भेदाभेद नसावा, निग्रोंना पोलीस, आगीचे बंबवाले, ऑफिसातील काम अशासारख्या नोकऱ्या मिळाव्यात, आपल्या घटनात्मक हक्कांसाठी शांततामय निदर्शने करणाऱ्यांवरचे आरोप रद्द करावेत, आपल्या शहराच्या पर्यटन व्यवसायावर या चळवळींचा विपरीत परिणाम होऊ नये म्हणून गव्हर्नर ब्रायन्टने काहीतरी करायचे ठरवले, पण जेव्हा त्याच्या लक्षात आले की चांगली प्रतिमा ठेवायची असेल तर न्यायाची किंमत द्यावी लागेल, तेव्हा त्याने हे आंदोलन चिरडून टाकायचे ठरवले. निग्रोंच्या घरांना आगी लावणे, घरावर बंदुका झाडणे, त्यांच्या मोटारींना आगी लावणे, लाठ्याकाठ्यांचा प्रसाद कारण नसताना देणे असे हिंसात्मक प्रकार सुरू झाले. एकदा कमिशनरने स्थानिक

काळ्या नेत्यांना बोलणी करायला बोलावले. ठरलेल्या वेळी नेते मंडळी कमिशनरच्या ऑफिसात गेली, तर तिथे रिकाम्या टेबलावर फक्त एक टेपरेकॉर्डर ठेवलेला. एका माणसाने त्यांना येऊन सांगितले की तुमच्या काय तक्रारी असतील त्या टेपवर नोंदवून ठेवा, कमिशनर त्याचा नंतर विचार करतील. अशी अपमानास्पद वागणूक!

शेवटी १९६४ च्या वसंतऋतूत स्थानिक नेत्यांच्या विनंतीवरून मार्टिन एस. सी. एल. सी च्या कार्यकर्त्यांबरोबर सेंट ऑगस्टिनला येऊन धडकला. तिथले एकूण गोऱ्या लोकांचे क्रौर्य पाहून बर्मिंगहॅमची परिस्थिती बरी होती असे त्याला वाटले. एकूणच फ्लोरिडा राज्यात व्यावसायिक आणि राजकीय वातावरणात प्रचंड निग्रो द्वेष भरून राहिला होता. पोलिसांच्या, रानटी हिंसाचाराविरुद्ध अहिंसेचे दंड थोपटून सेंट ऑगस्टिनची ३७०० काळी मंडळी लढाईसाठी सज्ज होती. तिथे कायद्याचे राज्य नव्हतेच. निग्रोंचा मोर्चा निघाला की त्यावर दगड, विटा, बाटल्या आणि अपमानाचा वर्षाव होई. तरीसुद्धा निग्रो रेस्टॉरंटस्, समुद्र किनारे, स्लेव्ह मॉर्केट इत्यादी ठिकाणी घुसत, तिथे सभा घेत, गाणी म्हणत. पोलिसांनी तीन चारशे लोकांना तुरुंगात डांबले, पण कित्येकजण जबर जखमी झाले. क्लॅनची माणसे चाबूक, साखळ्या आणि अन्य धारदार शस्त्रांनी काळ्यांना मारत आणि त्यावेळी काही न करता पोलीस शांतपणे बघ्याची भूमिका घेत. शेरीफ डेव्हीसने स्वत:च एक क्लॅनमन होल्स्टेड मॅन्यूसी याला हाताशी धरले होते. निग्रोंवर अत्याचार करण्याचा त्याला छंद होता आणि त्यापासून त्याला आनंद मिळे. एकदा एका किनाऱ्यावर अनेक गाड्यांची मोडतोड झाली. नुकते पोहून आलेले, अंगावर कपडे नसलेले गोरे पुरुष लपून बसले होते आणि निदर्शनासाठी आलेल्या काळ्यांवर त्यांनी हल्ला केला. लाथा बुक्क्यांनी त्यांना मारहाण केली. गोऱ्या बायका त्यांना छिथावणी देत होत्या, ओरडत होत्या आणि निदर्शकातील काळ्या बायकांवर हल्ला करून त्यांनी त्या बायकांना ओरबडून काढले. पोलीस शांतपणे हा सगळा खेळ बघत होते. लोक उघडपणे इथे म्हणत, ''या देशाची घटना गोऱ्या लोकांनी गोऱ्या लोकांसाठी लिहीली आहे. या काळतोंड्यांचा त्यांच्याशी काही संबंध नाही. आफ्रिकेत त्यांचे नातलग अजूनही माणसे मारून खातात, तिकडे त्यांनी जावे.'' रॉबर्ट केनेडीने आपला प्रतिनिधी या शहरात पाठवला, पण तो हात हलवत परत आला आणि त्याने अभिप्राय दिला की या शहरात एवढा प्रचंड गोंधळ माजला आहे की इथे काही मध्यस्थी करणे शक्य नाही.

एकदा राखीव रेस्टॉरंटमध्ये इतर नऊ जणांबरोबर मार्टिन जेवायला गेला असता त्याला अटक झाली. ''आम्हाला संरक्षण मिळणार नसेल तर आम्ही आमचे प्राण देशासाठी अर्पण करायला तयार आहोत.'' असेही मार्टिनने जाहीर केले,

जेणेकरून न्याय विभागाला जाग येईल असे त्याला वाटले. खरे तर सेंट ऑगस्टिन मधल्या अनेक सभातून मार्टिन म्हणाला होता, "जर माझ्या गोऱ्या आणि काळ्या बांधवांना आत्म्याच्या कायमच्या मृत्यूतून मुक्त करण्यासाठी, माझ्या मृत्यूची किंमत द्यावी लागणार असेल, तर त्याइतके विमुक्त काहीही नाही." पुढच्या घटनांची चाहूल त्याला लागली होती की काय न कळे, पण त्यामुळे शहरात जिथे जिथे तो जाई, तिथे त्याच्यामागे सशस्त्र सैनिकांचे संरक्षण असे. "आत्तापर्यंत मी कधीही एवढा हिंसाचार पाहिला नाही, किंवा कायदा इतका धाब्यावर बसवलेले शहर पाहिले नाही." रस्त्यावर एकदा त्याचा धाकटा मुलगा त्याचा हात सोडून पुढे जात असता त्याला घट्ट पकडून मार्टिन म्हणाला, "पोरा, डॅडीचा हात सोडू नकोस, नाहीतर तुझे काही खरे नाही."

त्याच्याच दुसऱ्या दिवशी गर्व्हनरने राज्य राखीव दलाचे सैन्य सेंट ऑगस्टिनला पाठवले. त्यादिवशी भर चौकात हिंसाचाराचा कळस झाला होता. सूर्यास्तानंतर क्लॅनची माणसे मोठ्या संख्येने स्लेव्ह मार्केटमध्ये जमा झाली. यावेळी काळ्या लोकांचा मोठा मोर्चा रस्त्याने जात होता. शटल्सवर्थ आणि व्हिव्हियन त्याचे नेतृत्व करीत होते. एखाद्या वादळाप्रमाणे, अंगाने धडधाकट अशा आठशे तरुण गोऱ्या माणसांनी या मोर्चावर धाडकन हल्ला केला. पलीकडे जर्मन शेपर्ड जातीची कुत्री घेऊन सैनिक उभे होते. हाताला जे सापडेल ते घेऊन जमाव जणू लढाई करत होता. कचऱ्याचे डबे, त्यांची झाकणे, सिमेंटचे मोठाले तुकडे निग्रोंच्या आणि पोलिसांच्या अंगावर भिरकावले जात होते. या माऱ्याला तोंड देत निदर्शक एकमेकांना चिकटून उभे होते. मारा फारच वाढल्यावर ते आल्या रस्त्याने काळ्या वस्तीकडे माघारी पळू लागले. जमावातल्या गोऱ्या बायका सुद्धा ओरडत होत्या, "हाणा त्यांना, माघारी जाऊ देऊ नका." आणि मग, साखळ्या, बॅट, दांडकी यांनी काळ्यांना मार बसू लागला. अंधारात कितीतरी वेळ आरडाओरडा, कण्हणे-कुंथणे, रडणे यांचे इतके भेसूर आवाज येत होते की हा माणसांचा समुदाय आहे यावर विश्वास बसू नये. पोलिसांची कुत्रीही यातच वेड लागल्यासारखी भुंकत होती. गोऱ्यांनी चहुबाजूंनी काळ्यांना घेरले होते आणि काळे भीतीने थिजून मागे मागे सरकत होते. त्यातल्या कित्येक गोऱ्या बायका काळ्या मुलींना ओरबाडत होत्या. जमावाने काळ्यांना अक्षरशः पायाखाली तुडवले, कसेबसे जीव वाचवत काळे आपल्या वस्तीकडे धावत सुटले. एकदा पुढे, एकदा मागे असे करत करत ते शेवटी आपल्या वस्तीपर्यंत आले. अंधारात एका चर्चच्या पोर्चमध्ये मार्टिन आडोशाला उभा राहून या लोकांकडे पहात होता. रस्त्यावरच्या मंद उजेडात एखाद्या युद्धभूमीवरून परतलेल्या सैनिकांसारखे ते धडपडत चालत होते. मुलींचे कपडे फाटलेले होते,

काहीजणी हुंदके देत होत्या, कोणी अजून त्या धक्क्यातून न सावरल्यासारखे किंचाळत होते. तो बंदिवान असल्यासारखा त्यांच्याकडे आश्चर्याने, भीतीने पहात होता. काही तरुण मुले आपल्याकडल्या बंदुका सरसावून हिंसाचाराचा बदला घेण्यासाठी निघाली होती आणि व्हिव्हियन त्यांची समजूत घालत होता. एका डोळ्यावर बँडेजची पट्टी बांधलेली एक बाई रस्त्यातून ओरडत चालली होती, ''ते पुन्हा असं वागलेत, मी म्हणते सालं आम्हाला सशस्त्र लढायचं असेल तर लढू दे, आम्ही मरणार असलो तर मरू दे; खड्यात गेली ती अहिंसात्मक चळवळ.'' होय. हा आवाज त्या बाईचा नव्हता, माल्कम एक्सच्या आवाजाचा तो प्रतिध्वनी होता. माल्कम एक्स-एक उंच, काटकुळा, निग्रो मुस्लिमांचा जहाल धर्मोपदेशक. त्याची चळवळ मार्टिनच्या चळवळीला समांतर होती, पण त्याच्याविरुद्ध टोकाची. गोऱ्यांबद्दलच्या प्रचंड द्वेषाने तो सतत धगधगत असे. दोन पायांची कुत्री असा तो गोऱ्यांचा उल्लेख करून त्यांना शिव्यांची लाखोली वाही. मार्टिन अहिंसेचा पुकारा करी, गोऱ्या बांधवांवर प्रेम करा म्हणून सांगे, तर माल्कम हिंसेला आवाहन करी, गोऱ्यांचा द्वेष करायला सांगे, ''गोऱ्यांनी आपल्याला कसं वागवलं हे लक्षात ठेवलं तर फक्त मूर्ख लोकच त्यांच्यावर प्रेम करायला सांगतील.'' असं तो जाहीरपणे सांगे. 'निळ्या डोळ्यांचे हे गोरे राक्षस जात्याच काही नैतिक आवाहन करण्याच्या पलीकडचे आहेत. हे गोरे म्हणजे माणसाचे 'ब्लीच' केलेले विडंबन आहेत, फिक्कट पांढुरकी आजाऱ्यांसारखी दिसणारी माणसं,' असं तो गोऱ्यांचं वर्णन करी. गोऱ्यांना त्याची थोडी जरब वाटे, कारण तो त्यांच्यासारखाच हिंसाचाराला हिंसाचाराने उत्तरे देणारा होता, 'एका गालावर मारलं तर दुसरा गाल पुढे करा, आणि हिंसा झाली तर शांतपणे प्रतिकार न करता बसा' हे तत्त्वज्ञान त्याला बिलकूल मान्य नव्हते. एक थप्पड मारणाऱ्याला दोन थपडा मारा, असं तो म्हणे. अहिंसेचाच नव्हे तर ती निग्रोंच्या गळी उतरविणाऱ्या मार्टिनचा त्याला राग होता. गोऱ्यांच्या हॉटेलात जाऊन एक कप कॉफी पिता येणे म्हणजे हा काय चळवळीचा विजय आहे? असे म्हणतानाच तो मार्टिनचा उल्लेख 'निग्रोंचा द्रोही' असा करी. अनेक माणसे, विशेषत: उसळत्या रक्ताच्या तरुणांना त्याच्या बोलण्यातून जोरदार चिथावणी मिळे. रस्त्यावरून ओरडत चाललेल्या बाईचे बोलणे ऐकून म्हणूनच मार्टिनला माल्कमची आठवण झाली. मार्टिनला वाटे की माल्कमकडे कोणताही सर्जक, विधायक पर्याय नाही. लोकांना भडकावण्याचे काम तो करतो, आणि असे माथेफिरूसारखे वागून कोणताही प्रश्न सुटणार नाही.

व्हिव्हिअनने अंधारात उभ्या असलेल्या मार्टिनला पाहिले आणि म्हणाला, ''त्यांना चर्चमध्ये एकत्र आणायचं काम तूच करू शकशील.'' लगेच मार्टिन एका

उघड्या मोटारीत चढला आणि त्याने मोठ्या आवाजात, सगळ्यांना चर्चमध्ये यायला सांगितले. लोक त्याच्या शब्दाला मान देऊन चर्चमध्ये आले. गर्दी अजूनही ताणाखाली, पण शांत होती, मात्र एका कोपऱ्यात भिंतीकडे तोंड करून बसलेली एक मुलगी अजूनही भावनिक उन्मादात रडत होती.

मार्टिन ताबडतोब केंद्रातील उच्च अधिकाऱ्यांना सेंट ऑगस्टिनमधील परिस्थितीबाबत फोन करायला गेला आणि अॅबरनथी व्यासपीठावर उभा राहिला, **''आजची रात्र ही चळवळीतली काळीकुट्ट रात्र होती. पण तुम्ही त्यातून बाहेर आलात. आपले धैर्य, आपले हृदय तोडायचे हाच त्यांचा हेतू आहे. ते आपल्याला मारोत, लाथा घालोत, आपण न्यायासाठी आपली शरीरे पुढे केली आहेत. आता कोणीही आपल्याला मागे फिरवू शकत नाही आणि आपण कोणाचाही तिरस्कार करणार नाही. शेरीफ डेव्हीस, त्याचे पोलीस, क्लॅन्समेन- सगळ्यांवर प्रेम करा. द्वेषाने भरलेल्या या शहराचे रूपांतर आपण स्वातंत्र्य आणि नीतीत करणार आहोत, कारण आपण सर्वजण या पृथ्वीतलावरची देवाची लेकरे आहोत.''**

लोक शांत झाले. आमेन-तसेच घडो चा गजर झाला. त्याचवेळी खूप तापलेल्या जमिनीवर पावसाचा शिडकावा व्हावा, तसे त्या तापलेल्या कडवट रात्रीवर त्याच्या प्रार्थनेचे सूर उमटले, 'गॉड वुईल टेक केअर ऑफ यू----इन एव्हरी वे ऑल थ्रू द डे.'---गॉड वुईल---टेक केअर ऑफ यू---' रस्त्यावर बाहेर उभे असणारे शांत होऊन ऐकत होते. जखमींना घेऊन जाणाऱ्या गाड्या क्षणभर थबकत, ते सूर पोटात भरून घेत होत्या. हे सगळे प्रकरण होऊन सुद्धा सूडाची भावना प्रेमात बदलत होती. मार्टिनने चळवळीला दिलेली ही संयमाची बौद्धिक शक्ती माल्कम एक्सला समजण्यापलीकडची होती. लोक हिंसक बनले असते तर त्या रात्री काळ्या-गोऱ्यांच्या रक्ताचे पाट रस्त्यातून अव्याहत वाहिले असते.

गळ्यातला टाय सैल करून आणि घामाने भिजलेल्या शर्टाने मार्टिन न्याय विभागाच्या फोनची वाट बघत बसला होता. आपले सहकारी आल्यावर तो स्वत:शीच बोलल्यासारखा म्हणाला, "अशा भयानक गोष्टी घडल्या की मी स्वत:लाच विचारतो, आपण या लोकांच्या जिवाशी तर खेळत नाही?" तो नखशिखांत घामाने भिजला होता. मित्रांनी बर्फ आणून त्याच्या अंगावरून फिरवला. "हे असं किती काळ चालणार--- हे महाभयानक आहे--- असं फार काळ चालू देता कामा नये--" असे तो म्हणत होता, पण दुर्दैवाने ते तसेच चालू राहिले. गोऱ्या लोकांनी आपला हिंसाचार तसाच चालू ठेवला. मार्टिनने पुष्कळ प्रयत्न केल्यावर गव्हर्नरने एक द्विवांशिक समिती स्थापन करण्याची घोषणा केली, पण त्यातल्या गोऱ्या सभासदांनी

बैठकीपूर्वीच राजीनामे दिले. इथल्या लोकांच्या मागण्या पूर्ण होईपर्यंत, अगदी मृत्यू आला तरी हे शहर न सोडण्याचा मार्टिनचा निर्णय डळमळला. निदान समिती स्थापण्याच्या निर्णयाने संवादाला सुरुवात झाली ही पहिली पायरी तरी हाताशी आली अशी स्वत:ची समजूत घालून मार्टिन परतला. खरे तर ही आल्बनीच्याच अपयशयाची पुनरावृत्ती होती आणि मार्टिनला ती आता परवडणारी नव्हती.

पण लौकरच एक चांगली घटना राजधानीत घडत होती. राष्ट्राध्यक्ष केनेडी हयात असताना त्यांनी तयार केलेले नागरी हक्क कायदा १९६४ हे बिल त्यांच्या मृत्यूनंतर नवे राष्ट्राध्यक्ष लिंडन जॉन्सन यांच्या कारकिर्दीत दोन्ही काँग्रेसमध्ये संमत झाले. जॉन्सनची २ जुलै १९६४ रोजी जेव्हा त्यावर सही झाली तेव्हा या ऐतिहासिक विजयाच्या क्षणी तिथे जॉन्सन बरोबर उभे राहण्याचे भाग्य मार्टिनला लाभले आणि ज्या पेनने त्यांनी सही केली ते पेन मार्टिनला भेट मिळाले. त्या क्षणाची आठवण या ऐतिहासिक वारशाच्या निमित्ताने मार्टिनकडे आता कायमची राहणार होती. हा क्षण त्याच्या आयुष्यातला सुवर्णक्षण होता, या क्षणामुळे विभाजन कायदेशीर ठरविणाऱ्या राज्यांना आपला निर्णय बदलावा लागणार होता. हे बिल पास झाले कारण या मागे लाखो काळ्या आणि गोऱ्या नागरिकांच्या इच्छेची शक्ती होती. दीर्घकाळ चाललेल्या समता आणि स्वातंत्र्याच्या लढाईचे हे चमकदार मध्यंतर होते. संधीची समानता कायद्याने देऊन मुक्ततेच्या लढाईसाठी त्याने एक बैठक तयार केली. या बिलामुळे सर्व काही साध्य झाले असे गाफील न राहता आभार मानून पुन्हा नव्या समर्पणासाठी सिद्ध होणे आवश्यक होते.

मार्टिनला वाटले की काँग्रेसमधल्या दोन्ही पक्षांच्या रक्त, घाम, परिश्रम आणि अश्रूंचे हे बिल म्हणजे फळ आहे. तळागाळातल्या जनतेच्या स्वप्नांची पूर्ती आहे. काळ्या गोऱ्यांच्या पाठिंब्यावर राजकीय दबावगट निर्माण झाल्याने हे फळ हाती लागले. माँटगोमेरीतला बस बहिष्कार, बर्मिंगहॅमच्या पाण्याच्या पाईपांनी उडवलेली माणसे, भयानक कुत्र्यांचे हल्ले, मोर्चे, निदर्शने, तुरुंगवास, हजारो ठिकाणी झालेले उठाव, वॉशिंग्टनची भव्य सभा, एका गोऱ्या राष्ट्राध्यक्षाचे हुतात्मा होणे आणि दक्षिणेकडून आलेल्या पुढच्या राष्ट्राध्यक्षाने त्याचे कार्य नेटाने पूर्ण करणे या सगळ्या प्रवासाचे अंतिम शिखर आहे हे बिल!

शंभर वर्षांपूर्वी अब्राहम लिंकनने गुलामांच्या मुक्ततेचा जाहीरनामा प्रसिद्ध केला. नोकरीतील भेदाभेद दूर करणारा फतवा रूझवेल्टने काढला. आर्म्ड फोर्सेस मधील भेदाभेदांचा अंत ट्रूमनने केला. केंद्राने घर बांधण्यासाठी देण्यात येणाऱ्या निधीत भेदाभेद करू नये अशी ऑर्डर केनेडींनी काढली. त्यानंतर हा नागरी हक्काचा कायदा आला. काळ्या गोऱ्यांच्या संयुक्त प्रयत्नानंतर तो साध्य झाला.

१०० वर्षांच्या दीर्घ झोपेनंतर काँग्रेसला पुन्हा जाग आली. ती गोऱ्यांनी काळ्यांना दिलेली दयेची भीक नव्हती, तर या विजयाचे शिल्पकार लाखो काळे होते, त्यांची निदर्शने, उठाव, मोर्चे, सभा यांनी देश दणाणून गेला होता आणि अनेक गोऱ्यांना त्यांची भूमिका पटून त्यांनी काळ्यांना सक्रिय पाठिंबा दिलेला होता. या सगळ्या यशामागे अर्थातच त्यांच्या नेत्याची प्रेरणा होता आणि तो होता एकमेवाद्वितीय मार्टिन ल्यूथर किंग!

◆◆

१८

-०-

लढा मिसिसिपीचा

नागरी हक्काच्या बिलाचे कायद्यात रूपांतर झाल्यानंतर सगळ्या गोष्टी सरळपणे सुरळीत होतील अशी आशा धरणे ही चूकच होती, कारण यानंतर लौकरच मिसिसिपीत तीन लोकांची हत्त्या झाली आणि उत्तरेकडच्या अनेक शहरांतून दंगली उसळल्या. पूर्ण स्वातंत्र्य मिळून गुलामीचे उच्चाटन झाल्याशिवाय आता ही क्रांती थांबवता आली नसती.

मिसिसिपी या दक्षिणेकडील राज्यात बॉब मोझेस शांतपणे अनेक वर्षे काळ्या मतदारांची नोंदणी करण्याचे काम करत होता. त्याला अनेकदा बडवण्यात आले होते आणि अटक झाली होती. कॉउन्सिल ऑफ फेडरल ऑरगनायझेशनच्या वतीने उत्तर अमेरिका आणि पश्चिम किनारपट्टीच्या प्रदेशातून एक हजार विद्यार्थी उन्हाळी सुट्टीत वांशिक सरंजामशाही आणि हिंसाचार नेहमीचा असलेल्या या भागात निरीक्षणासाठी आले होते. त्यांनी फ्रीडम स्कूलमधल्या काळ्या मुलांना नागरी शिक्षण देण्याचे आणि मतदार नोंदणीच्या कामात मदत करण्याचे काम अंगावर घेतले होते. या गटात गोरी व काळी दोन्ही वंशाची मुले होती. एस. सी. एल. सी च्या 'लोक जोडो' कार्यक्रमांतर्गत मार्टिन आणि इतर अनेक माणसे या सुपीक डेल्टा प्रदेशातून १९६२ मध्ये म्हणजे दोन वर्षांपूर्वी घरोघर फिरली होती, हजारो लोकांना मार्टिन व्यक्तिश: भेटला होता. त्यांच्याशी वेगवेगळ्या विषयांवर बोलला होता, त्यांचे प्रश्न समजून घेतले होते, तेव्हाच त्याच्या लक्षात आले होते की इथली माणसे भीतीच्या प्रचंड दडपणाखाली जगत आहेत. तिथे लोकांची आर्थिक परिस्थितीही अत्यंत हलाखीची होती. तिथे लोकांना वर्षातून फक्त सहा महिने काम मिळे आणि त्यांचे उत्पन्न वर्षाला पाचशे ते सहाशे डॉलर्स इतके कमी होते. आर्थिक शोषणाबरोबरचा तिथला मुख्य प्रश्न होता तो शारीरिक अत्याचाराचा. गोऱ्या जमावाकडून क्रूरपणे मारल्या गेलेल्या निग्रोंच्या अनेक कथा लोक सांगत,

त्या अंगावर काटा आणणाऱ्या असत. पण आता दोन वर्षांच्या काळात या भित्र्या निग्रोंमध्ये थोडा फरक पडला होता. मरणाच्या धमक्या, आर्थिक गळचेपी आणि भीतीच्या दडपणातून वर येत ते आता एकत्र येऊन स्वातंत्र्याची मागणी करू लागले होते. सर्वांच्या एकत्रित प्रयत्नातून द मिसिसिपी फ्रीडम डेमक्रॅटिक पार्टी (MFDP) या समतावादी राजकीय पक्षाची निर्मिती झाली. एस. सी. एल. सी, एन. ए. ए. सी. पी.,(नॅक्प) सी. ओ. आर. इ. (कोअर) एस. एन सी. सी. आणि अन्य काही देशभरातल्या निग्रो संघटना इथे येऊन मिसिसिपी राज्यात मोठ्या प्रमाणात मतदार नोंदणीचे काम करू लागल्या.

सर्व मिसिसिपीवासीय निग्रोंना हजारोंच्या संख्येने येऊन स्वातंत्र्याची एकमुखी मागणी करण्याचे आवाहन करण्यात आले. दूरदूरवरच्या एकाकी भागातील लहान लहान लाकडी चर्चमध्ये रात्रीच्या वेळी लोक जमू लागले. व्याख्याने दिली जाऊ लागली. स्वातंत्र्याची गाणी घुमू लागली. संसर्गजन्य रोगासारखी याची लागण खेड्यातून, शहरातून मोठ्या प्रमाणात झाली. हाणणे, बडवणे, बॉंब टाकणे, चर्च जाळणे, फ्रीडम हाऊसेसवर रात्री धाड घालणे, कार्यकर्ते उतरले असतील तिथे विनाकारण लाठीमार, धरपकड असले नेहमीचे उद्योग पोलिसांनी सुरू केले. ॲन्ड्र्यू गुडमन, मायकेल श्वर्नर हे गोरे कार्यकर्ते आणि एक स्थानिक काळा तरुण जेम्स चेनी या तिघांचे फिलाडेल्फिया या मिसिसिपीतील एका छोट्या शहरामधून अपहरण करण्यात आले. दोन महिन्यांनंतर त्यांची बंदुकीच्या गोळ्यांनी छिन्नविछिन्न केलेली प्रेते गुरांच्या एका तळ्याजवळ सापडली.

मिसिसिपीतली ही भयनाट्ये सावधपणे मार्टिन कडेकडेनेच पाहत होता. पण स्थानिक नेता बॉब मोझेसने त्याला मिसिसिपीला भेट द्यायला बोलावले. भीतीच्या दडपणाखाली असलेल्या तिथल्या निग्रोंना मार्टिनच्या नुसत्या येण्यानेही नवचेतना मिळेल याची त्याला खात्री होती. मिसिसिपी फ्रीडम डेमोक्रॅटिक पार्टी तिथे छावणीसदृश्य परिस्थितीला केवळ मन:शक्तीच्या जोरावर तोंड देत होती याची मार्टिनला कल्पना होती. त्यांच्याकडे ना पैसा होता ना बंदुका. थोडेच मतदार होते, पण ते संघटित होते आणि वांशिक हिंसाचार उखडून काढण्याच्या इर्षेने झपाटले होते. मिसिसिपीला जाण्याची तयारी करतानाच मार्टिनला संदेश मिळाला की क्लॅनच्या दहशतवादी गटाने मार्टिनला संपवण्याचा गुप्तकट या भेटीत आखला आहे. कोरेल आणि इतर मित्रांनी त्याला न जाण्याबद्दल सुचवले, पण मार्टिनचा निश्चय पक्का होता. "असा जर मी कायम मरणाला घाबरून घरी बसलो, तर मला काहीच काम करता येणार नाही." असे तो म्हणाला. ज्यांची आयुष्ये अशी कायमचीच मृत्यूच्या सावलीत असतात ते अशा एका निर्णयाला येतात की मृत्यूची

शक्यता ते तत्त्वत: मान्य करून टाकतात.

तो मिसिसिपीतल्या ज्या ग्रीनवुड गावी उतरला तिथल्याच बायनर डी ला बेकविथने मेडगर एव्हर्स या नेत्याचा खून केला होता. रस्त्याच्या एका बाजूला वंशद्वेष्टे गोरे उभे होते, तर दुसऱ्या बाजूला काळ्या गोऱ्यांची संमिश्र गर्दी मार्टिनचे स्वागत करत होती. दोन वर्षांपूर्वी हे देखील शक्य झाले नसते, कारण नागरी हक्काच्या चळवळीला मदत करणारे पहिले गोरे, काळ्यांच्या राखीव हॉटेलात जेवले, म्हणून त्यांना तुरुंगात टाकले होते. मार्टिनने पहिले पाच दिवस जॅकसन, व्हिक्सबर्ग, मेरिडियन इथे भेटी देण्यात घालवले. तो सगळ्यांबरोबर रस्त्यावरून हिंडे, कुठे पोर्चमध्ये लोकांशी बोले, कुठे हॉलमध्ये सभा घेई आणि शेकडो लोक त्याचे भाषण ऐकायला जमत. तीन कार्यकर्त्यांचे जिथून अपहरण झाले त्या फिलाडेल्फियातील चर्चलाही त्याने भेट दिली. सुट्टीत इथे मतदार नोंदणीचे काम करणाऱ्या विद्यार्थ्यांना तो भेटला. इथे मतदार नोंदणीचे काम करणाऱ्या कार्यकर्त्यांना किती क्रूरपणे आणि रानटीपणे वागवले जाते ते पाहून ही मुले चकित झाली होती. चर्च जाळणे, खून करणे, छळ करणे या सगळ्या प्रश्नांमागे निग्रोंची अगतिकता होती की ते मत देऊ शकत नव्हते. आपले हक्क जपणारा कोणी जबाबदार माणूस निवडून आणणे त्यांच्या हातात नव्हते, कित्येक हजारो लोकांनी नाव नोंदणी करण्याचा प्रयत्न केला. पण हिंसाचार, दडपणूक, आर्थिक शोषण यांच्या दबावाखाली १९६३ पर्यंत सबंध राज्यात निग्रोंचे फक्त १६३६ मतदार नोंदवले गेले होते.

ग्रीनवुडला आल्यावर दुपारच्या उन्हात, आपला नेहमीचा कोट उतरवून आणि पांढऱ्याफेक शर्टच्या बाह्या वर दुमडून तो काळ्या वस्तीतून हिंडला, रंग नसलेली, बुटकी, पडकीमोडकी, रानटी झाडंझुडपं आसपास उगवलेली ती झोपडपट्टी त्याच्या येण्याने चैतन्याने बहरून आली. म्हातारे-कोतारे, बाया-बापड्या घराच्या दारात उभे राहून तो जणू कोणी देवदूत असल्यासारख्या आश्चर्याने पहात होत्या. मिसिसिपी फ्रीडम डेमोक्रॅटिक पार्टीच्या त्या रात्रीच्या रॅलीमध्ये सहभागी व्हायला तो त्यांना आमंत्रित करत होता. चालता चालता तो सॅव्हॉय हॉटेलपाशी आला आणि तिथे असलेल्या एका उंच पायरीवर उभे राहून त्याने आपल्या नेहमीच्या गडगडाटी आवाजात तिथे जमलेल्या लोकांना उद्देशून बोलायला सुरुवात केली.

''निग्रो ही माणसे नसून वस्तू आहेत, अशा पद्धतीने आजपर्यंत तुम्हाला वागवले आहे. आपल्याला काही किंमत नाही, महत्त्व नाही असे तुमच्याबद्दल कोणालाही वाटू देऊ नका, इथे ग्रीनवुड, मिसिसिपीतला प्रत्येक माणूस लायक आणि प्रतिष्ठित आहे- कारण गोरे, काळे, चिनी, भारतीय, स्त्री, पुरुष, मुले- आपण सर्वजण देवाची लेकरे आहोत. तुम्ही प्रत्येक जण

कोणीतरी आहात. तुम्ही मोठ्याने आपल्या स्वतःशी म्हणा, ''मी कोणीतरी आहे.''

त्याने पुन्हा पुन्हा हे वाक्य उच्चारल्यावर एखाद्या स्वप्नातून यावा तसा गर्दीतून आवाज आला, ''मी---- कोणीतरी आहे.''

त्यादिवशी रात्री चर्चमध्ये रॅलीचे नेतृत्व मार्टिनच्या हाती होते आणि त्याचवेळेला शहरावर एक छोटे एका इंजिनचे क्लॅनचे विमान घिरट्या घालत होते आणि हजारो पत्रकांचा सडा शहरावर टाकत होते. त्यात लिहीले होते. 'मार्टिन ल्यूथर किंग गेल्यावरही इथली काळी जनता तशीच अडाणी, मुकी आणि अंगाला घाण वास येणारी असेल.' त्याचवेळी तिथे जमलेल्या १५०० काळ्या लोकांच्या मनात मार्टिन आत्मविश्वास निर्माण करत होता,

''ग्रीनवुड शहरातल्या किंवा मिसिसिपी शहरातल्या सर्व बंदुकांपेक्षा आपली शक्ती अधिक आहे. जगातल्या सर्व सैन्याकडे असणाऱ्या बंदुकी आणि बाँबपेक्षा आपली शक्ती अधिक आहे; कारण आपल्याकडे आपल्या आत्म्याची शक्ती आहे.''

या सबंध प्रवासात मार्टिन निग्रोंच्या स्वातंत्र्याची मागणी उघडपणे करत निधड्या छातीने निर्भयपणे हिंडला याचे लोकांना कौतुक वाटत होते, पण त्याच्या मनात कुठे तरी भीती असावी असे त्याचा चरित्रकार मार्शल फ्रेडीला वाटते. फिलडेल्फियाला त्याची मार्टिनशी गाठ पडली असता त्याने त्याला सरळच एकदा विचारले, ''तुला भीती नाही वाटत?''

''अंहं'' असे म्हणत मार्टिनने पटकन दुसरीकडे मान वळवली. पण नंतर लगेचच निरोप घेताना त्याने मार्टिनशी हस्तांदोलन केले, तेव्हा तिथल्या त्या महाभयंकर उन्हाळ्यातही त्याचा हात थंड आणि ओलसर पडला होता हे त्याच्या चाणाक्ष स्पर्शातून सुटले नाही.

मिसिसिपीच्या लोकांना कल्पना होती की हे पोलिसी राज्य आहे, आणि राजकारणात भाग घेऊनच त्यांचे घरांचे, नोकऱ्यांचे, शिक्षणाचे आणि एकूणच मिसिसिपीच्या वातावरणाचे प्रश्न सुटतील. ऑगस्टमध्ये अॅटलांटाला होणाऱ्या डेमोक्रॅटिक पक्षाच्या अधिवेशनाला, मिसिसिपी फ्रिडम डेमोक्रॅटिक पार्टीचे ६८ काळे लोक उपस्थित राहिले आणि त्यांनी लिंडन जॉन्सनसकट सगळ्यांचे लक्ष वेधून घेतले. मिसिसिपीचे प्रतिनिधी म्हणून सर्व गोरे लोक असलेले शिष्टमंडळ आले होते, त्याला त्यांनी जोरदार आक्षेप घेतला. मार्टिनने फ्रीडम डेमोक्रॅटिक पार्टी हीच मिसिसिपीची अधिकृत प्रतिनिधी आहे यावर शिक्का मोर्तब व्हावे असा आग्रह भाषणातून धरला, तरी हे कितपत मान्य होईल याबद्दल त्याला शंका होती. इतर

अनेक राज्यांनी जरी त्यांच्याबाजूने कौल दिला, तरी एकूण तत्कालीन राजकीय परिस्थिती पाहता, गोऱ्यांचे प्रतिनिधित्व डावलले गेले असते तर सर्व दक्षिण भागावर त्याचा विपरीत परिणाम झाला असता, म्हणून तडजोड म्हणून दोघा काळ्यांचा अधिकृत प्रतिनिधी म्हणून स्वीकार करावा व बाकीच्या ६६ जणांनी पाहुणे म्हणून अधिवेशनात बसावे असा प्रस्ताव पुढे मांडण्यात आला. एवढे यशही काही कमी नाही, ते मान्य करावे असा मार्टिनचा सल्ला होता. पुढच्या अधिवेशनात आणखी प्रतिनिधी घेऊ असे वचनही मिळाले होते, पण मिसिसिपीवासीयांचा आता वचनांवर विश्वास राहिला नव्हता, कारण यापूर्वीची वचनपूर्ती अजून झालेली नव्हती. बॉब मोझेसने आपल्या भाषणात स्पष्टच सांगितले, ''आमच्या नीतीमत्तेत राजकारण आणण्यासाठी आम्ही इथे आलेलो नाही. आपल्या राजकारणात नीतीमत्ता आणण्यासाठी आम्ही इथे आलो होतो. मिसिसिपी फ्रीडम डेमोक्रॅटिक पार्टीने तडजोडी विरोधात मतदान केले आणि ते सर्वजण मिसिसिपीला परतले. बॉब मोझेस हा खूपच संवेदनाशील माणूस होता, त्याने पार्टीच्या अध्यक्षपदाचा राजीनामा दिला, तो पुढे आफ्रिकेत गेला, पण जाताना आपले नैराश्य न लपवता तो मार्टिनला म्हणाला, ''गोऱ्या समाजातील मूल्ये आणि जिवंतपणा संपून तो आता दिवाळखोर झाला आहे. विभाजन संपवून गोऱ्यांबरोबर एकत्रित राहण्यात त्यांचा भ्रष्टाचार आणि पोकळपणा या व्यतिरिक्त काळ्या माणसांना काय मिळणार आहे? काळाच्या ओघात गोऱ्यांची संस्कृतीच शेवटी अटळपणे लयाला जाईल. यापुढे कधीही मी गोऱ्यांशी संवाद साधणार नाही.''

इतका संवेदनशील माणूस राजकारणात टिकू शकत नाही. मार्टिनच्या मनाने अनेकदा बॉब मोझेसची आणि माल्कम एक्सच्या संतापाची मनात तुलना केली, माल्कमचा राग भयानक होता, पण त्यामागेही एक सत्य दडलेले आहे असे त्याला वाटले. राजकीय अस्थिरतेच्या या वातावरणात एफ. बी. आयचा अधिकारी आपल्यावर सतत पाळत ठेवून आहे आणि एखादे दिवस तो आपले खाजगी जीवनही चव्हाट्यावर आणील असे त्याला वाटे. याच सुमारास व्हायरल फिव्हरने आजारी पडल्याने मार्टिन ॲटलांटा हॉस्पिटलमध्ये दाखल झाला.

◆◆

१९

-०-

नोबेल पारितोषिक

रात्रंदिवस सतत चळवळीचे काम, काळज्या यामुळे खरे तर मार्टिनची तब्येत बिघडली होती, एकदा सगळ्या तपासण्या करून घेण्यासाठी जरा मनाविरुद्ध तो इस्पितळात दाखल झाला. दुसऱ्याच दिवशी पहाटे झोपेत असताना अचानक फोन खणखणला. फोनवर कोरेटा होती, न्यूयॉर्क टेलिव्हिजन नेटवरून तिला फोन आला होता की नॉर्वेच्या पार्लमेंटने नुकतीच १९६४ च्या नोबेल शांतता पारितोषिकाची घोषणा केली आहे आणि जगातला हा सर्वोच्च सन्मान मार्टिन ल्यूथर किंग (ज्यु.) यांना लाभला आहे. मार्टिनचा स्वत:च्याच कानावर विश्वास बसेना, आपण स्वप्नात तर नाही ना, असेच त्याला क्षणभर वाटले. या पारितोषिकाच्या संभाव्य यादीत त्याचे नाव होते हे त्याला ठाऊक होते, पण चळवळींच्या रेट्यात तो ती गोष्ट केव्हाच विसरून गेला होता. पारितोषिकाचा मनापासून आनंद तर झालाच. हा त्याचा एकट्याचा सन्मान नव्हता, हा अहिंसात्मक चळवळींचा सन्मान होता. त्याच्याबरोबर पडद्यामागे असणाऱ्या हजारो कृष्णवर्णीयांच्या सहनशक्तीचा हा सन्मान होता. जगाने समानता आणि न्याय या लोकशाही तत्त्वाच्या बाजूने उभे राहण्याचा हा कौल होता. लगोलग कोरेटा आणि त्याचे जवळचे मित्र इस्पितळात त्याचे अभिनंदन करण्यासाठी आले असता त्याने त्यांच्यासह प्रार्थना करून परमेश्वराचे आभार मानले. हजारो चाहत्यांनी त्याचे अभिनंदन केले, सर्व जगातील वृत्तपत्रातून, टीव्हीवरून ही बातमी झळकली. अनेकांनी त्याच्या मुलाखती घेतल्या.

"जगातील हा सर्वोच्च सन्मान प्राप्त झाल्यावर तुम्हाला काय वाटले? तुमच्या प्रतिक्रिया काय होत्या?" हा प्रश्न पुन्हा पुन्हा विचारला गेला.

ह्या प्रश्नाचे उत्तर देणे खरे तर अवघड होते. जेव्हा एकटा बसून मार्टिन या प्रश्नाचा विचार करू लागला तेव्हा त्याला त्याच्या गत आयुष्यातील एक प्रसंग आठवला. लॉस एंजेलिसला जाणाऱ्या एका प्रचंड जेटमध्ये तो शिकागोच्या ओ

हेअर विमानतळावर बसला. विमानात काही तांत्रिक बिघाड असल्याने विमान उशिरा सुटेल असा उद्‌घोष झाला. खिडकीतून बाहेर पाहिले तो पाच सहा माणसे विमानाकडे येत होती. त्यांचे कपडे घाणेरडे होते, हात, तोंड तेलकट झाले होते. विमानाजवळ येऊन त्यांनी त्यांचे काम सुरू केले.

विमान सुरू झाल्यावर अनेकांनी पायलट, त्याचे सहकारी, सेविका या सर्वांचे आभार मानले. पण मार्टिनला मात्र विमान दुरुस्तीचे काम करणाऱ्या कामगारांची आठवण येत होती. आजच्या जगाचे कुशलतेने नेतृत्व करणारे अनेक विमान चालक आहेत. पण त्यांच्या मागे जमिनीवरून काम करणारे कामगार नसते तर मानवी प्रतिष्ठा आणि सामाजिक न्याय कधीच दृष्टिपथात आला नसता. म्हणून हे पारितोषिक त्यांच्या कामाचे बक्षीस आहे असे मार्टिनला वाटले. माँटगोमेरीच्या पन्नास हजार निग्रोंना बसने प्रवास न करता चालत जाण्यात आपला सन्मान आहे हे समजले. रेस्टॉरंट आणि स्टोअररूममध्ये प्रवेश करणाऱ्या देशभराच्या हजारो विद्यार्थ्यांना हेच खऱ्या अमेरिकेचे स्वप्न आहे याचा साक्षात्कार झाला. या देशातल्या हजारो नागरिकांची मने जिंकल्याशिवाय बाहेरच्या अंतराळातील विजयांना अर्थ नाही, हे स्वातंत्र्यासाठी फेऱ्या काढणाऱ्यांना जाणवले. मेडगर एव्हर्सचा खून झाला. मिसिसिपीत कित्येकजण हुतात्मा झाले. वॉशिंग्टनमधल्या सभेत भेदभाव विसरून काळे गोरे एकत्र आले. बर्मिंगहॅम, आल्बनी, सेंट ऑगस्टिन, सॅव्हाना इथल्या मुलांनी तडाखे खाल्ले, तुरुंगवास पत्करला, पण हिंसाचारापेक्षा आत्म्याची शक्ती मोठी आहे हे त्यांनी ओळखले. चळवळीतल्या लोकांची शिस्त, संयम, धैर्य आणि अहिंसेवरील निष्ठा यांनी न्यायाचे आणि प्रेमाचे राज्य निर्माण केले. हे पारितोषिक म्हणजे चळवळीला मिळालेली आंतरराष्ट्रीय मान्यता! या हजारोंची नावे इतिहासात येणार नाहीत, त्यांना कोणी पारितोषिक देणार नाही, अमेरिकेतल्या क्रांतीचे हे अनामिक सैनिक आहेत. पण जेव्हा अनेक वर्षे जातील, न्याय आणि समतेचे राज्य येईल तेव्हा लोक आपल्या मुलाबाळांना सांगतील की या लोकांनी लढा दिला म्हणून आज आपल्याला हे सोन्याचे दिवस दिसत आहेत. १० डिसेंबर १९६४ रोजी मार्टिनला ऑस्लो येथे हे पारितोषिक मिळाले तेव्हा त्याच्या मनात हीच कृतज्ञता होती.

वाटेत जाताना लंडन, पॅरिस, स्टॉकहोम इथे त्याचे अभूतपूर्व स्वागत झाले. अमेरिकेतील वांशिक छळाच्या भयंकर बातम्या ऐकून या लोकांना प्रचंड आश्चर्य वाटले होते. अमेरिका यातून लौकरच बाहेर पडून जगापुढे एक आदर्श निर्माण करील अशी आशा या चळवळीमुळे त्यांच्या मनात निर्माण झाली होती. ब्रिटनच्या चॅन्सलर बरोबर आणि पार्लमेंटच्या सदस्यांबरोबर त्याची वांशिक प्रश्नांवर चर्चा

झाली. लंडनच्या परिसरात वंशभेदाचे बळी असणाऱ्या वेस्ट इंडिज, पाकिस्तान, भारत, आफ्रिका या देशातील लोकांनी ब्रिटनमधील वांशिक अन्यायाविरुद्ध लढणारी जी संघटना काढली होती तिनेही यावेळी मार्टिनची भेट घेऊन त्याचे मार्गदर्शन मिळवले. उत्तर युरोपातील अनेक देश वंशभेद विरोधी लढ्याच्या बाजूने होते. जागतिक शांतता आणि बंधुभाव प्रस्थापित होण्यासाठी जगभरातले वांशिक प्रश्न सुटले पाहिजेत या भावनेने ते एकत्र आले होते. भूक आणि गरिबी हा प्रश्न फक्त अमेरिकेतील निग्रोंचा नव्हता. भारत, मेक्सिको, कांगो इत्यादी अनेक देश याहीपेक्षा कठीण परिस्थितीतून जात होते.

मार्टिनबरोबर कोरेटा, त्याचे नातेवाईक आणि सहकारी आले होते. ॲबरनथी आणि त्याच्या पत्नीने इथे निवास व्यवस्थेत केलेल्या भेदभावाबद्दल तीव्र नाराजी व्यक्त केली. एका पार्टीत डॅडी किंगनी हातातला मद्याचा पेला उंचावून, अश्रूपूर्ण नयनांनी 'देवाने आपल्याला असा पुत्र देण्यासाठी शेतावरच्या मजुरीच्या आयुष्यातून वर काढले, आता देवच या पुत्राचे रक्षण करो.' असे सद्‌गदित अंत:करणाने म्हटले. वॉल्टस्‌च्या तालावर किंग आणि कोरेटाने नृत्य करून ते आनंदाचे क्षण उपभोगले. अकरा वर्षांपूर्वी लग्नापूर्वीच्या प्रियाराधनेनंतर आज मार्टिन पत्नीबरोबर नृत्य करत होता.

मंगळवार, दिनांक १० डिसेंबर १९६४. नॉर्वेमधील ऑस्लो येथील औला विद्यापीठात झालेल्या पारितोषिक प्रदान करण्याच्या समारंभात मार्टिनने अतिशय उचित असे भाषण करून, कृतज्ञतापूर्वक हे पारितोषिक स्वीकारले. ''**युवर मॅजेस्टी, युवर रॉयल हायनेस, मिस्टर प्रेसिडेंट, एक्सलन्सीज, जंटलमेन अँड वुईमेन-- या क्षणी मी शांततेचे नोबेल पारितोषिक स्वीकारत असताना दोन कोटी अमेरिकन निग्रो हे वांशिक अन्यायाच्या दीर्घ रात्रीची समाप्ती करण्यासाठी विधायक युद्धात गुंतले आहेत. नागरी हक्क चळवळीच्यावतीने मी हे पारितोषिक स्वीकारत आहे. ही चळवळ स्वातंत्र्य आणि न्याय यांचे राज्य प्रस्थापित करण्यासाठी अनेक प्रस्थापितांच्या रागाचा धोका पत्करून उभी आहे. मला जाणीव आहे की कालच बर्मिंगहॅम अलाबामामध्ये बंधुभावासाठी हाक घालणाऱ्या आमच्या मुलांना आगीच्या बंबातील होज पाईप, भयानक कुत्री आणि मृत्यूने उत्तर मिळाले आहे. मला जाणीव आहे कालच फिलाडेल्फिया, मिसिसिपीमध्ये मतदानाचा हक्क मागणाऱ्या आमच्या तरुण मुलांची निघृण हत्या झाली. कालच एकट्या मिसिसिपी राज्यातील चाळीस प्रार्थना स्थळांवर बॉंबफेक झाली. ती जाळली गेली, कारण वंशभिन्नता न मागणाऱ्यांसाठी तिथली वेदी खुली होती. आत्यंतिक दारिद्र्याने माझ्या लोकांच्या जीवनावर वाईट परिणाम**

केला आहे आणि आर्थिक शिडीच्या अत्यंत खालच्या पातळीवर ते उभे आहेत.

मला प्रश्न पडला की जी सततच्या संघर्षाशी बांधील आहे आणि नोबेल पारितोषिकाचे सार अशी शांतता आणि बंधुभाव जिने अजून जिंकला नाही, त्या चळवळीला हे पारितोषिक कसं मिळाले? विचारांती मला असे वाटते की ज्या चळवळीचा प्रतिनिधी म्हणून मी हे पारितोषिक स्वीकारतो आहे त्या चळवळीची ओळख- आपल्या काळातील राजकीय आणि नैतिक प्रश्न अहिंसेने सुटू शकतील- अशी आहे. हिंसा आणि दडपणूक यांना बळी न पडता त्यावर मात करणे ही माणसाची गरज आहे. संस्कृती आणि हिंसा या परस्पर विरोधी कल्पना आहेत. भारतीय लोकांचे अनुकरण करत अमेरिकन निग्रोंनी दाखवून दिले आहे की अहिंसा म्हणजे एक वांझ क्रियाशून्यता नव्हे, ती एक प्रभावी नैतिक शक्ती आहे. ती समाजात बदल घडवून आणू शकते. आज ना उद्या जगातील सर्व लोकांना शांततेने एकत्र नांदण्याचा मार्ग सापडेल, म्हणून अनेक वर्षे रेंगाळलेले हे वैश्विक शोकगीत बंधुभावाच्या सामगायनात परावर्तित व्हायला हवे. हे घडून यायला हवे असेल तर जी सूडाला नकार देईल, आक्रमण आणि प्रतिकाराला नाकारेल अशी क्रिया करायला हवी आणि तिचा पाया असेल प्रेम.

मॉंटगोमेरी अलाबामा मधून सुरू झालेला हा ऑस्लो पर्यंतचा खडतर प्रवास या सत्याला साक्षी आहे. मानवी सन्मानाचा नवा अर्थ शोधण्यासाठी लाखो निग्रो त्यावरून प्रवास करत आहेत. याच रस्त्याने सर्व अमेरिकनांसाठी प्रगती आणि आशेचे एक नवे युग सुरू केले आहे. हाच रस्ता नव्या नागरी हक्कांकडे घेऊन जाणारा आहे आणि तसा तो नक्की घेऊन जाईल. हा रस्ता लांबरुंद होत, एका न्याय्य राजरस्त्याकडे जाईल, तेव्हा काळे आणि गोरे एकत्र येऊन त्यांचे समान प्रश्न सोडवतील.

अमेरिकेबद्दल असलेल्या एका बांधील विश्वासाने आणि मानवजातीच्या भवितव्याबद्दल असलेल्या अढळ श्रद्धेने मी हे पारितोषिक स्वीकारत आहे. माणसाचा स्वभाव आज कसा आहे आणि तो उद्या कसा असला पाहिजे यात नेहमीच संघर्ष असतो, पण म्हणून तो त्या आदर्शाप्रत पोहोचू शकणार नाही यावर माझा विश्वास नाही. माणसाच्या भोवती असणाऱ्या जीवनरूपी नदीच्या प्रवाहात तो केवळ प्रवाहपतित आहे हे मला मान्य नाही. वंशवाद व युद्ध यांच्या तारकारहित गच्च मध्यरात्रीच्या अंधारात मानवजात ही इतकी दारुणपणे बांधली गेली आहे की शांतता आणि बंधुभावाचा प्रकाशमान दिवस कधीच

उगवणार नाही हे मी कधीच मान्य करणार नाही.

देशामागून देश लष्करी जिन्यांनी आण्विक विनाशाकडे उतरतील अशी मानवजातीवर विश्वास नसणाऱ्यांची कल्पना मी कधीच मान्य करणार नाही. शस्त्ररहित सत्य आणि विनाअट प्रेम हेच वास्तवात शेवटचे शब्द असतील यावर माझा विश्वास आहे, म्हणूनच पराजित झालेला हक्क, वाईटाच्या विजयापेक्षा अधिक बलवान असतो. माझा विश्वास आहे की आजच्या बंदुकीच्या गोळ्या आणि शस्त्रांचे स्फोट यामध्येही तेजस्वी उद्या उगवेल. रक्ताचे पाट वाहणाऱ्या आपल्या राष्ट्रांच्या रस्त्यावर न्याय जखमी अवस्थेत पडला आहे, त्याला लज्जास्पद धुळीतून उचलता येईल. असे झाले तर आपल्या मुलांवर त्याचे राज्य प्रस्थापित होईल, यावर माझा विश्वास आहे. शरीराच्या भरण पोषणासाठी जगात सगळ्यांना तीन वेळचे जेवण मिळेल, मनाच्या पोषणासाठी शिक्षण आणि संस्कृती आणि आत्म्यासाठी समता आणि स्वातंत्र्य मिळेल असा मी खात्रीने विश्वास बाळगतो. स्वार्थी लोकांनी जे पाडले आहे ते निःस्वार्थी लोक बांधतील यावर माझा विश्वास आहे. एक दिवस मानवजात परमेश्वराच्या वेदीपुढे नतमस्तक होईल, युद्ध आणि रक्तपात यावर विजय मिळवेल आणि अहिंसात्मक सदिच्छा पृथ्वीवर राज्य करेल. सिंह आणि कोकरू एकत्र झोपतील, प्रत्येकजण आपल्या अंजिराच्या झाडाखाली बसेल आणि कोणालाही भिती असणार नाही. आपण हे प्राप्त करून घेऊ यावर माझा विश्वास आहे.

हा विश्वासच भवितव्याच्या अनिश्चिततेला तोंड देण्याचे सामर्थ्य आपल्याला देईल. जेव्हा आपण स्वातंत्र्याच्या शहराकडे आगेकूच करू, तेव्हा आपल्या थकल्या पायांना तो नवी शक्ती देईल. जेव्हा आपले दिवस ढगांनी झाकोळले जातील आणि आपल्या रात्री हजारो मध्यरात्रीपेक्षा काळोख्या असतील तेव्हा आपल्याला कळेल की जन्माला येण्यासाठी धडपडणाऱ्या खऱ्याखुऱ्या संस्कृतीच्या निर्मितीक्षम गोंधळात आपण जगत आहोत. स्फूर्तीने भारलेला आणि मानवजातीला समर्पण केलेला एक विश्वस्त म्हणून मी ऑस्लोला आलो आहे.

जे शांतता आणि बंधुभावावर प्रेम करतात त्यांच्या वतीने मी हा पुरस्कार स्वीकारत आहे. मी म्हटले की मी विश्वस्त आहे कारण माझ्या अंतःकरणाला अशी खोल कुठेतरी जाणीव आहे की हे पारितोषिक माझ्या वैयक्तिक सन्मानापेक्षा कितीतरी अधिक आहे. प्रत्येक वेळी जेव्हा मी विमानातून उड्डाण करतो तेव्हा या यशस्वी प्रवासात हातभार लावणाऱ्या त्या सगळ्यांची मला आठवण येते, माहीत असलेले पायलट आणि न माहीत असलेले

जमिनीवरील कर्मचारी. स्वातंत्र्याची चळवळ अवकाशात भरारी घेताना ज्याच्या हातात सूत्रे आहेत, त्या पायलटचा आपण सन्मान केलात. ज्यांचा संघर्ष आपल्या लोकांसाठी, आपल्या लोकांबरोबर अमानुषपणे वागणाऱ्या माणसांच्या दुष्टाव्याबरोबर चालू आहे अशा दक्षिण आफ्रिकेच्या चिफ लुथुली यांचा आपण सन्मान केलात. ज्यांचे श्रम आणि त्याग यांच्याविना स्वातंत्र्याच्या या विमानाने पृथ्वीवरून कधीच उड्डाण झाले नसते, त्या जमिनीवरील कर्मचाऱ्यांचा आपण सन्मान केलात.

मला वाटते आल्फ्रेड नोबेल यांना मी काय म्हणतो ते कळेल की हे पारितोषिक मी अभिरक्षक म्हणून स्वीकारतो आहे, कारण त्याच्या आदरणीय मालकाने विश्वासाने दिलेला हा अमोल ठेवा आहे. त्या मालकासाठी सौंदर्य हेच सत्य आहे आणि सत्य हेच सौंदर्य आहे. त्याच्या दृष्टीने हिरे, सोने, चांदी यापेक्षा खऱ्या बंधुभाव व शांततेतले सौंदर्य कितीतरी पटीने मौल्यवान आहे.''

बोलता बोलता त्याचे डोळे भरून आले, भावना दाटून आल्या. तो जो कोणी होता तो त्याच्या कुटुंबाचा होता, त्याच्याबरोबर लढणारांचा होता. पण सर्वात जास्त तो त्याच्या पत्नीचा उपकृत होता. तिने त्याच्या आयुष्याला अर्थ दिला. तिने आणि इतर हजारो लोकांनी त्याच्यावर जो विश्वास टाकला तो सार्थ करण्याची प्रेरणा त्याच्या मनात दाटून आली. त्यांना अभिमान वाटावा असेच त्याचे वर्तन असेल. ५४,००० डॉलर्स ही पारितोषिकाची रक्कमही चळवळीसाठीच वापरली जाईल असे त्याने जाहीर करून टाकले.

शांतता पारितोषिक मिळाले म्हणून मार्टिन कधीच आकाशात तरंगत नव्हता, त्याचे पाय जमिनीवरच होते, अहिंसेवरची श्रद्धा बळकट झाली होती आणि उद्याच्या दिवसाची अधिक सुंदर स्वप्ने पाहण्यात तो दंग होता. पण ऑस्लोला जाण्यापासून परत येईपर्यंत एक गोष्ट कोरेटाच्या बारीक नजरेने टिपली होती, ती म्हणजे मार्टिन मनात कुठेतरी अस्वस्थ आहे. वरवर तो आनंदी दिसला तरी आत कुठेतरी त्याच्या मनात एक टोचणी आहे. सबंध आयुष्यभरच मार्टिनच्या मनात एक अपराधीगंड होता. बालपणी आजी गेल्यावर याच भावनेतून खिडकीतून उडी मारून त्याने आत्महत्त्या करण्याचा प्रयत्न केला होता. एकदा कपडे ठेवायच्या मोठ्या कपाटाचे दार बंद करून तो आत प्रार्थना करीत बसला होता. एकदा कधीतरी तो मोटारने प्रवास करीत असताना कुणीतरी त्याला रस्त्यावरून हात करून थांबण्याची खूण केली, पण तो थांबला नाही. ही अपराधीपणाची भावना कित्येक वर्षे त्याच्या मनात होती आणि त्याला त्याचा त्रास होई. एबेन्झर चर्चमध्ये त्यानंतर कित्येक वर्षांनी हा प्रसंग सांगून तो म्हणाला होता, ''मी थांबलो नाही कारण मला भीती वाटली.''

अपराधीपणाला त्याचे उत्तर म्हणजे त्याला स्वत:बद्दल राग येई. या अपराधाची शिक्षा म्हणून क्लेष भोगणे, समर्पण करणे अशी एक कायमची उर्मी त्याच्या मनात असे. या अपराधाचे परिमार्जन म्हणजे आपला मृत्यू अशी एक कल्पना त्याच्या मनात घर करून होती. माँटगोमेरीमध्ये परमेश्वराने रात्री येऊन दिलेल्या वचनाची पूर्ती आपल्या मृत्यूनेच होणार असे त्याला वाटत असावे.

अॅटलांटाला परत आल्यावर मार्टिन काही फार चांगल्या मन:स्थितीत नव्हता. कोणाला काही न सांगता एक दिवस तो घरातून गायब झाला. काळजी करत बसलेल्या त्याच्या घरच्यांनी त्याच्या बालपणाच्या मित्राला फोन केला. तो आता पोलीस ऑफिसर झाला होता. त्याने दिवसभर शोध घेतल्यावर मध्यरात्री मार्टिन एका कारखान्याजवळ सापडला. तिथे अनेक दिवस काळ्या व गोऱ्या कामगारांना दिल्या जाणाऱ्या मजुरीत मोठा भेदभाव असल्याने संघर्ष चालू होता. अंधारात फुटपाथवरील एका कोपऱ्यात एकटाच उभा असलेला मार्टिन त्याला दिसला, शिफ्ट बदल्यावर येणाऱ्या कामगारांशी बोलण्यासाठी तो त्यांची वाट पहात होता.

त्याच्या जवळच्यांना त्याच्याबद्दल नेहमीच काळजी वाटे. लौकरच मतदानाच्या हक्कासाठी सेल्मा इथे लढा उभा राहिला. त्यावेळी सेल्माला जाताना तो कोरेटाला म्हणाला, ''माझे मन मला सांगते आहे की सेल्मामध्ये कोणीतरी मारले जाणार. रक्तपाताविना सेल्मातून आम्ही बाहेर पडू असे वाटत नाहीये.''

सदर्न ख्रिश्चन लीडरशिप कॉन्फरन्स (एस. सी. एल. सी.) या संघटनेचा मार्टिन अध्यक्ष होता आणि ही संघटना प्रामुख्याने दक्षिणेकडे अधिक कार्यरत होती. निग्रोंच्या हक्कांच्या अनेक चळवळी या काळात आपापल्या पद्धतीने काम करत होत्या. पण उत्तरेकडच्या राज्यातील निग्रोंनीही आता मार्टिनला आपली संघटना उत्तरेकडे आणण्यास सांगितले. उत्तरेकडच्या दहा शहरांमधून 'नोकऱ्या आणि स्वातंत्र्य फेऱ्या' (जॉब्स अॅन्ड फ्रीडम टूर) काढण्यात आल्या. काही ठिकाणी अन्य काळ्या संघटनांकडूनच मार्टिनला विरोध झाला. न्यूयॉर्कमध्ये त्याच्यावर अंडी फेकण्यात आली, त्याच्यामागे ब्लॅक नॅशनॅलिस्ट ग्रुप्सचा हात असावा असा मार्टिनला संशय होता. गोऱ्या लोकांचा जसा ते तिरस्कार करत तसा मार्टिनचाही करत. त्यांना असे वाटत असे की ज्या गोऱ्या लोकांचा ते तिरस्कार करत, त्यांच्यावर मार्टिन प्रेम करायला सांगतो, त्याअर्थी काळ्या लोकांनी गोऱ्यांचा मार खाणे, गोऱ्यांनी त्यांच्यावर कुत्रे आणि पाण्याचे पाईप सोडणे या सगळ्याला त्याची संमती आहे. माल्कम एक्सने मार्टिन न्यूयॉर्कला येण्याच्या आदल्याच दिवशी सभा घेऊन मार्टिन आणि त्याची अहिंसात्मक मते यावर भरपूर टीका केली होती आणि शेवटी लोकांना भडकवण्यासाठी तो म्हणाला होता, ''तुम्ही तिथे जा आणि तुम्हाला त्याच्याबद्दल

काय वाटते ते एकदा त्याला दाखवून द्या.'' त्याचाच परिणाम म्हणून त्यांची प्रतिक्रिया त्यांनी दाखवली होती. या लोकांना माहीत नव्हते की प्रतिकार न करणे आणि अहिंसात्मक प्रतिकार करणे यात जमीन अस्मानाचे अंतर आहे. भित्रा माणूस थंड बसून प्रतिकार न करता अन्याय सहन करतो, पण अहिंसेमध्ये तुम्ही तुमच्या सर्व सामर्थ्यानिशी अन्यायाविरुद्ध उभे ठाकता. तुम्ही प्रतिकार करता, पण एक डावपेच म्हणून तुम्ही हिंसा करत नाही. या प्रतिकारात असलेला नीतीचा भाग बाजूला ठेवला तरी व्यावहारिक दृष्ट्याही हिंसात्मक प्रतिकार करणे निग्रोंना परवडण्यासारखे नव्हते. हिंसेला हिंसेने उत्तर हे निग्रो चळवळींच्या इतिहासात अनेकदा घडले होते, पण त्यामुळे कुठलाच प्रश्न सुटला नव्हता, उलट परस्परांबद्दलच्या द्वेषाचे विषारी वातावरण निर्माण झाले होते.

शांततेचे नोबेल पारितोषिक स्वीकारल्यावर आणि उत्तर अमेरिकेतील दहा शहरांना भेटी दिल्यावर मार्टीनला तीव्रपणे जाणीव झाली की वांशिक अन्याय, गरिबी आणि युद्ध हे केवळ अमेरिकेचे प्रश्न नसून सर्व जगाचे प्रश्न आहेत आणि ते तिन्ही सुटे सुटे नसून परस्परावलंबी आहेत. ते सोडवण्यासाठी गांधीजींनी सांगितलेला अहिंसेचा मार्ग सर्वच देशांनी अवलंबिला पाहिजे, कारण अहिंसा हे असे एक प्रभावी शस्त्र आहे की जे जखम न करता कापते, असे एक शस्त्र जो ते धारण करतो त्याचीच प्रतिमा उंचावते, आपली दृष्टी अधिक विशाल करून या तिन्ही प्रश्नांना कवेत घेणारी चळवळ उभी करायला हवी असे त्याला वाटले.

पारितोषिक घेऊन परत येताना तो वॉशिंग्टनमध्ये राष्ट्राध्यक्ष जॉन्सन यांची भेट घ्यायला थांबला होता. त्या दोघांची अनेक विषयांवर चर्चा झाली, पण शेवटी निग्रोंना मताधिकार मिळवण्याच्या प्रश्नावर येऊन थांबली. जॉन्सन यांचे मत होते की हे बिल मांडण्यासाठी अजून थोडा काळ जायला हवा. नुकतेच त्यांनी नागरी हक्काचे बिल संमत करवले होते. त्यानंतर लगेच हे बिल आले तर ते काँग्रेसमध्ये संमत होईल याची खात्री नव्हती, शिवाय दक्षिणेकडील सिनेटरही त्यामुळे रुष्ट झाले असते. मार्टिनला त्यांचे हे बोलणे काही फारसे पटले नाही, थोड्या नाराजीनेच तो व्हाईट हाऊस बाहेर आला.

पण लौकरच मतदानाच्या हक्कासाठी सेल्मामध्ये लढा उभा राहील याची कल्पना त्यावेळी त्या दोघांनाही नव्हती.

◆◆

२०
-०-

सेल्मामधील विजय

माँटगोमेरीच्या लढ्यापासूनच मार्टिनच्या लक्षात आले होते की निग्रोंची मते ही त्यांची मोठीच शक्ती होऊ शकते. वॉशिंग्टनच्या सभेतही तो म्हणाला होता की दक्षिणेकडे तीन लाख निग्रोंची मते वाढली तर काय होऊ शकेल याची तुम्हाला कल्पना आहे का? एकट्या अलाबामामध्ये अजूनही पन्नास हजार काळे नागरिक मतदानाला वंचित होते. एस. सी. एल. सी. ने आपला पुढचा कार्यक्रम अर्थातच मोठ्या संख्येने मतदार नोंदणी करायची हाच ठरवला. सेल्मामध्ये मतदानाला लायक असे १५००० निग्रो असताना १९६५ पर्यंत फक्त २५० लोकांची नोंदणी करून घेतली होती.

सेल्मामध्ये मतदार नोंदणी करण्यात चार मोठे अडथळे होते. सेल्माचा शेरीफ जिम क्लार्क, मेयर स्मिथमन, पोलीसप्रमुख विल्सन बेकर यांनी अत्यंत योजनापूर्वक आपली सत्ता आणि क्रौर्य यांचा अंमल निग्रोंवर गाजवला होता. बंदुका आणि काठ्या ही त्यांची प्रमुख शस्त्रे होती. गुलामांच्या मनाला रुतून बसलेली ''आपण कोणीतरी कमी दर्जाचे आहोत'' हीच भावना त्यांनी या लोकांच्या मनात पक्की केली होती. दुसरा अडथळा म्हणजे निग्रोंना शहरात एकत्रित यायला, एकत्रित फिरायला बंदी. हे नियम घटनाबाह्य असूनही व्यवस्थित राबवले जात होते. निग्रोंना ठाऊक होते की ते एकटे दुकटे काही करू शकत नाहीत आणि विचारविनिमयासाठी एकत्र जमू शकत नाहीत. एकदा धैर्याने त्यांनी मिरवणूक काढून निदर्शने केली असता बुल कॉनरच्या पाण्याच्या पाईपप्रमाणे शेरीफ जिम क्लार्क या सहाफुटी धष्टपुष्ट क्रूर माणसाने आपल्या हाताखालच्या लोकांसह, गुरांना हुसकावून लावण्याच्या इलेक्ट्रिक चाबकाचा वापर या माणसांवर केला आणि त्या १६५ तरुण निदर्शकांना सेल्माबाहेर तीन मैल एका मैदानात ढकलले. तिसरी अत्यंत चीड आणणारी गोष्ट म्हणजे मतदार नोंदणीचे काम अतिशय सावकाश

पद्धतीने चालू असे. एकतर ऑफिस कमी वेळ उघडे असे आणि बरेच दिवस बंदच असे. चौथा अडथळा म्हणजे साक्षरता परीक्षा. ही परीक्षा मुद्दाम अवघड बनवली होती आणि ती बऱ्याच ठिकाणी प्रामाणिकपणे राबवलीच जात नसे. एकूणच स्पष्टपणे राज्याने निग्रोंची मोठ्या प्रमाणात नोंदणी होऊ नये असे धोरण पद्धतशीरपणे राबवले होते. यात केंद्र शासनाने हस्तक्षेप करण्याची गरज होती.

रेव्हरंड जेम्स बिव्हेलच्या नेतृत्वाखाली मार्टिनच्या संघटनेने अलाबामा आणि दक्षिणेकडील एकूण राजकीय व्यवस्थेविरुद्धच मतदानाचा हक्क मागणारी चळवळ उभी करायचे ठरवले. मार्टिन सेल्मामध्ये गेला आणि त्याने लोकांना जमवून सभेमागून सभा घेण्याचा सपाटा लावला. प्रत्येक सभेत तो सांगत असे, ''आपल्याला मतदानाचा हक्क मिळालाच पाहिजे, त्यासाठी निदर्शने करण्याची तयारी ठेवा, तुरुंगात जावे लागले तरी हजारोंच्या संख्येने जाऊ. सेल्माच्या रस्त्यावर मतदानाच्या हक्काचे बिल पास करायला लावू.''

डिसेंबरच्या गोठवणाऱ्या थंडीत सुरू झालेली निदर्शने वसंताची चाहूल लागली तरी संपली नव्हती. रोज मतदानाच्या हक्काची मागणी करत शेकड्याने लोक रस्त्यावर उतरत आणि रोज स्वत: शेरीफ जिम क्लार्क त्यांची मागणी धुडकावून लावे आणि त्यांना अटक करी. एकदा एका मध्यमवयीन स्त्रीवर त्याने लाठीने प्रहार केला, तेव्हा चिडलेल्या त्या स्त्रीने त्याच्या जोरदार थोबाडीत लगावली. अर्थातच तिची रवानगी तुरुंगात झाली. हजारोंनी माणसे तुरुंगात डांबण्यात आली, त्यात मार्टिनही होता. आपल्या मानसिक कुरूपपणाचे दर्शन सेल्माने साऱ्या जगाला घडवले. आपल्या अटकेमुळे निदर्शनाचा ओघ कमी होऊ नये म्हणून मार्टिन तुरुंगातून आपल्या सहकाऱ्यांना सतत बाहेर सूचना पाठवित होता. त्यात मुख्यत्वे करून राष्ट्राध्यक्षांनी ताबडतोब आपला दूत पाठवून या प्रश्नी मध्यस्थी करावी असा त्यांना फोन करण्याची सूचना होती. तुरुंगातून मार्टिनने प्रेससाठी एक निवेदन जाहीर केले.

''गेले काही महिने सेल्मा आणि डलस इथले निग्रो हजारोंच्या संख्येने आपले नाव मतदार यादीत नोंदण्याचा प्रयत्न करत आहेत. आत्तापर्यंत फक्त ५७ लोक या ऑफिसमध्ये प्रवेश करू शकले, बाकीचे तुरुंगात गेले. या ५७ लोकांचे नावही नोंदले जाईल याची खात्री नाही, कारण त्यासाठी ठेवलेली परीक्षा इतकी अवघड आहे की मुख्य न्यायाधीश वॉरन यांनाही त्यातील काही प्रश्नांची उत्तरे येणार नाहीत. शेरीफ क्लार्क मतदानाचा हक्क मागणाऱ्यांवर जोरदार प्रहार करून त्यांना हुसकावून लावतात. वांशिक प्रेमासाठी इथे लोकशाहीवर व्यभिचार करून तिला पायाखाली तुडवले जात

असता देशातील विचारी गोरी माणसे हे पाहून शांत बसू शकतात काय? जगातील एकछत्री राज्यसत्तेविरुद्ध अमेरिका युद्ध पुकारते, मग आपल्याच देशात एकछत्री अंमल आणि शोषण कसे खपवून घेते? निग्रो मत देऊ शकले तर भेदभाव मिटून समाजात सुसंवाद निर्माण होईल.

आम्ही लोकशाहीच्या दुष्मनांविरुद्ध युद्ध पुकारत आहोत. सर्व जनता त्यात सहभागी होईल आणि मतदान नोंदणी पद्धतीत बदल होईपर्यंत आम्ही थांबणार नाही. लोकशाहीची पुनर्स्थापना करणे हा आमचा निर्धार आहे.''

असा निर्वाणीचा इशारा मार्टिनने वृत्तपत्रांना दिला. पण तुरुंगात एका गोष्टीने मार्टिन अतिशय व्यथित झाला होता. एस. एन. सी. सी. मधील भडक माथ्याच्या काही नेत्यांनी माल्कम एक्सला सेल्मात पाचारण केले होते आणि तो तिथे येऊन दाखल झाला होता. म्हणजे आता सेल्मात हिंसाचार उफाळणे अटळ होते. मार्टिन काही माल्कम एक्सला थांबवू शकला नसता, त्याच्या मनात माल्कमबद्दल रागही नव्हता. पण शांततापूर्ण निदर्शनांना आता हिंसाचाराचे गालबोट लागणार यामुळे तो धास्तावला होता.

एका सभेच्या वेळी माल्कम एक्स आणि कोरेटा एका व्यासपीठावर एकत्र आली, त्यावेळी त्याने अहिंसात्मक लढ्याबाबत बराच रस दाखवला. याचा अर्थ भविष्यात तो कदाचित मार्टिनला समजावून घेऊ शकला असता, पण तसे व्हायचे नव्हते. याच समाजव्यवस्थेने त्याच्या आजीवर बलात्कार केला होता, त्याच्या बापाचा खून केला होता, त्याच हिंसाचाराचा तो स्वत: बळी ठरला. २१ फेब्रुवारीला माल्कम एक्सचा खून झाला. हिंसा आणि तिरस्कारातून पुन्हा हिंसा आणि तिरस्कार जन्माला आले होते. मार्टिनला त्याच्या मृत्यूचे दुःख झाले, तो अशावेळी मरण पावला, जेंव्हा तो अहिंसेकडे वळण्याची शक्यता निर्माण झाली होती, आणि त्याच्यातून एक चांगला नेता घडू शकला असता. मार्टीनला आठवले माल्कम एक्स म्हणाला होता, ''गोरा माणूस काळ्याचा एवढा तिरस्कार का करतो माहीत आहे? त्याला काळ्या माणसाच्या चेहऱ्यावर आपण केलेल्या गुन्ह्याचे प्रतिबिंब दिसते.'' सेल्मामधल्या चळवळीच्या काळात काहीतरी विपरीत घडणार असे मार्टिनला वाटत होते. माल्कम एक्सच्या वधाने एका मोठ्या गटाचा नेता हरवला होता.

फेब्रुवारीच्या पाच तारखेला तुरूंगातून सुटल्यावर मार्टिन तडक वॉशिंग्टनला गेला आणि उपराष्ट्राध्यक्ष हबर्ट हंप्री यांना भेटला. सर्वांना समान संधी मिळवण्यासाठी स्थापन झालेल्या मंडळाचे ते अध्यक्ष होते. कोणतेही अत्याचार, आर्थिक दडपणूक आणि पोलिसी दहशत न होता प्रत्येक नागरिकाला त्याचे मतदानाचे हक्क बजावण्याची संधी ताबडतोब मिळाली पाहिजे असा मार्टिनने आग्रह धरला. ज्या गोगलगायीच्या

गतीने नावनोंदणीचे काम आता चालू आहे त्या गतीने पुढची शंभर वर्षे तरी सर्वांच्या नावनोंदणीसाठी लागतील ही वस्तुस्थिती त्याने दाखवून दिली.

महिना, दीड महिना उलटला तरी सेल्मातील परिस्थितीत काहीही फरक पडला नव्हता. जिम क्लार्कच्या छळवणुकीला लोक आता कंटाळले होते आणि त्यांचा निदर्शनाचा उत्साह थोडा थोडा कमी होऊ लागला, अशा वेळी चळवळीत पुन्हा जान आणण्यासाठी एस. सी. एल. सी ने आपली सेल्मातली चळवळ आसपासच्या गावात नेण्याचे ठरवले. गव्हर्नर वॅलेसने अर्थातच सबंध राज्यभर पोलिसांच्या मदतीसाठी सैन्य आणून ठेवले होते. पेरी काऊंटीमध्ये कोर्टाच्या दिशेने रात्रीचा मोर्चा निघाला, त्यावेळी अचानक रस्त्यावरचे दिवे गेले आणि पोलिसांनी व सैन्याने अचानक लाठ्या काठ्या घेऊन निदर्शकांवर हल्ला केला. आपल्या आईच्या अंगावर प्रहार होणार हे पाहून मधे पडून तो प्रहार स्वत:च्या पोटावर घेणारा एक तरुण जिमी जॅक्सन जागच्या जागी मरण पावला. शेकडोजण घायाळ झाले. युद्धभूमीसारखी अवस्था झाली. जॅक्सनच्या अंत्ययात्रेला शोकाकुल मनाने उपस्थित राहिलेल्या जेम्स बेव्हलला याचा जाब मागण्यासाठी काहीतरी करावेसे वाटू लागले. त्याने तिथून ५४ मैल दूर असलेल्या मॉंटगोमेरीला पदयात्रा काढून गव्हर्नर वॅलेसला पत्र द्यायचे ठरवले. ब्राऊन चॅपेलमध्ये त्या रात्री भरलेल्या सभेत त्याने जाहीर केले "ओल्ड टेस्टॅमेंटमधील मॉर्डेसाई इस्थरला विनंती करते की त्याने पर्शियन राजाकडे जावे आणि तिच्या लोकांचे डोके उडवू नये म्हणून राजाला विनंती करावी, तसा मी जॉर्ज वॅलेसला भेटायला जाणार आहे," जमलेले लोक त्याच्या बरोबर येण्यासाठी तयार होते, "चालायची तयारी ठेवा, रस्त्यावर झोपायची तयारी ठेवा." असे सांगिल्यावरही अनेकजण या पदयात्रेत सामील झाले. यावेळी मार्टिन न्यूयॉर्कमध्ये होता. त्याचा सल्ला न घेताच बिव्हेलने पदयात्रेचा रविवारचा दिवस जाहीर केला. त्याच्या या उतावळ्या स्वभावाचा मार्टिनला थोडा त्रास होत असे, पण त्याचा भावनिक उत्साह वाखाणण्यासारखा होता. मार्टिनच्या काही हितचिंतक मित्रांनी त्याला फोन केला की या पदयात्रेत त्याने सामील होऊ नये, कारण त्याचा खून व्हायची दाट शक्यता आहे. मार्टिन अर्थातच हे ऐकून थांबणाऱ्यांपैकी नव्हता. रविवारची पदयात्रा त्याच्याच आधिपत्याखाली निघेल असे त्याने जाहीर केले. पण सलग दोन रविवार आपल्या चर्चपासून तो दूर राहिल्याने त्याला अॅटलांटामध्ये थांबणे भाग पडले. ठरल्याप्रमाणे मार्च महिन्यातल्या त्या थंडगार वाऱ्याच्या सकाळी ब्राऊन चॅपेलपासून एडमंड पिटस् ब्रिजकडे पाचशे लोकांचा मोर्चा निघाला. होसिआ विल्यम्स आणि जॉन लेविस त्याचे अधिपत्य करत होते. अलाबामा नदीवरच्या पुलाच्या कमानीपाशी येताच मॉंटगोमेरीकडे जाणाऱ्या चौपदरी रस्त्यावर सगळीकडे

कर्नल अल् लिंगोचे राज्य राखीव सैन्यदल आणि शेरीफ जिम क्लार्क उभे असलेले दिसले. यानंतर पुढे जे काही घडले ते हिंसाचाराचे वादळी थैमान होते. गॅस मास्क लावलेले सैनिक मोर्चातील लोकांना तुडवत पुढे येत होते, बायका-पुरुष पडत धडपडत मागे सरत होते. लाठ्याकाठ्यांचे थाड् थाड् आवाज येत होते. अश्रुधुराची नळकांडी फोडली जात होती. सपासप वार केले जात होते. लोकांच्या रडण्या विव्हळण्याचे आवाज गगनाला भिडत होते, तरी मारहाण संपत नव्हती. शेवटी मोर्चाला मागे रेटत रेटत ब्राऊन चॅपेलपाशी पुन्हा परत आणण्यात आले. शेकडो जखमींना इस्पितळात दाखल करण्यात आले. हे सर्व दृश्य रविवार संध्याकाळच्या बातमीपत्रात टीव्हीवरून देशभरातल्या सर्व लोकांनी पाहिले.

शांततेने मोर्चा काढणाऱ्या नि:शस्त्र जमावावर असा निर्घृण नृशंस हल्ला करणे मानवतेला धरून नक्कीच नव्हते. देशभरातून त्यावर जोरदार टीका होऊ लागली. आपण त्या दिवशी मोर्चात सामील झालो नव्हतो याचा प्रचंड अपराधीपणा मार्टिनच्या मनात तयार झाला. तो दुसऱ्या दिवशी सोमवारी सेल्माला आला आणि त्याने मंगळवारी पुन्हा नव्याने मोर्चा काढण्याची जय्यत तयारी सुरू केली, त्याने देशभरातील लोकांना त्यात सामील होण्याची हाक घातली. सेल्मातील त्या पदयात्रेसाठी तरुण मुले, नोकरदार, बायका, चळवळीतील माणसे, कामगार संघटना, कॉलेज विद्यार्थी सेल्मात दाखल झाले, जणू अमेरिकन सद्सद्विवेक बुद्धीचे ते एक देखणे म्युरल तयार झाले होते. त्यात जेम्स रीब हा बोस्टनचा गोरा युनिटेरिअन मिनिस्टरही येऊन मिळाला, पण सेल्माबाहेरच्या एका कॅफेमध्ये गोऱ्या लोकांनी त्याला इतकी मारहाण केली की तो तिथेच मृत्यूमुखी पडला.

मोर्चा निघताना आणखी एक विघ्न आडवे आले. जिल्हा न्यायाधिश फ्रँक जॉन्सन यांनी कायदेशीररित्या मोर्चांना बंदी येईपर्यंत मोर्चे न काढण्याची एक अधिसूचना जारी केली. मार्टिन पेचात पडला. हजारो माणसे उत्स्फूर्तपणे मोर्चात सामील होण्यासाठी सेल्मात जमली होती. एकतर त्यांना निराश करायचे, म्हणजे कोर्टाची ऑर्डर मोडायची. पण तेही पटत नव्हते, कारण चळवळ अनेकदा कोर्टाच्या निर्णयावर उभी राहिली होती. शेवटी सगळ्यांच्या विचारविनिमयाने ठरले की ब्राऊन चॅपेलपासून पुलापर्यंत प्रतीकात्मक मोर्चा निघेल आणि सैनिक जिथे उभे असतील तिथून परत चॅपेलमध्ये येईल. लिंगो आणि शेरीफ क्लर्क दोघांनाही ही योजना मंजूर होती. ठरल्याप्रमाणे दोन हजारांहून अधिक माणसे मोर्चातून निघाली आणि पुलाखाली सैनिक दिसताच सर्वजण खाली बसले आणि प्रार्थना करू लागले. 'वुई शॅल ओव्हरकम'. त्यानंतर मागे वळून चर्चकडे परत जाऊ लागल्यावर मार्टिनला खिजवण्यासाठी अचानक सैनिकांनी माँटगोमेरीच्या रस्त्याकडे जाण्यासाठी त्यांना

मागे सरून वाट करून दिली.

मार्टिनच्या या मागे वळण्याच्या योजनेवर एस. एन. सी. सी च्या जहाल लोकांनी खरपूस टीका केली आणि त्याने शेरीफ क्लार्कशी हात मिळवणी केल्याचा त्याच्यावर आरोप केला. मार्टिनने त्याचा इन्कार करूनही त्याच्यावरचे दोषारोप कायम राहिले. थोड्याच दिवसात राष्ट्राध्यक्ष जॉन्सन यांनी वार्ताहर परिषद घेऊन जाहीर केले, ''सेल्मात जे घडलं ती अमेरिकेची शोकांतिका आहे. आपल्याच शहरात शांततापूर्ण निदर्शने करणाऱ्या नागरिकांवर हिंसक हल्ला व्हावा ही चूक आहे आणि कोणत्याही अमेरिकन माणसाला मतदानाचा हक्क डावलला जावा ही त्याहून मोठी चूक आहे. लौकरच आपण काँग्रेसमध्ये याबाबत बिल मांडू.'' त्यानंतर आठच दिवसांनी जॉन्सन यांनी टी. व्ही. वरून केलेल्या भाषणात, निग्रोंना मतदानाचा हक्क देणारे बिल काँग्रेसमध्ये सादर केल्याचे जाहीर केले.

''काळ्या अमेरिकनांनी आपल्या सुरक्षिततेची आणि प्राणांचीही पर्वा न करता जे धैर्य दाखवले, त्यामुळे साऱ्या देशाची सद्सद्विवेक बुद्धी जागी झाली आहे. त्यांच्या निष्ठेचा, सत्याच्या शक्तीचा, चुकीच्या गोष्टीचा अहिंसेने मुकाबला करण्याचा आणि आपल्या या कृतीने सर्व समाजाला लाजवण्याचा प्रत्यय पुन्हा पुन्हा आला आहे. केवळ निग्रोंनीच नव्हे तर आपण सर्वांनीच हिंसा आणि अन्यायावर विजय मिळवायला हवा. वुई शॅल ओव्हरकम!'' चळवळीतल्या निग्रोंच्या गाण्याने त्यांनी आपल्या भाषणाचा शेवट केलेला पाहून मार्टिनच्या डोळ्यांत पाणी आले. शेवटी दक्षिणेचा आवाज राष्ट्राध्यक्षांपर्यंत पोचला होता. सेल्माब्रिजवर जे काही घडले त्याचा हा अटळ परिपाक होता.

११ मार्च रोजी जिल्हा न्यायाधिशांकडून निदर्शनावरील कायदेशीर बंदी उठल्यावर पुन्हा माँटगोमेरीपर्यंत पदयात्रा काढण्याचे ठरले. हा विजयी मोर्चा तर होताच पण त्याचबरोबर मतदार नोंदणीतले निर्बंध दूर करावेत, पोल टॅक्स रद्द करावा आणि पोलिसी हिंसाचार थांबवावेत या तीन मागण्याही करण्यात आल्या. आता यापुढे गव्हर्नर वॅलेसचा कुठलाही अन्याय सहन करण्याच्या मन:स्थितीत निग्रो नव्हते. हा एक सदिच्छा मोर्चाही होता आणि कोर्टाने दिलेल्या संधीचा फायदा घेण्याबाबत लोकांना जागृतही करायचे होते. सर्व योजना नीट आखण्यात आली, कुठे थांबायचे, तंबू कुठे टाकायचे, रस्त्यावरील रहदारीला अडथळा न आणता मोर्चा कसा न्यायचा वगैरे गोष्टी ठरवण्यात आल्या. महात्मा गांधींची दांडी यात्रा इतिहासात अमर झाली तसा माँटगोमेरीचा फ्रीडम मार्च झाला पाहिजे अशी मार्टिनची इच्छा होती. अमेरिकेतल्या प्रत्येक राज्यातून, कानाकोपऱ्यातून या विजयी मिरवणुकीसाठी माणसे जमा झाली. अग्रभागी मार्टिन होता, त्याच्यामागे मान्यवर माणसे आणि मग

आमजनता. सुरुवातीला सेल्मामध्ये ही संख्या तीन हजार होती. मॉंटगोमेरीला पोचेपर्यंत ती पंचवीस हजाराच्या वर गेली. डोंगर आणि नद्या पार करत, दगडांच्या उशा करून रात्री उघड्यावर झोपत, कधी तळपत्या उन्हात कातडी भाजून घेत, तर कधी मुसळधार पावसात, चिखल तुडवत माणसे वारकऱ्यांच्या श्रद्धेने चालत होती. अलाबामाची लाल माती त्यांनी आनंदाश्रूंनी भिजवून टाकली. वाटेत एकदाही गोळीबार झाला नाही, एकही दगड भिरकावला गेला नाही. एकही खिडकी फुटली नाही. कोणाचा अपमान झाला नाही, कोणाला शिव्या मिळाल्या नाहीत. कायमचे वांशिक श्रेष्ठत्व संपुष्टात येण्याची ही सुरुवात होती.

२५ मार्चला ही यात्रा मॉंटगोमेरीला पोचली. त्यावेळी वसंताची चाहूल लागली होती आणि विजयाचा सुगंध सर्वत्र दरवळत होता. मतदानाच्या हक्काचा कायदा आता काही आठवड्यावर येऊन पोचला होता. ज्या डेक्स्टर ॲव्हेन्यू चर्चपासून मार्टिनने आपल्या कार्याला सुरुवात केली, त्याच चर्चपाशी तो भाषणाला उभा राहिला. तेव्हा त्याच्यासाठी पन्नास हजारांचा जनसमुदाय तिथे लोटला होता, आणि ज्या गव्हर्नर वॅलेसने त्याला कडाडून विरोध केला, त्याच्याच राजधानीत उभा राहून तो आज भाषण देत होता, कदाचित आपल्या कक्षातून वॅलेस ते ऐकत उभा असेल. **''भेदभाव आता मृत्यूशय्येवर आहे आणि वॅलेस व इतर वंशद्वेष्टे त्याचे मरण किती महाग करतात एवढाच प्रश्न आहे. भेदभावाचे मूळ कारण आपल्याला मतदानाचा हक्क नाकारला गेला हे होते आणि त्याचसाठी आपण सेल्मामध्ये यशस्वी लढा दिला आणि अजूनही लढत राहू. ते आमची चर्च जाळोत, आमच्या घरावर बॉंब टाकोत, आमच्या धर्मगुरूंना मारहाण करोत, आमच्या तरुण मुलांना मारोत, आम्हाला आता कोणीही थांबवू शकणार नाही. या पुढच्या काळात आमच्या वस्त्या वेगळ्या असणार नाहीत. गोऱ्या काळ्यांमधले आर्थिक, सामाजिक अंतर मिटू दे. आपण एकमेकांबरोबर सुसंवादाने, सुरक्षिततेने राहू या. आमच्या शाळाही वेगळ्या नकोत, सर्व मुलांना एकत्रितपणे शिकू द्या. मतदानाचा हक्क सर्वांना मिळाल्यावर न्यायप्रेमी, निर्भय, परमेश्वरावर श्रद्धा ठेवणारे प्रतिनिधी आपण निवडून देऊ. लक्षात ठेवा हा रस्ता सोपा, साधा, सरळ नाही. पण लढणे आपल्या हातात आहे. अजूनही तुरुंगवास आहे, अंधार कोठड्या आहेत, पण त्यामधून तेजस्वी प्रकाश फक्त अहिंसाच देऊ शकते यावर विश्वास ठेवा. आपल्याला गोऱ्यांचा पराभव करायचा नाही, त्यांच्याशी मित्रत्वाचे नाते जोडायचे आहे. माणसाला माणसासारखे वागवणारा एक शांततापूर्ण समाज निर्माण करायचा आहे. मला लोक विचारतात हे सगळे केव्हा होणार? विश्वास ठेवा, आता हे फार**

दूर नाही, खोटे कायमचे जगू शकत नाही, तुम्ही जे पेरता ते उगवते, नैतिक जगाची कमान लांब आहे, पण ती न्यायाकडे झुकली आहे. परमेश्वराच्या आगमनाचे तेज माझ्या डोळ्यांना दिसू लागले आहे, त्याच्या आगमनाच्या तुताऱ्या वाजू लागल्या आहेत. माझ्या आत्म्या, त्याला उत्तर देण्यासाठी तयार रहा. पायांनो, उत्साहाने नाचा, आपला परमेश्वर पुढे येत आहे.'' माँटगोमेरीतील कार्यक्रम संपवून बस, रेल्वे, मोटारगाड्या, ज्या मिळेल त्या वाहनाने लोक आपापल्या गावी परतू लागले. त्याच दिवशी रात्री डेट्रॉईटची एक पाच मुलांची आई, एक गृहिणी, व्हायोला लिअुझो काही काळ्या तरुण मुलांना सेल्माला आपल्या गाडीतून घेऊन जाताना अचानक एका मोटारीतून आलेल्या क्लॅनच्या चार लोकांनी तिच्या डोक्यात गोळ्या घातल्या. ती जागच्या जागीच मरण पावली. सेल्मा चळवळीने घेतलेला हा तिसरा बळी होता.

सेल्मा ते माँटगोमेरी पदयात्रेचे एक वैशिष्ट्य ठरले, ते म्हणजे यात सहभागी झालेली विविध पक्षांची, व्यवसायातील आणि धर्मव्यवस्थेतील माणसे. प्रॉटेस्टंटस, कॅथॉलिक्स, ज्यू हे सर्व अन्यायाविरुद्ध दाद मागण्यासाठी एकत्र आले. अमेरिकेतल्या चर्चमधील अनेक धर्मगुरू, ज्यांनी पूर्वी कधीही या प्रकारच्या मोर्चात भाग घेतला नव्हता, ते या मोर्चात अग्रभागी दिसत होते. मार्टिनला नेहमी वाटत असे की चर्च ही एक मोठी शक्ती आहे आणि तिने संकटात सापडलेल्या देवाच्या लेकरांच्या बाजूने उभे रहायला पाहिजे. ती इच्छा या निमित्ताने प्रत्यक्षात आली. धर्मव्यवस्थेतील अनेक मान्यवरांच्या उपस्थितीमुळे सामान्य माणसाच्या मनातले धैर्य वाढले. देशातल्या प्रमुख इतिहासकारांपैकी चाळीस इतिहासकार या मोर्चाचे प्रत्यक्ष साक्षी होते. ''आम्ही स्वतंत्र होणारच'' हा काळ्या लोकांचा नारा एवढा प्रचंड होता की त्याचे पडसाद केवळ अमेरिकेत नाही तर सर्व जगभर पसरले. या निमित्ताने हजारो काळे गोरे एकत्र आले. दक्षिणेकडच्या स्वातंत्र्य चळवळीचा एक मोठा टप्पा गाठला गेला. मार्टिनच्या आयुष्यातील कार्यकर्तृत्त्वाचा हा एक कळस अध्याय होता आणि त्यात तो शिखरावर होता. त्याचा एक जुना मित्र आणि सहकारी स्टॅनले लेव्हिसन याने म्हटले आहे की मार्टिन आता देशातील अतिप्रभावशाली व्यक्तींमध्ये गणला गेला. तो आता फक्त निग्रोंचा नेता नव्हता तर लाखो गोऱ्यांचाही नेता बनला. मुख्य म्हणजे हे यश कुठल्याही राजकीय पक्षात न जाता त्याने मिळवले. त्याला या लढ्यातून स्वत:साठी काहीही फायदे मिळवायचे नव्हते. क्वचितच कोणी अमेरिकन या मार्गाने गेला आहे. त्याची चळवळ ही एक दुर्मीळ अशी स्वातंत्र्य चळवळ ठरली. देशातली लोकशाही प्रेरणा जागी करणारी ही एकमेव चळवळ आहे आणि त्यामागे एक बलाढ्य नैतिक शक्ती उभी आहे.'' स्टॅनलेचे हे उद्‌गार अतिशय सार्थ आहेत.

सेल्मा हे लहानसे गाव अमेरिकेच्या इतिहासातील एक नामवंत ठिकाण बनले. इथे जितका तीव्र विरोध झाला, जितका नृशंस हिंसाचार झाला, तितकाच इथला विजय सबंध अमेरिकेतील लाखो निग्रोंचे जीवन बदलवणारा ठरला. १५ मार्च १९६५ रोजी राष्ट्राध्यक्ष जॉन्सन यांनी दोन्ही सभागृहांपुढे अतिशय तळमळीने भाषण केले. सेल्माच्या लोकांचा गौरव केला. भवितव्याच्या दृष्टीने निग्रोंना मताधिकार देणे कसे आवश्यक आहे ते पटवून दिले, आणि खरेच निग्रोंना स्वप्नवत वाटणारा, 'मतदानाच्या हक्काचा कायदा १९६५' प्रत्यक्षात आला. हा लढ्याचा विजय होता, लोकशाहीचा विजय होता आणि तितकाच अहिंसेच्या तत्त्वांचाही!

समाजात केवळ कायद्यांनी दुसऱ्या दिवशी बदल घडून येत नाहीत. बदल होण्यासाठी काही काळ जावा लागतो. हे लक्षात न येणाऱ्या अनेक स्थानिक नेत्यांना आणि सामान्य माणसांना वाटले, काय हे, मार्टिन आला आणि गेला, आमच्या जीवनात तर काहीच बदल घडून आला नाही. त्याने आमचा वापर केला अशी भावनाही काही लोकांमध्ये होती. एका अर्थाने त्याने त्यांचा खरेच वापर केला होता, त्याशिवाय 'पब्लिक ॲकॉमोडेशन लॉ', 'द व्होटिंग राईटस् ॲक्ट' कसे पास झाले असते? निग्रोंचे जीवन बदलवून टाकणाऱ्या कायद्यांनी त्यांच्या जीवनात काय क्रांती घडवून आणली हे केवळ पुढील पंधरा वर्षांत बदललेले चित्र पाहिले तर समजेल.

केवळ पंधरा वर्षे उलटली तरी एक शतकाचा काळ उलटल्यासारखे चित्र बदलले होते. रेस्टॉरंटस्, स्टोअर्स, शाळा, मैदाने, थिएटर्स सगळीकडे आफ्रिकन अमेरिकन, सामान्य जीवनात मिसळून गेले होते, त्यांच्यात कुठलाही वेगळेपणा, नवखेपणा नव्हता. अनेक काऊंटीजमध्ये आता ते शेरीफ होते. अनेक शहरात ते मेयर झाले होते आणि 'नेव्हर' असे म्हणणाऱ्या बर्मिंगहॅम शहराचा मेयरही काळा होता. या राज्यात इतर राज्यांपेक्षा जास्त संख्येने काळे लोक लोकप्रतिनिधी म्हणून निवडून आले. याचे श्रेय अर्थातच लाखोंच्या संख्येने अफ्रिकन-अमेरिकन मतदार म्हणून नोंदले गेले याला जाते. दुर्दैवाने हे सर्व विधायक बदल पाहण्यासाठी मार्टिन त्यांच्यात नव्हता. पण चाळीस, पंचेचाळीस वर्षांनंतर एक आफ्रिकन-अमेरिकन या देशाचा राष्ट्राध्यक्ष होईल अशी भविष्यवाणी कोणी केली असती तर कदाचित मार्टिनचाही त्यावर विश्वास बसला नसता.

◆◆

२१

-०-

शिकागोतील हिंसाचार

१९६५ च्या ऑगस्ट महिन्यात लॉस एंजेलिसमध्ये प्रचंड मोठ्या प्रमाणावर हिंसाचार उफाळला आणि त्याने साऱ्या अमेरिकेला थक्क केले. माँटगोमेरीच्या विजयानंतर पुढच्या दहा वर्षांत अनेक अहिंसात्मक चळवळी झाल्या आणि त्यानंतर वांशिक भेदभाव खूपच कमी झाला. पण नव्या पिढीतल्या काळ्या अमेरिकनांपुढे यापेक्षा वेगळेच प्रश्न होते. त्यांच्या मनात एका बाजूला प्रचंड नैराश्य आणि दुसऱ्या बाजूला गोऱ्यांबद्दल प्रचंड तिरस्कार होता. त्यांच्या वस्त्या म्हणजे त्यांचे तुरुंग बनले होते, त्यांना त्याच कामासाठी गोऱ्यांपेक्षा कमी पगार मिळे, ते अतिशय घाणेरड्या वस्तीत आणि गरिबीत रहात होते. आपण एकटे, आणि बाजूला पडल्याची भावना त्यांच्या मनात होती. आपल्या परिस्थितीकडे त्यांना लक्ष खेचून घ्यायचे होते. दक्षिणेकडच्या अहिंसात्मक चळवळींवर त्यांचा विश्वास नव्हता. 'स्वातंत्र्य' हा त्यांचा परवलीचा शब्द नव्हता तर 'सत्ता' हा त्यांचा ध्यास होता. ही सत्ता प्रामुख्याने अर्थसत्ता होती. कॅलिफोर्नियामध्ये एका बाजूला अतिश्रीमंत माणसे होती, तर दुसऱ्या बाजूला काहीच नसणारी 'नाही रे' माणसे. त्यामुळे हा लढा वांशिक नसून त्यात काळ्यांबरोबर गरीब गोरेही सामील होते. त्यांनी मोर्चे वगैरे काढले नाहीत, तर सरळ हल्लाच केला, दुकाने लुटली, फोडली, मोटारी जाळल्या, पोलिसांवर आणि गोऱ्या माणसांवर हल्ले केले. एखाद्या छोट्या प्रसंगावरूनही संघर्षाच्या ठिणग्या पडू लागल्या.

मार्टिनने तुफान हाणामारी झालेल्या वॅटस् या भागाला भेट दिली तेव्हा तिथे वरवर शांतता दिसत होती, पण एखाद्या ज्वालामुखीचा उद्रेक होऊन जावा तसे सगळे वातावरण होते. अजूनही काही घरे जळत होती, काही ट्रक्समधून धूर येत होता. तीन, चारच्या गटात प्रत्येक रस्त्यावर गार्डस् फिरत होते. अनेक गोऱ्या लोकांचे याच भागात बळी पडले होते. शहरातल्या पोलिसांनीही हिंसेचा कहर केला

होता, बंदुकीच्या फेरी झडत होत्या, लोक लाठ्या खात होते. हजारोजण तुरुंगात डांबले गेले होते. सदतीस लोकांचे मृतदेह सापडले होते. मार्टिनने इतके क्रांतीकारक बदल घडवून आणले, पण अशी हिंसा आणि राष्ट्रीय आणि व्यक्तिगत संपत्तीचे इतके नुकसान कुठेही झाले नव्हते. हिंसेमुळे गोऱ्यांचा प्रतिकार अधिक कडवा होत होता, त्यांच्या अंतर्मनात कुठेतरी असलेली अपराधाची भावना नाहीशी होऊन ते उलट जास्त आक्रमक होत होते. परिस्थितीत त्यामुळे काहीच फरक पडला नव्हता आणि निग्रोंच्या हाताला काही लागले नव्हते. सबंध दक्षिणेकडेच त्यामुळे एक दहशतीची भावना दोन्ही वंशांच्या लोकांमध्ये फैलावली. सेल्मा, अलाबामा इथले गोरेही बिथरले आणि काळ्यांना घाबरून जवळ शस्त्र बाळगू लागले. खरे म्हणजे काठी मारण्यापेक्षा एखाद्याला कायम दारिद्र्यात खितपत ठेवणे अधिक हिंसात्मक आहे याचा विसर पडू लागला. राजकीय नेत्यांनी देखील आडमुठेपणाचे धोरण स्वीकारल्याने आगीत तेल ओतल्यासारखे वातावरण आणखी चिघळले. लॉस एंजेलिसचा मेयर सॅम योर्टीने तर हे सगळे सराईत गुन्हेगार आहेत असे जाहीर केले. मार्टिनच्या मते सर्वसाधारण सगळ्यांना गुन्हेगार म्हणणे चूक होते. यात एक छोटा गट गुन्हेगारांचा होता, आणि तो या वातावरणाचा फायदा घेऊन गुन्हे करत होता. अटक झालेल्यांपैकी जवळजवळ चार हजारजण पहिल्यांदाच तुरुंगात गेले होते. ते सर्व शोषित नैराश्याने ग्रासलेले आणि असंघटित होते. त्यांनी केलेली लूटमार हा त्यांचा विरोध दाखवण्याचा एक मार्ग होता. शत्रूत्व पत्करून ते आपल्याकडे लक्ष खेचून घेत होते. त्यांना चांगल्या नोकऱ्या आणि समाजात मानाचे स्थान हवे होते. त्यांच्यापैकी अनेकजण लायकी असून बेकार होते, तर अनेकांना फार हलकी नोकरी करावी लागत होती. त्यांना नोकरी, शिक्षण रहायला चांगली घरे आणि आर्थिक स्थैर्य हवे होते, त्यांना वाटत होते की आम्ही इतक्या श्रीमंत जमीनदारांच्या राज्यात राहतो तरी आमची स्थिती इतकी हलाखीची का असावी? त्यामुळे मारामाऱ्या लुटालूट करण्यात त्यांना आनंद वाटत होता. एका सामाजिक व्यवस्थेविरुद्ध बंड पुकारून आपणही कोणीतरी आहोत असे ते सिद्ध करू बघत होते. हा खुनी जमाव नव्हता, कारण त्यांच्यापेक्षा पोलिसांनीच अधिक लोक मारले होते. मार्टिनने अनेक ठिकाणी जमावाशी बोलण्याचा प्रयत्न केला. अहिंसा त्यांना मान्य नव्हती, पण हिंसेने काही साध्य होत नव्हते हेही त्यांच्या लक्षात आले होते. गोऱ्या लोकांशी सहकार्य केल्यानेच नोकऱ्या मिळू शकणार आहेत हेही त्याने पटवले.

घरे देण्याच्या बाबतीत होणारा वांशिक भेदाभेद बंद करावा हा कायदा १९६४ मध्येच कॅलिफोर्नियाने मागे घेतला होता. निग्रोंनी कायद्याने मिळवलेल्या गोष्टी काढून घेणारे हे राज्य होते. निग्रोंच्या स्वतंत्र वस्त्या असाव्यात असे त्यांनी

बहुमताने ठरवले. राहण्यासाठी घर, अन्न, वस्त्र ही प्रत्येकाची मूलभूत गरज आहे आणि ती सततच ठोकारली गेल्यामुळे असंतोष आणि अस्वस्थपणा हेच या हिंसाचाराचे मूळ कारण होते. राष्ट्राध्यक्षांनी इथल्या कायद्यांबाबत हस्तक्षेप करावा, तसेच काळ्या आणि गरीब गोऱ्यांनाही जास्तीत जास्त नोकऱ्या उपलब्ध करून द्याव्यात अशी मार्टिनने राष्ट्राध्यक्ष जॉन्सन यांना विनंती केली आणि त्यांनीही या प्रश्नात लक्ष घालण्याचे आश्वासन दिले. या लोकांमधूनच स्थानिक नेते निर्माण व्हावेत आणि सबंध जगभर अमेरिकेची प्रतिमा मलिन करणारे हे रक्तपात लवकरात लवकर थांबवावेत अशी मार्टिनने परमेश्वराजवळ प्रार्थना केली.

याच सुमारास शिकागोमध्ये मोठी दंगल उसळली आणि मार्टिनने आपले लक्ष तिकडे केंद्रित केले. शिकागो हे देशातले दुसऱ्या क्रमांकाचे मोठे शहर. देशाच्या हृदयस्थानी त्याची जागा. पण घटनाबाह्य असले तरी घट्टपणे वंशभेदाला चिकटून राहिलेले शहर. शहराच्या पस्तीस लाख लोकसंख्येमध्ये एक तृतीयांश लोक काळे. त्यातल्या अर्ध्याहून अधिक लोकांची सांपत्तिक स्थिती अत्यंत हलाखीची. शहराच्या दक्षिण आणि पश्चिमेला त्यांची स्वतंत्र वस्ती आणि ती सुद्धा प्रामुख्याने झोपडपट्टीची. लॉस एंजेलिसमध्ये वांशिक दंगली उफाळल्या त्याचवेळी उत्तरेकडल्या शिकागो, फिलाडेल्फिया, जर्सी, रॉचेस्टर इथेही दंगली उसळल्या आणि कधी नव्हे इतका आणीबाणीच्या पातळीवर अहिंसात्मक तत्त्वज्ञानाचा प्रचार उत्तर भागात करायची वेळ आली. उत्तरेच्या शहरीभागात हे तत्त्वज्ञान प्रभावी ठरले तर देशात कुठेही ते प्रभावी ठरू शकले असते. १९६५ च्या जुलै महिन्यात शिकागोच्या स्थानिक नेत्यांनी मार्टिनला बोलावले, त्यावेळी भेदभाव न करता निग्रो मुलांना दर्जेदार शिक्षणाच्या शाळा खुल्या असाव्यात हा लढ्याचा मुख्य उद्देश होता. सिटी हॉलवर गेलेल्या मोर्चाचे नेतृत्व मार्टिनने केले होते आणि विसर्जनाच्या वेळी अत्यंत प्रभावी भाषणाने साऱ्या उपस्थितांवर छाप पाडली होती. त्यानंतर सहा महिन्यांनी जानेवारी १९६६ मध्ये त्यावेळी शिकागो एस. सी. एल. सी या मार्टिनच्या संघटनेने योजनापूर्वक उत्तरेकडच्या राज्यातून मुसंडी मारत अहिंसात्मक चळवळीचा पाया रोवायचे ठरवले. जिथे निग्रो वस्तीतून लोकक्षोभ उसळायला सुरुवात झाली होती त्या शिकागो शहरापासून आरंभ करायचे ठरले. यावेळी मार्टिनने सामान्य लोकांमध्ये रहाणे पसंत केले. नागरी हक्काच्या आतापर्यंतच्या चळवळी मध्यमवर्गापुरत्या सीमित होत्या. तळागाळातल्या लोकांपर्यंत ते अजून पोचले नव्हते. या लोकांना एकत्र करून त्यांना त्यांची स्वतःची ओळख निर्माण करून देणे गरजेचे होते. दर्जेदार शिक्षणासाठी लढण्यापेक्षा इथे दारिद्र्य आणि नैराश्य या समस्या अधिक महत्त्वाच्या होत्या. माणसाची माणसाशी असलेली अमानुष वागणूक ही नैराश्याची

जननी असते. असे शेकडो शोषित मार्टिनला रोज फोन करून या शहराने निर्माण केलेले प्रश्न त्याच्यापुढे मांडू लागले. एका झोपडपट्टीत उंदरांनी हल्ला करून एका लहानग्या बाळाला संपवले होते. नोकरीच्या शोधात हिंडणाऱ्या एका निग्रो तरुणाचा सिसेरामध्ये एका गँगने खून केला होता, अशा एक ना दोन शेकडो कथा. लॉडेलची झोपडपट्टी म्हणजे या संपन्न शहरातले एक दारिद्र्याने लदबदलेले बेट होते. शिकागोचे दरडोई उत्पन्न जगात सर्वात जास्त आहे असा इथल्या लोकांना अभिमान होता, पण ज्या झोपडपट्टीत मार्टिन राहिला होता, तिथले जीवनमान इतक्या खालच्या दर्जाचे होते की यावर कोणी विश्वास ठेवला नसता. अवती भोवती रस्त्यावर या हाडे गोठविणाऱ्या थंडगार वाऱ्याच्या शहरात नागडी उघडी पोरे खेळत असायची. त्यांच्या डोळ्यांत बुद्धीची चमक होती, पण ती पोरे शाळेपासून दूर होती. त्यांचे आईवडील दूर कुठेतरी लांब कामावर असायचे आणि ते सकाळी घराबाहेर पडले की रात्रीच परत यायचे, या पोरांच्या शारीरिक, मानसिक गरजा कोण आणि कशा भागवणार? त्यांची नाके शेंबडांनी भरलेली असायची. डोळ्यांत पू असायचा. पुरेसे सकस अन्न न मिळाल्याने ती साथीच्या रोगांना लवकर बळी पडायची. हा दोष त्या पालकांचा नसून ज्या समाजव्यवस्थेने त्यांची अशी अवस्था केली त्याचा आहे असे मार्टिनला वाटायचे. झोपडपट्टीत असणाऱ्या सामान्य घरासाठी निग्रो जे भाडे भरत ते उपनगरात राहणारे गोरे आधुनिक फ्लॅटसाठी भरत असलेल्या भाड्यापेक्षा जास्त होते. तीच गोष्ट रोज लागणाऱ्या गरजेच्या वस्तूंची! शहराच्या उच्चवस्तीतील दुकानात त्याच वस्तू कमी किमतीत असत आणि काळ्यांना त्याच वस्तू आपल्या वस्तीत जास्त किमतीला घ्याव्या लागत. काळ्या लोकांकडे स्वत:ची कोणतीच वाहने नव्हती. हे एक दुष्टचक्र होते. शिक्षण नाही म्हणून नोकरी नाही, नोकरी नाही म्हणून पोराबाळांचे पोट भरण्यासाठी सरकारी योजनेतून बेकारभत्ता मिळणार. अशा लोकांना घर किंवा वाहन घ्यायला शिकागोत बंदी होती. त्यामुळे तुम्ही घराजवळ नोकरी बघणार किंवा घराजवळच्याच दुकानात खरेदी करणार. त्यामुळे साहजिकच तुमचे जीवन तुमच्या भागापुरते मर्यादित होणार आणि व्यापारी वाटेल त्या भावाने वस्तू विकून तुम्हाला लुबाडणार. या गरिबीच्या दलदलीतून एखाद्याने वर येण्याचा प्रयत्न केलाच तर बलाढ्य आर्थिक आणि राजकीय सत्ता तो क्रूरपणे चिरडून टाकत असे. या वस्त्यांवर पोलिसांचे आणि वेल्फेअर ऑफिसर्सचे अनधिकृत राज्य होते. शहराला स्वस्तातले मजूर इथे मिळतात एवढीच काय ती या वस्त्यांची उपयुक्तता होती. अशा वस्त्यातली तरुण मुले, गुंड, हिंसक नाही बनली तरच नवल. इथे गुंडांचे अनेक अड्डे तयार झाले होते आणि त्यांच्यात सतत मारामाऱ्या आणि गँगवॉर चालू असे. यात कितीतरी तरुण मुले मृत्यूमुखी पडली.

जोपर्यंत हे सगळे आपापसात चालू होते, तोपर्यंत शहराने याची पर्वा केली नाही, पण जेव्हा त्याचे लोण बाहेरच्या जगात पसरले तेव्हा मात्र शहरभर भीतीचे वातावरण पसरले.

मार्टिन या वस्त्यांतून अनेकदा भाषणे देई. एका रात्री काही तरुण मुलांनी त्याच्या भाषणाची हुर्रेवडी उडवून, त्याला पळवून लावले. आपण आयुष्यभर या लोकांसाठी इतका त्याग केला, इतके कष्ट सोसले, त्यांनी असे वागावे याचा त्याला राग आला, पण नंतर शांत मनाने विचार करताना त्याला आपल्या या स्वार्थी विचारांची कीव आली आणि या मुलांची मन:स्थिती लक्षात घेता त्यांचे कृत्य तो समजावून घेऊ शकला. त्याला वाटले, गेली १२ वर्षे मी आणि माझे सहकारी या लोकांना प्रगतीची वचने देत आहोत. माझे स्वप्न मी त्यांना सांगतो. स्वातंत्र्याचा सूर्य आता अगदी नजीक आला आहे असे चित्र मी रंगवतो. अमेरिकेवर आणि गोऱ्या लोकांवर मी त्यांना विश्वास ठेवायला सांगतो. त्यांच्या आशा आता उंचावल्या आहेत. त्यांनी माझा धिक्कार केला कारण आम्ही आमची वचने पाळू शकलो नाही असे त्यांना वाटले. जे त्यांच्याशी अत्यंत अप्रामाणिकपणे वागले त्यांच्यावर विश्वास ठेवा असे आम्ही त्यांना सांगितले. आमची स्वप्ने हे रात्रीचे भास ठरल्याचे वैफल्य त्यांना आले, म्हणून त्यांनी आमच्याशी शत्रुत्व पत्करले.

शिकागोमध्ये जो सामाजिक उठाव झाला, त्याला निवडून आलेले प्रतिनिधीही तितकेच जबाबदार होते. तिथल्या लोकांच्या आर्थिक, सामाजिक स्थितीत काही सुधारणा व्हाव्यात, झोपडपट्टीचे पुनर्वसन व्हावे म्हणून या लोकांनी निवडणुकीआधी वचने देऊनही काही केले नाही. दिवसेंदिवस शहरातली परिस्थिती चिघळू लागली. झोपडपट्टीतील निग्रो तरुणांना, एकूण समाजाने त्यांना इतकं बाजूला टाकले आहे असे वाटत होते की त्या समाजातल्या सार्वजनिक संपदेचे नुकसान करण्यात आपले काही नुकसान आहे असे त्यांना बिलकूल वाटत नव्हते, उलट आपले शोषण करणाऱ्यांना अशी शिक्षा देण्यात त्यांना आनंद वाटत होता. अशा परिस्थितीत अहिंसेचे तत्त्वज्ञान कोण ऐकून घेणार? एकप्रकारचे नैराश्य मार्टिनच्याही मनात आले, पण तरीही त्याने जवळजवळ दोन हजार लोकांचा एक अहिंसक गट शिकवून तयार केला. लाठ्याकाठ्या खाऊनही तो प्रतिकार करणार नव्हता. या गटाने नियमितपणाने रिअल इस्टेट ऑफिससमोर शांततापूर्ण निदर्शने सुरू केली. इथे लोकांच्या मनातील काळ्यांबद्दलची द्वेषभावना अधिक तीव्र तरीही वरवर दिसून न येणारी होती. त्यामुळे ती अधिक धोकादायक होती. लाखो लोक रहात असलेल्या झोपडपट्टीचे पुनर्वसन ही गोष्ट बसमधला भेदभाव किंवा जेवणाच्या टेबलावरचा भेदभाव इतकी साधी नव्हती. एक प्रखर उपाय म्हणून शिकागो चळवळीमध्ये

झोपडपट्टीतल्या रहिवाशांनी आपली युनियन करायची आणि घरमालक आणि हाऊसिंग ऑफिसर्स यांच्याविरुद्ध संप पुकारायचा आणि हजारोंच्या संख्येनं एकत्र येऊन शांततापूर्ण निदर्शने करायची असे ठरवले. झोपडपट्ट्यांमध्ये कमी किमतीत घरे आणि झोपडपट्ट्यांबाहेर नवीन वसाहती बांधून द्याव्यात अशी त्यांची मुख्य मागणी होती, पण शहरातले कोणतेही अधिकारी त्यांना दाद देत नव्हते. याचवेळी शहरातल्या हिंसक घटनाही वाढल्या होत्या आणि त्याचे खापर मार्टिनवर फोडले जात होते. एकदा अशीच निदर्शने चालू असता एकदम प्रचंड हिंसाचार उफाळला. शांतता मोर्चाने फक्त गोऱ्यांसाठी असलेल्या रस्त्यावर इस्टेट एजंटच्या ऑफिसकडे जाण्यासाठी प्रवेश केला आणि त्यांच्यावर दगड, विटा आणि बाटल्यांचा प्रचंड मारा झाला. पोलिसांच्या लाठ्या लोकांवर प्रहार करू लागल्या. मोटारींना आगी लावण्यात आल्या. मोर्चात असलेले धर्मगुरू आणि नन्स यांना पोलिसांनी विशेष लक्ष्य केले. मार्टिनच्या कपाळावरही दोन काठ्या बसल्या आणि त्यातून रक्त वाहू लागले.

रिचर्ड डॅली हा शहराचा मेयर, अत्यंत चलाख आणि धूर्त माणूस. सुरुवातीला आपल्या काही हस्तकांकरवी त्याने झोपडपट्ट्यांतून मार्टिनविरोधी वातावरण तापवण्यास सुरुवात केली, काही गँगच्या प्रमुखांना हाताशी धरले. याचा काही परिणाम होत नाही हे पाहून त्याने मार्टिनला भेटीसाठी बोलावले आणि आपण झोपडपट्टीच्या पुनर्वसनाच्या बाजूने आहोत असे सांगितले. लवकरच हे काम सुरू होईल असे वचनही दिले. त्याची सुरुवात म्हणून मार्टिन झोपडपट्टीतल्या ज्या घरात राहत होता, तिथे सुतार, गवंडी, रंगारी, इलेक्ट्रिशिअन पाठवून दिले आणि तो परिसर एकदम चकाचक करून टाकला. एका वृत्तपत्राने त्यावर टीका करताना मार्टिनने दररोज घरे बदलावीत, म्हणजे सर्व झोपडपट्टी सुंदर होऊन जाईल असा शेराही मारला.

अर्थातच यानंतर मार्टिन आणि त्याचे चळवळीतील सहकारी यांच्याबरोबर डॅलीची प्राथमिक बोलण्याची फेरी झाली आणि झोपडपट्टीच्या योजनाबद्ध सुधारणांचा आराखडा त्याच्यापुढे मांडण्यात आला, मात्र त्यावेळी डॅलीने सर्व योजना धुडकावून लावल्या. वार्ताहरांशी बोलताना त्याने सांगितले की "या माणसांनी मांडलेल्या समस्यांचे कोणतेही उत्तर त्यांच्यापाशीच नाही, उलट आम्हीच त्यांच्या समस्या दूर करायचा प्रयत्न करतोय. मी स्वत: ग्रँट आणि सबसिडीचे वाटप करताना काळ्या लोकांची गरिबी कमी होईल असा प्रयत्न केला आहे.'' असे सांगून त्याने खऱ्या प्रश्नाला बगल दिली आणि काळ्या माणसांच्या हाती काहीच पडले नाही. डॅली आपल्याबरोबर खेळी खेळतोय हे मार्टिनच्या लक्षात आले. त्याने जाहीर केले की डॅलीने निर्णय फिरवले तर पुन्हा अधिक कडवी माणसे चळवळीचा ताबा घेतील,

अहिंसात्मक मार्गानेच ती लढा देतील, पण शहरातले रोजचे जनजीवन विस्कळीत करून टाकतील. तुम्हाला हे हवे आहे की दंगेधोपे?

लवकरच दंगेधोपे सुरु झाले, पण वेगळ्या प्रकारच्या झोपडपट्ट्यांच्या पुनर्वसनाच्या योजनेची डॅलीने वासलात लावल्यावर आता शहरातल्या गोऱ्यांच्या वस्तीत काळ्यांना जागा मिळावी, रिअल इस्टेटने जागेची विक्री करताना कोणताही वांशिक भेदभाव करू नये, घरासाठी तारण कर्ज देताना बँकेने कोणताही भेद करू नये, शहरात कुठेही कुणाही नागरिकाला घर घेता येण्याच्या हक्काची काटेकोर अंमलबजावणी व्हावी, घरमालक आणि मध्यस्थ यांनी त्यात अडथळा आणू नये, अशा प्रकारच्या नव्या मागण्या पुढे आल्या. यासाठी निग्रोंबरोबर समानतेने रहावे लागले असते आणि वैयक्तिक जीवनात गोऱ्या माणसांना ते अतिशय कठीण जाणार आहे म्हणून हा लढा सोपा नाही याची जाणीव मार्टिनला होती. एकवेळ शाळा, नोकरीची ठिकाणे, सार्वजनिक ठिकाणी हे लोक निग्रोंचा मुक्त वावर सहन करतील, पण निग्रो लोक शेजारीच येऊन राहणे या माणसांना कसे सहन होणार? म्हणजे ही आता दोघांचीही परीक्षा होती आणि दोघेही ती अट्टाहासाने लढणार हे स्पष्ट होते.

चर्चमध्ये एकदा रात्री झालेल्या सभेत मार्टिनचा सहकारी जीस जॅक्सनने जाहीर करून टाकले की पुढचा मोर्चा शिकागोच्या सिसेरो या उपनगरात निघेल. ही गोष्ट काही सोपी नव्हती, कारण हा भाग अतिशय कडव्या श्रीमंत गोऱ्या लोकांचा होता. इथे प्रचंड विरोध होणार आणि हिंसाचार थैमान घालणार याची कल्पना असूनही हा निर्णय घेण्यात आला. मार्टिनला या निर्णयाला दुजोरा द्यावा लागला, "आम्ही तिथे फक्त जाणार नाही, तिथे काम करणार आणि तिथेच राहणार." मार्टिनने आपला निश्चय जाहीर केला. हा मोर्चा निघालाच नाही, कारण त्याचे भयंकर परिणाम जाणूनच मेयरने त्यांच्या शिष्टमंडळाला पुन्हा बोलणी करण्यासाठी बोलावले.

यावेळी शिकागोच्या राजकीय आणि आर्थिक क्षेत्रातील प्रतिष्ठित मंडळी हजर होती. पहिल्या बैठकीत डॅलीने सर्व मागण्या वाचून दाखवल्या आणि त्या सर्व मान्य आहेत असे जाहीर करून टाकले. सर्वांना आश्चर्याचा धक्काच बसला. पुढच्या बैठकीत रिअल इस्टेट मॅनेजर, बँकेचे लोक, नागरी वस्ती पुनर्वसन अधिकारी या सगळ्यांना त्याने मागण्यांना मान्यता द्यायला लावली. आनंदित झालेल्या मार्टिनने ही शिखर परिषद अत्यंत यशस्वी झाली आणि घरांमध्ये केला जाणारा भेदभाव मिटवणारा एक अत्यंत महत्त्वाचा निर्णय घेतला गेला, म्हणून हे नवे निर्णय कार्यान्वित होण्याच्या काळात कोणतेही मोर्चे वा निदर्शने होणार नाहीत असे जाहीर

केले.

नजीकच्या काळात कामाचे कोणतेही वेळापत्रक जाहीर झाले नाही वा कोठेही कामाला सुरुवात झाली नाही. शिकागोमधील इतक्या दिवसांच्या मार्टिनच्या चळवळीचे फलित म्हणजे 'कागदी घोड्यांचा विजय', 'मार्टिनचा अयशस्वी लढा' अशी टीका वृत्तपत्रांनी केली. पुढे मार्टिनलाही बोलणी करताना आपण आणखी तपशिलात जायला हवे होते असे वाटले. ''शहराने आपले वचन पाळले नाही तर पुन्हा निदर्शने करण्यात येतील.'' अशी धमकीही त्याने दिली. या सगळ्या प्रकाराने सामान्य माणसे बिथरली आणि आपण फसवले गेल्याची भावना त्यांच्या मनात निर्माण झाली. स्थानिक पातळीवर पुन्हा काही मोर्चे काढण्यात आले, पण त्यांच्यात फारसा जोर नव्हता. झोपडपट्ट्या तशाच राहिल्या. खून, गुन्हेगारी, मारामाऱ्या पुन्हा सुरू झाल्या. रोजचे जनजीवन जसे होते तसे पुन्हा सुरू राहिले.

ही गोष्ट मार्टिनच्या मनाला शेवटपर्यंत फार लागून राहिली, असे त्याचा सहकारी राल्फ ॲबरनथीने पुढे त्याच्या आठवणीत नमूद केले आहे. बॅर्मिंगहॅम लढ्याच्या स्मृतिदिनाच्या कार्यक्रमात मार्टिन म्हणाला, **''अमेरिकेत दोन विभक्त आणि असमान समाज आहेत. घरे, शाळा एकत्र असावीत अशी गोऱ्या अमेरिकेची इच्छाच नाही. निग्रोंना चांगल्या नोकऱ्या मिळाव्यात असे त्यांना वाटत नाही. अमेरिकेतील या वांशिक भेदाविरुद्ध आपल्याला जहालपणे नव्याने लढा द्यावा लागेल. लक्षात ठेवा, शोषणकर्ते कधीही आपणहून स्वातंत्र्य बहाल करत नाहीत. शोषितांना त्याची मागणी करावी लागते.''**

◆◆

२२

-०-

ब्लॅक पॉवर

मार्टिनची शिकागो चळवळ चालू असतानाच जेम्स मेरेडिथने मेम्फिसहून जॅकसन मिसिसिपीपर्यंत एकट्याने पायी मोर्चा काढण्याचा आपला निर्णय जाहीर केला. जेम्स मेरिडिथ या मिसिसिपी विद्यापीठाचा पहिला काळा विद्यार्थी, निग्रोंनी जोरदार चळवळी करून त्याला हा प्रवेश मिळवून दिला होता. एरवी मेरेडिथ चळवळीपासून अलिप्त, स्वयंकेंद्री, एककल्ली असा विद्यार्थी होता. राज्यातील दहशतवादी वातावरणाचा निषेध आणि निग्रोंचे नीतीधैर्य वाढवणे या दुहेरी हेतूने त्याने आपल्या एकट्यापुरती ही पदयात्रा सुरू केली, त्याच्या दुसऱ्याच दिवशी त्याच्यावर गोळी झाडण्यात आली आणि तो गंभीररित्या जखमी झाला. ॲटलांटामध्ये एम. सी. एल. सी. ची मीटिंग चालू असताना ही बातमी मार्टिनला कळली आणि आपल्या सहकाऱ्यांसमवेत त्याने मेम्फिसकडे धाव घेतली. अहिंसात्मक चळवळीला हा मोठाच धक्का होता आणि आधीच भीतीच्या सावटाखाली वावरणाऱ्या मिसिसिपीमधील निग्रोंना आणखीन धास्तावणारा होता. त्यामुळे मेरिडिथने सुरू केलेली यात्रा आपण सगळ्यांनी पुढे चालू ठेवायची तरच चळवळीला बळ मिळेल असे ठरवण्यात आले. मेरेडिथला म्युनिसिपल दवाखान्यात भेटण्यासाठी मार्टिन गेला, तर त्याच्याबरोबर कोअर गटाचा प्रमुख फ्लॉईड मॅककिस्क हा देखील न्यूयॉर्कहून आला. गोऱ्या अतिरेक्यांच्या हिंसेला घाबरण्याइतके निग्रो भ्याड नाहीत हे जगाला दाखवण्यासाठी ही पदयात्रा पुढे चालू ठेवायला हवी हे त्यांनी मेरेडिथला पटवले आणि रोजच्या रोज यात्रेत घडणाऱ्या घडामोडी त्याला कळवण्याचे वचन दिले. इतक्यात नव्याने निग्रोंचा नेता म्हणून उदयाला आलेला स्टोकिली कारमायकेल आत आला. तो एस. एन. सी. सी च्या राजकीय विभागाचा प्रमुख होता. "जे मिळवण्याची माझी पात्रता आहे ते मिळवण्यासाठी मी गोऱ्या माणसासमोर हात पसरणार नाही. मी ते काढून घेईन." असे उद्‌गार काढणाऱ्या कारमायकेलकडे उत्तरेकडचे अनेक तरुण आकर्षित

झाले होते. 'स्टुडंटस् नॉन व्हॉयलंट को ऑर्डिनेशन कमिटी' तर्फे (एस. एन. सी. सी.) जरी तो आला असला तरी त्याची एकूण मनोवृत्ती माल्कमसारखीच जहाल होती. फ्लॉईड, कारमायकेल आणि मार्टिन हे तिघेही अनुक्रमे कोअर, एस. एन. सी. सी आणि एस. सी. एल. सी. या संघटनांचे प्रमुख या निमित्ताने एकत्र येऊन त्यांनी ही पदयात्रा पूर्णत्वाला नेण्याचे ठरवले, याशिवाय देशातील अन्य बांधवांनाही सामील होण्यासाठी त्यांनी साद घातली.

हायवे ५१ वर ज्याठिकाणी मेरेडिथवर गोळ्या झाडण्यात आल्या होत्या तिथून हा मोठा जमाव पुढे निघाला. मिसिसिपी फ्रीडम मार्चची मेरेडिथला मारल्यावर दुसऱ्याच दिवशी आगेकूच सुरू झाली. पण यावेळी फार वेगळ्या वृत्तीचे काही लोक एकत्र आले होते.

"आपण काही अहिंसावाले नाही."

"आपल्याला मिसिसिपीत कोणी स्पर्शही केला तर आपण त्याची चामडी लोळवू."

"जिंगल बेल्स शॉटगन शेल्स फ्रीडम ऑल द वे
ओ, व्हॉट फन इट इज टु ब्लास्ट अ ट्रूपरमन अवे."

अशी बदललेली भाषा मार्टिन या मोर्च्यात ऐकत होता. "हा फक्त काळ्या लोकांचा मोर्चा असेल, खोटारडे गोरे लोक आमच्यात नकोत." असा सूर एका गटाने लावून धरला. "वुई शॅल ओव्हरकम" हे संघटनेतले सर्वांचे आवडते, स्फूर्तिदायक गाणे चालू असता एका कडव्यात "ब्लॅक ॲन्ड व्हाईट टुगेदर" अशी ओळ आली असता काही माणसे एकदम गप्प झाली. मार्टिनने कारण विचारता ती माणसे म्हणाली, "आता नवीन दिवस आले आहेत. आम्ही त्या जुनाट ओळी म्हणणार नाही. खरे तर हे सगळेच गाणे आता बदलायला हवे." "वुई शॅल ओव्हरकम" नाही, "वुई शॅल ओव्हररन." एखाद्या परक्या देशातले अनोळखी संगीत ऐकावे तशी मार्टिनची मन:स्थिती झाली. इतका कडवटपणा त्याने कधीच ऐकला नव्हता, विषादातून नैराश्य जन्माला येते, नैराश्यातून कडवटपणा आणि कडवटपणा माणसाला अंध बनवतो. काही आणि सर्व यातला फरक मग समजेनासा होतो. सरसकट सर्व गोऱ्यांना वंशद्वेष्टे समजणे हा याच साखळीचा परिणाम होता. पहिल्या दिवशी रात्रीच्या वेळी मोटेलमध्ये उतरल्यावर चर्चा सुरू असताना आपले धोरण अहिंसक चळवळीचे आहे असे मार्टिनने म्हणताच काही लोक उसळून म्हणाले, "स्वसंरक्षणार्थ दुसऱ्याची हिंसा करणे योग्यच आहे, म्हणून मोर्चाचे अहिंसा हे धोरण नको." मार्टिनची संघटना सोडून अन्य दोन संघटनांनीही याला दुजोरा दिला. मोर्चा चालू असताना मिसिसिपीचे सैनिक सतत आसपास होते.

मेडगर इव्हन्सचा खून करणाऱ्या बायरन डी ला बेकविथला अजून अटक झाली नव्हती, तोही मोर्च्याच्या आसपास आपल्या गाडीतून घोटाळत होता. एकदा सैनिकांनी मोर्चातल्या सगळ्यांना रस्त्यावरून बाजूला ढकलले, तेव्हा चिडलेला कारमायकेल त्यांच्या अंगावर धावून गेला तेव्हा मार्टिनने आपल्या दोन्ही हातांनी धरून त्याला अडवले.

अहिंसा हे एक तत्त्व म्हणून काही काळ बाजूला ठेवले, तरी मार्टिनला माहीत होते की हिंसेला हिंसेने उत्तर देण्यासारखे निग्रोंकडे काय होते? ना शस्त्रास्त्र ना तंत्रज्ञान, ना सत्ता ना बहुसंख्यता, निग्रोंनी एकदा का हिंसेने प्रत्युत्तर दिले तर मिसिसिपीच्या गोऱ्यांना निग्रोंना मोठ्या संख्येने चिरडून टाकायला अनायासे एक कारणच मिळाले असते.

गोऱ्यांना मोर्चात प्रवेश द्यायचा की नाही यावरही चर्चा झाली. काही जणांना हा फक्त काळ्यांचाचा लढा हवा होता, पण मार्टिनने आजपर्यंत कधी अशी भूमिका घेतली नव्हती. कितीतरी संवेदनाशील, विचारी गोरी माणसे स्वत:हून त्याच्या आंदोलनात उतरली होती. मिसिसिपीच्या लढ्यात पूर्वी उत्तरेकडून गोरी तरुण मुले आली होती. गोऱ्यांचा केवळ गोरे म्हणून कातडीच्या रंगावरून त्याने कधीच द्वेष केला नव्हता. काळ्या गोऱ्यांनी एकत्र येणे, एकत्र काम करणे, एकमेकांना समजून घेणे हे काही कुठे तयार मिळणार नव्हते, ते एकमेकांच्या सान्निध्यात राहून निर्माण करण्याची गरज होती. मार्टिनने त्यांना विनंती केली, समजावून सांगितले की या मोर्च्यावर दोन्ही वंशीय लोकांचा हक्क आहे. कारण वांशिक न्यायासाठी गोरेही झगडले आहेत, त्यांनी आपले रक्त सांडले आहे, प्राण दिले आहेत. त्यांना वगळायचे म्हणजे त्यांचे समर्पण नाकारल्यासारखे आहे. गोऱ्यांना वगळायचे असेल आणि हिंसात्मक प्रतिकार करायचा असेल तर मार्टिन आणि त्याची संघटना या मोर्च्यातून बाहेर पडेल असा निर्वाणीचा इशारा मार्टिनने दिला. तेव्हा कुठे फ्लॉईड आणि कारमायकेल यांनी मार्टिनचे म्हणणे मान्य केले. मिसिसिपीचा चेहरामोहरा बदलणे हे काही एकट्या दुकट्या संघटनेचे काम नव्हते. सगळ्यांनी एकत्र येऊन हा लढा द्यायला हवा होता. शेवटी एकदाची दुफळी माजता माजता वाचली आणि सर्वांनी एकत्र राहण्याचा निर्धार केला आणि पदयात्रा पुन्हा मार्गाला लागली. वाटेत पुन्हा पुन्हा हे विषय चर्चिले जात होते, पण प्रत्येक गावी हजारो लोक या जथ्याच्या स्वागतासाठी येत होते, म्हणून हा विषय बाजूला पडला. दहा दिवस उलटले. यात्रा आता ग्रेनडामधून ग्रीनवुडकडे निघाली. कारमायकेल तर ग्रीनवुडमध्ये जायला खूप उत्सुक होता, कारण १९६४ मध्ये त्याच्या संघटनेने तिथे मोठेच काम केले होते. शहरात प्रवेश करताच हजारो माणसे मोर्चात सामील झाली आणि त्या रात्री सिटी पार्कमध्ये त्याचे रूपांतर एका प्रचंड सभेमध्ये झाले. कारमायकेल पहिल्यांदा बोलायला

उभा राहिला आणि त्याने मिसिसिपीतील सत्ताधारी लोकांवर कडाडून हल्ला चढवला. ''आपल्याला कशाची खरी गरज असेल तर ती आपण सत्तेवर येण्याची.'' असे वाक्य त्याने उच्चारताच विली रिक्स हा एस. एन. सी. सी. चा जहाल वक्ता पटकन उडी मारून व्यासपीठावर आला आणि त्याने आरोळी दिली ''आपल्याला काय हवे आहे?'' जमाव गरजला, ''ब्लॅक पॉवर, सत्ता'' पुन्हा पुन्हा तो हाच प्रश्न विचारत होता आणि गर्दी हर्षोत्फुल्ल होऊन उच्च स्वरात ओरडत होती, ''सत्ता, सत्ता हवी. वुई वाँट ब्लॅक पॉवर'' या दिवसानंतर 'ब्लॅक पॉवर' हे शब्द नागरी हक्काच्या चळवळीनंतर जोरदारपणे वापरले जाऊ लागले. गोऱ्या सत्ताधीशांच्या टापांखाली सतत चिरडले गेल्याने काळ्यांना हे घोषवाक्य एकदम आवडून गेले.

काही गटांची पूर्वीपासूनची घोषणा 'फ्रीडम नाऊ' अशी होती. म्हणून या दोन्ही घोषवाक्यांचे वाग्युद्ध सभेत काही काळ चालू राहिले. 'ब्लॅक पॉवर' या घोषणेला थोडा वंशद्वेषाचा वास होता. काळ्यांच्या स्वतंत्र सत्तेची त्यात मागणी होती. काळ्यांनी आर्थिक वा राजकीय सत्ता मिळवण्याला मार्टिनची ना नव्हती, कारण योग्य त्या ध्येयांची प्राप्ती करून घ्यायला ते आवश्यक होते. पण म्हणून स्वतंत्र काळ्या सत्तेची मागणी करणे त्याच्या तत्त्वात बसण्यासारखे नव्हते. **''ज्या देशात गोऱ्यांची संख्या प्रचंड मोठी आहे आणि फक्त १० टक्के लोक काळे आहेत, त्या देशात ही मागणी करणे म्हणजे स्वतःचा विनाश ओढवून घेण्यासारखे आहे. दोन्ही वंशाच्या लोकांमध्ये मैत्रीपूर्ण समझोता असणे आवश्यक आहे, कारण जोपर्यंत गोऱ्या माणसांना काळ्यांबद्दल आपलेपणा वाटणार नाही, तोपर्यंत आपल्याला स्वातंत्र्य मिळणे शक्य नाही. चळवळीला हिंसक रूप देण्याने काहीही साध्य होणार नाही. असा विचार करणे सुद्धा अव्यवहार्य आहे. आपण सुरुवात केल्यावर आपल्यातीलच अनेक लोक विनाकारण मृत्यूमुखी पडतील. मी मरायला तयार आहे, इतरही अनेकजण मरायला तयार आहेत. आपल्या निष्ठेसाठी कोणीही प्राण देईल, पण उगाच विनाकारण गोळ्यांची शिकार होण्याची पद्धती अवलंबायला माझा कायम विरोध राहील.''**

असे त्याने जीव तोडून आपल्या भाषणात सांगितले, पण अनेकांनी त्याची थट्टा, टवाळी केली, उपहासपूर्ण शेरे दिले आणि तो अवाक् होऊन गप्प बसला. त्या रात्री त्याला झोप आली नाही, प्रथम रागाने आणि नंतर दुःखाने. लोकांना आपल्या बोलण्यातील गांभीर्य कळत नाही याच्या त्याला अतोनात वेदना झाल्या. मुलाखत घेण्यासाठी आलेल्या वृत्तपत्र प्रतिनिधींशी बोलताना तो म्हणाला, ''मी चळवळ अहिंसक ठेवण्याचा निकराने प्रयत्न करतोय, पण मी ती एकट्याने अहिंसक ठेवू शकत नाही. काळ्यांना अर्थपूर्ण सवलती देण्याची जबाबदारी गोऱ्या

सत्ताधिकाऱ्यांची आहे.'' मार्टिनसंबंधी नेहमी वृत्त देणाऱ्या एका वार्ताहराने असे वृत्तांकन केले की 'ब्लॅक पॉवर'च्या निमित्ताने उदयाला आलेल्या प्रतिचळवळीमुळे मार्टिन शारीरिक आणि भावनिकदृष्ट्या हादरला आहे. 'मी पुढे काय करणार ते माझं मलाच ठाऊक नाही.' हे त्याचे उद्गार हे मोडलेपण दाखवतात. आणि खरेच परिस्थितीच्या या विरुद्ध बाजूच्या रेट्यामुळे आपण माघार घ्यावी की काय असेही त्याला वाटू लागले. ॲबरनथीशी बोलताना तो एकदा म्हणालाही, ''आपण माघार घेऊन या हिंसक शक्तीला पुढे जाऊ देऊ या का? ते काय करताहेत त्यांचे त्यांनाच कळत नाहीये आणि हे काही फार काळ टिकणार नाही.''

ब्लॅक पॉवर ही संकल्पना निग्रो जिंकणार नाहीत या खात्रीतून जन्माला आली आहे. हे निराशावादी तत्त्वज्ञान आहे. काळ्या गोऱ्यांमध्ये समन्वय हवा. संघर्षवादी लोकांचे समाधान करायला त्याला संघर्षवादी व्हावे लागले, तरी पाठिंबा देणारे गोरे आणि मवाळ निग्रो यांचे समाधान करण्यासाठी चळवळीची शिस्त ठेवणे त्याला भाग होते. देशात पडू लागलेली वांशिक दुफळी बुजवण्याचे काम एकप्रकारे त्याच्या अंगावर आले होते. कोणीतरी या दोहोंचा संवाद साधणे आवश्यक होते आणि बहुसंख्य गोऱ्यांचा पाठिंबा मिळाल्याशिवाय आपल्या हाती काही लागणार नाही याची मार्टिनला खात्री होती. मार्टिनच्या दृष्टीने सत्ता ही आपल्या प्रिय देशाच्या नवनिर्मितीसाठी हवी होती.

कारमायकेल आणि फ्लॉईड यांना आपली भूमिका पटवून देण्यासाठी याझूमध्ये त्याने या दोघांना बोलावून घेतले. जवळ जवळ पाच तास मार्टिन बोलत होता आणि 'ब्लॅक पॉवर' हे घोषवाक्य सोडून द्यायला त्यांना पटवत होता. त्याच्या दृष्टीने नेत्यांनी शब्दांच्या अर्थाबाबत फार जागरूक असायला हवे. नुसता शब्दार्थ महत्त्वाचा नसतो, तो काय सुचवतो हे महत्त्वाचे असते आणि 'ब्लॅक पॉवर' हा शब्द विभक्तपणा आणि स्वतंत्र सत्ता सुचवतो. वृत्तपत्रांनी तर या शब्दाचा हिंसेशीही संबंध जोडला आहे. स्टोकिली कारमायकेलचे यावर उत्तर होते. ''हिंसा की अहिंसा' हे महत्त्वाचे नाहीच. काळ्यांनी आपली राजकीय आणि आर्थिक शक्ती एकवटून सत्ता मिळवायला हवी. या जगात फक्त सत्तेलाच किंमत आहे आणि कोणतीही किंमत देऊन आपण ती मिळवलीच पाहिजे. अमेरिकेतल्या ज्यू, आयरिश, इटालियन लोकांनी हेच केले आहे, मग आपण का करू नये?''

''पण ज्यूंनी कधी ज्यूंची पॉवर असा शब्द उच्चारलेला नाही. त्यांनी सत्ता मिळवली ती एकत्रित येऊन, निश्चय करून आणि कष्ट करून. आयरिश आणि इटालियन लोकांनी हेच केले. त्यांनी कधी आयरिश पॉवर, इटालियन पॉवर असे म्हटले नाही. आपणही तेच करू. आर्थिक आणि राजकीय सत्ता मिळवण्यासाठी जी

विधायक कामे करावी लागतील ती आपण करू. आपल्या वंशाचा अभिमान वाटेल असे आपण करू. काळे म्हणजे वाईट आणि कुरूप ही संकल्पना आपण पुसून टाकू. पण त्यासाठी घोषणाबाजी नको, योजनाबद्ध कार्यक्रम हवा.'

मार्टिनने त्यांना पटवण्याचा प्रयत्न केला, पण ते दोघे आपल्या मतावर ठाम होते. "लोकांना चेतवणाऱ्या घोषणेशिवाय लोक एकत्र कसे येणार? सर्वच युनियन घोषणाबाजी करतात आणि आपल्या घोषणेत 'ब्लॅक' शब्द असलाच पाहिजे." शेवटी कारमायकेल म्हणाला, "मार्टिन, मी मुद्दामच या चळवळीत ही घोषणा उच्चारली, कारण एकतर मला ती राष्ट्रीय स्तरावर पोचवायची होती आणि दुसरे म्हणजे या घोषणेच्या बाजूने तू आहेस ही भूमिका जगाला दाखवायची होती."

मार्टिन विषादाने हसून म्हणाला, "माझा असा वापर अनेकदा झाला आहे. आणखी एकदा झाल्याने फार काही इजा होणार नाही."

बोलण्यातून शेवटी हा निर्णय घेण्यात आला की या मोर्चात 'ब्लॅक पॉवर' किंवा 'फ्रीडम नाऊ' या पैकी कोणतीच घोषणा द्यायची नाही. आपल्यात दुमत आहे असे बाहेरच्या जगाला वाटायला नको. एवढी काळजी घेऊनही वृत्तपत्रांनी या बातम्या रंगवून लिहल्या. कोणत्याही आंदोलनात दोन संघटनांचे वादविवाद होतात पण त्याला वृत्तपत्रांनी परस्परांचे शत्रू बनविले. 'द नेशन' सारखे वृत्तपत्र पूर्वी मार्टिनच्या बाजूने बातम्या देत असे. त्यांनी आता 'मार्टिनची चळवळ संपली'. असे शीर्षक देऊन टाकले. मार्टिन भावनापूर्ण भाषण करत असताना शहरातले काळे तरुण हसत होते, आपापसात बोलत होते आणि त्याच्याकडे दुर्लक्ष करत होते. या नव्या पिढीला तो माहीत नाही आणि तो त्यांच्याशी स्वत:ला जोडून घेऊ शकत नाही. अशीही मल्लीनाथी केली.

न्यूयॉर्क रिव्ह्यू ऑफ बुक्स मध्ये अॅन्ड्र्यू कोपकाईंडने लिहिले, 'काळ आता त्याच्यापुढे सरकला आहे. घडणाऱ्या घटना आता कोणते वळण घेतील यावर त्याचा ताबा राहिलेला नाही. त्याची उच्च नीतीमत्ता आणि शुद्ध मानवता यांच्यासकट जग त्याच्यासाठी तयार नाही किंवा खरे सांगायचे तर जगासाठी तो तयार नाही.'

तरीही त्याने आपली अढळ श्रद्धा कधीही भंगू दिली नाही, "अमेरिकेतल्या सर्व निग्रोंनी उद्या हिंसक चळवळ करायची ठरवली, तरी मी एकटा असा माणूस असेन की जो ओरडून हा चुकीचा मार्ग आहे असे सांगेन. जगातली युद्ध, संघर्ष, तिरस्कार, मारामाऱ्या, स्वार्थीपणा यांना मी अत्यंत कंटाळलो आहे, पण म्हणून कोणी सांगितले तरी हिंसेच्या मार्गाने मी कधीही जाणार नाही."

याच सुमाराला त्याची सार्वजनिक प्रतिमा ढासळू लागली. त्यावेळी त्याने अमेरिकेने व्हिएतनाम विरोधात पुकारलेल्या युद्धाचा तीव्र शब्दांत निषेध केला. खरे

तर सार्वमत युद्धाच्या बाजूने होते, पण एक धर्मगुरू या नात्याने येशूचा शिष्य म्हणून शांतीचा प्रसार करणे, लोक चिडले तरीही त्यांना युद्धापेक्षा शांतता किती महत्त्वाची आहे ते समजावून सांगणे त्याला महत्त्वाचे वाटले. व्हिएतनाम युद्धाकडे अधिक लक्ष पुरवावे लागल्याने देशातील गरिबीच्या प्रश्नाकडे राष्ट्राध्यक्ष जॉन्सनचे साहजिकच दुर्लक्ष झाले. त्यावर मार्टिनने कडाडून हल्ला चढवला, **''व्हिएतनामवर टाकलेले बाँब देशातच फुटले आहेत. एका सभ्य सुंदर देशाच्या स्वप्नालाच त्यांनी उद्ध्वस्त केले आहे. देश एकत्र आणता येत नसेल, तर जग एकत्र आणणं या केवळ गप्पा ठरतात.''**

एकदा विमानतळावर कॉफी पीत बसला असताना त्याने काही मासिकांमध्ये अमेरिकेने नापाम बाँब टाकल्यामुळे जळलेल्या शेकडो मुलांचे विद्रूप आणि भयानक अवस्थेतले फोटो पाहिले, आपल्या मृत मुलाला उचलून धरलेल्या एका आईचा फोटो पाहिला. युद्धाच्या भयानक विनाशकारी दृश्यांचे असे फोटो पाहताना तो गोठून गेला, स्तब्ध झाला, त्याने आपल्या समोरची खाण्याची बशी दूर सारली.

''का रे, चव आवडली नाही?'' बरोबरचा मित्र ली याने विचारले.

''युद्ध संपावे म्हणून आवश्यक असलेली प्रत्येक गोष्ट मी करेपर्यंत मला अन्न गोड लागणार नाही.'' त्या दिवसापासून व्हिएतनाम हा त्याचा ध्यास बनला, इतका की त्याच्या जवळच्या मित्रांचीही त्यामुळे नाराजी झाली. शिकागोमध्ये निघालेल्या युद्धविरोधी निदर्शनात त्याने 'जगापुढे अमेरिकेने आपला रानटीपणा दाखवून दिला आहे.' असे म्हटले. न्यूयॉर्कच्या रिव्हरसाईड चर्चमध्ये त्याने केलेल्या ज्वालाग्रही भाषणाने त्याच्यावर टीकेची झोड उठली. **''श्रीमंत आणि सुरक्षित लोकांनी केलेले हे युद्ध गरिबांना नरकात लोटणारे आहे. आपल्या स्वतःच्या देशात त्यांना काही भवितव्य उरलेले नाही आणि एका अमंगल संघर्षात दुसऱ्या देशात जाऊन जीव गमावणे त्यांच्या नशिबात आले आहे. अमेरिकेने व्हिएतनामवरील बाँबहल्ले ताबडतोब थांबवावेत. दोन्ही देशांनी तात्पुरती शस्त्रसंधी करावी, शांततापूर्ण बोलणी करावीत आणि अमेरिकेने सर्व सैनिकांना परत बोलावण्याची तारीख जाहीर करावी. देशातील तरुणांनी देशापलीकडे मानवजातीबद्दल आपल्या निष्ठा असतात हे ध्यानात ठेवावे. आमच्या वस्त्यातून होणाऱ्या हिंसाचाराबद्दल आवाज उठवण्याअगोदर जगात हिंसाचाराची आग लावणाऱ्या आमच्या स्वतःच्या सरकारबद्दल आम्हाला आधी बोलावे लागेल. हे युद्ध म्हणजे अमेरिकन मानसिकतेला लागलेल्या गंभीर आजाराचे लक्षण आहे आणि भविष्यात याचे भयानक परिणाम दिसतील. क्रांती ही मूल्यांची हवी, शस्त्रांची नाही. वस्तूकेंद्री समाजाकडून मानवकेंद्री समाजाकडे अमेरिकेची**

वाटचाल व्हायला हवी.''

राष्ट्राध्यक्ष जॉन्सनबरोबरचे त्याचे चांगले असलेले संबंध मार्टिनने युद्धविरोधी
भूमिका घेतल्याने तुटू लागले. एस. सी. एल. सी या त्याच्या संघटनेला मिळणारा
पैसा त्यामुळे कमी होईल अशी भीती त्याच्या सहकाऱ्यांना वाटू लागली. पण
अगदी अंतर्मनातून युद्धविरोधी वक्तव्य करण्याची उर्मी त्याला वाटत होती. **''मी
हातात क्रूस घेतला आहे याचा अर्थ मला समजतो. त्याला तुम्ही फक्त हात
लावत नाही, तो तुम्ही धारण करता. ही अशी एक वस्तू आहे जी तुम्ही
खांद्यावरून वाहता आणि ज्याच्यावर मरण पत्करता. हे मरण कदाचित
तुमच्या लोकप्रियतेचे असेल, व्हाईट हाऊसशी तुम्हाला जोडणाऱ्या पुलाचे
असेल. तुम्हाला मिळणाऱ्या ग्रांटचे असेल. त्यामुळे तुमचं बजेट खाली येईल,
पण तुम्ही तुमचा क्रॉस नीट धारण करा. मी या रस्त्याने जायचे ठरवले आहे,
मग पुढे काहीही होवो.''** मार्टिनचे हे उद्गार जसे त्याचा दृढ निश्चय दाखवतात.
तशी त्याची लोकप्रियता घटू लागल्याचाही निर्देश करतात.

एकदा त्याला एका वार्ताहराने म्हटलं, '' तुमची नागरी हक्काची चळवळ
सोडून तुम्ही इकडे का येता? यामुळे तुमची लोकप्रियता संपते आहे. तुमच्या
संघटनेला मिळणाऱ्या देणग्या आटू लागल्या आहेत. यापेक्षा तुम्ही जात होता त्याच
मार्गाने का जात नाही?''

मार्टिनने त्याला दिलेले उत्तर फार तात्विक आणि त्याची वैचारिक उंची
दाखवणारे आहे.

**''काही भूमिका घेताना भित्रेपणा विचारतो, ''ही भूमिका सुरक्षित
आहे ना?'' तात्पुरता फायदा विचारतो, ''ही शहाणपणाची आहे ना?''
इतक्यात तिकडून गर्व येऊन विचारतो, ''ही लोकप्रिय आहे ना?'' पण
सदसद्विवेक बुद्धी विचारते, ''ही भूमिका योग्य आहे ना?'' आणि अशी एक
वेळ येते, की अशी भूमिका स्वीकारावी लागते, जी सुरक्षित नसते, शहाणपणाची
नसते, लोकप्रिय नसते, पण विवेकबुद्धी सांगते की तीच योग्य आहे.''**

सर्व संकटांची कल्पना असूनही मार्टिनने ही भूमिका स्वीकारली त्यामागे
त्याच्या सारासार विवेकबुद्धीचा कौल होता. आपल्या संघटनेनेही आपल्यामागे
असावे ही त्याची अपेक्षा होती. सर्व द्रष्ट्यांप्रमाणे त्याची वाटचालही अशा एका
प्रदेशाकडे होत होती जिथे माणूस एकटा असतो. देशाच्या सर्वच भागातून युद्धाला
पाठिंबा मिळत होता, अशावेळी केवळ जॉन्सन यांचीच नाराजी त्याने ओढवून
घेतली नाही तर न्यूयॉर्क टाईम्ससारख्या त्याला कायम पाठीशी घालणाऱ्या वृत्तपत्रानेही
त्याच्यावर तोफ डागली, ''नागरी हक्काची चळवळ आणि युद्धविरोधी निदर्शने या

दोन गोष्टींची तो गल्लत करतोय. अमेरिकेच्या युद्धाच्या पद्धतीची नाझींशी तुलना करणे अत्यंत अविचाराचे आहे.'' असे न्ययॉर्क टाईम्सने म्हटले तर वॉशिंग्टन पोस्टने म्हटले, ''आपल्या मित्रांना त्याने इजा पोचवली आहे आणि स्वत:लाही गंभीर इजा करून घेतली आहे ही मोठीच शोकांतिका आहे. त्याच्याकडे आदराने पाहणाऱ्यांना यापुढे त्याच्याबद्दल विश्वास वाटणार नाही.''

खरे तर नागरी हक्क चळवळ आणि युद्धविरोधी निदर्शने यात मूलत: तसा फरक नव्हता, तरीही संघटनेने आपली नागरी हक्काची चळवळ अधिक जोराने चालू केली असून शिकागोत आणि दक्षिणेकडे काही विशेष कार्यक्रम आयोजित केले आहेत असे मार्टिनने जाहीर केले. नॅक्प संघटनेचा नेता रॉय विल्किन्स आणि अर्बन लीगचा डायरेक्टर व्हिटनी यंग यांनी व्हिएतनाम प्रश्नी मार्टिनशी आपले संबंध जाहीररित्या तोडून टाकले. त्याच्या संघटनेतही त्याला विरोध होऊ लागला, तेव्हा आपली भूमिका स्पष्ट करताना मार्टिन म्हणाला, **''एक साधं सरळ सत्य मला समजतं आणि ते सत्य असं आहे की देवाच्या मुलांनी देवाच्या दुसऱ्या मुलांना वाईट वागवणं हे पाप आहे.''** जनमताचा कौलसुद्धा त्याच्या बाजूने नव्हता. ४८ टक्के काळ्या जनतेने त्याच्या भूमिकेबद्दल नाराजी व्यक्त केली. **''लोकांना नेहमीच सत्य पचतं असं नाही. बातम्या आणि टीव्ही पाहून लोक मत बनवतात. या सगळ्यांविरुद्ध संघर्ष करण्याची माझी शक्ती नाही आणि मला नागरी हक्काच्या चळवळीचं काम करायचंय--- तेच काम डोईजड झालंय आणि मी मानसिकदृष्ट्या थकलोय.''** असं तो आपल्या संघटनेत म्हणाला तरी आपला तारा आता विझत चाललाय हे त्याने ओळखले होते.

खरेतर तो इतका हळवा झाला होता की अनेकदा त्याला रडू फुटे. तो एकामागून एक सारखा सिगरेटस् ओढू लागला होता. त्याचे पिणे वाढले होते. विचार न करता तो लहान मुलासारखा भरपेट जेवू लागला होता. फ्राईड चिकन, सिमर्ड ग्रीन बीन्स आणि स्वीट पोटॅटो कॅसेरोल हे त्याचे आवडते जेवण बनले. त्याच्या भाषणातूनही नैराश्याचे सूर डोकावू लागले. लॉस एंजेलिसमध्ये तो म्हणाला, **''आपल्या जगात आता मध्यरात्रीचा अंधार पसरला आहे. तो इतका गडद आहे की कुठल्या बाजूला वळावं तेही दिसत नाही.''** आपल्या एबेन्झर चर्चमधील प्रवचनात कबुली दिल्यासारखं तो म्हणाला, **''असुरक्षिततेच्या भावनेने आपण सगळे अडखळत आहोत, आपण आत्मविश्वास गमावला आहे, अपयशाने आपल्याला घेरले आहे. आपल्यासमोर जीवनाने काय ताट वाढून ठेवले आहे याची आपल्याला सतत भीती आहे. मी आशा सोडलेली नाही, कारण आशा सोडली की माणूस मरतो.''**

त्याच्या बोलण्यातला नेहमीचा आशावाद-अंधार जाऊन प्रकाश येणार- हे स्वप्न आता संपले होते. मृत्यूच्या या सावटाची त्याच्या जवळच्यांना भीती वाटू लागली. या प्रसंगाबद्दल कोरेटाने पुढे आठवण दिली की 'या काळात तो सापळ्यात सापडल्यासारखा, आळशी, निष्क्रिय आणि वैफल्यग्रस्त वाटे, मी त्याला असा कधीही पाहिला नव्हता.' तिने विचारल्यावर तो म्हणाला, **''लोकांची अपेक्षा मी उत्तरं द्यावीत अशी असते आणि माझ्याकडे तर उत्तरं नाहीत.''** एक दोनदा तो असंही म्हणाला, **''मला निदर्शनाचा कंटाळा आला आहे. मला मृत्यूच्या धमकीचा कंटाळा आला आहे. मला जगायचंय. मला हुतात्मा नाही व्हायचं आणि काही क्षणी माझी तिकडेच वाटचाल चालू आहे काय अशी मला शंका येते. माझ्या इच्छेने मी मोर्चात जात नाही. मला जावंच लागतं म्हणून जातो.''**

त्याचा मित्र अँन्ड्र्यू यंगने या काळाचं बरोबर विश्लेषण केले आहे. ''माँटगोमेरीला बस बहिष्काराची जबाबदारी एकट्यानं आपल्या शिरावर घ्यायला तो कबूल नव्हता, आता तो इतका दुसऱ्या टोकाला गेलाय की चळवळीच्या सर्व जबाबदारीचे ओझे त्याने आपल्या शिरावर घेतले आहे. त्यामुळे कठीण प्रसंगात तो स्वत:ला घोर अपराधी समजू लागतो. त्याला वाटते व्हिएतनाममधून जॉन्सननी माघार घ्यावी हे त्याला त्यांना पटवता आले पाहिजे. गरिबी हटवण्याचे काम त्याला वाटते त्याचेच आहे. हिंसाचार थांबवायला तोच पाहिजे. जग कसे आहे आणि कसे असले पाहिजे यालाच त्याने वाहून घेतले आहे.''

या मित्राचे म्हणणे खोटे नव्हते. एकदा प्रवचनात तो म्हणाला, **''मी गरिबांबरोबर आहे, भुकेल्यांबरोबर आहे. दुर्लक्षितांसाठी मी जीव द्यायला तयार आहे. मी या मार्गाने जात आहे. हा थोडा त्याग असेल तरी मी त्याच मार्गाने जाईन, जर याचा अर्थ त्यांच्यासाठी मरण पत्करणे असेल तरी मी त्याच मार्गाने जाईन.''**

◆◆

२३

-०-

शेवटचे प्रवचन

निराशेच्या गर्तेत हेलकावे खात असता, उभारी धरायला मार्टिनला एक महत्त्वाचा मुद्दा मिळाला. मॉंटगोमेरीपासून आतापर्यंत मिळालेल्या विजयांनी निग्रोंच्या आयुष्यात वरवर बदल झाले होते, पण आता अशी एक चळवळ उभी करायची होती जी देशाला खडबडून जागे करेल आणि त्याची किंमत मोजायला लावेल. ही चळवळ वांशिक नसून वर्गभेदाची होती. या देशाच्या भांडवलशाही पद्धतीत आणि आर्थिक व्यवस्थेतच काहीतरी चूक आहे. याला लोकशाही म्हणा अगर लोकशाही समाजवाद म्हणा, पण देवाच्या मुलांमध्ये संपत्तीचे समान वाटप व्हायला हवे ही त्याची भूमिका होती. सर्व प्रश्नांच्या मुळाशी संपत्तीचे असमान वाटप हे पहिले कारण असते. निग्रोंमध्ये जेव्हा मोठ्या प्रमाणात बेकारी होती तेव्हा त्याला सामाजिक समस्या म्हटले गेले पण हीच बेकारी गोऱ्या लोकांमध्ये होती, तेव्हा त्याला आर्थिक मंदी म्हटले गेले. कोट्यवधी डॉलर्सची तरतूद बजेटमध्ये करण्यात यावी. घरटी एका तरी व्यक्तीला नोकरी मिळावी. दरवर्षी ३० लाख घरे स्वस्तात बांधली जावीत, सार्वजनिक सेवांचे आणि उद्योगांचे राष्ट्रीयीकरण व्हावे वगैरे अनेक मागण्यांची मोठी यादी करण्यात आली. लाखो गरिबांचा मोर्चा राजधानी वॉशिंग्टनवर काढायचा असे ठरले, यात भारतीय, मेक्सिकन, पर्टोरिकन्स वगैरे अमेरिकेत राहिलेल्या इतर देशांतील रहिवाशांचा समावेश करायचे ठरले. आपली गरिबी दाखवण्यासाठी पूर्वीच्या काळातील गुलामांप्रमाणे निग्रोंनी खेचराच्या गाडीतून राजधानीत यावे आणि सरकार प्रतिसाद देईपर्यंत तिथेच ठिय्या आंदोलन करावे. कदाचित उचलून तुरुंगात टाकतील तर टाकोत, कशालाही घाबरून माघार घ्यायची नाही. अशा अनेक गोष्टींची योजना झाली. सरकारवर दडपण आणायचे तर संख्याबळ पाहिजे. अनेक दिवस अहिंसक चळवळी चालवण्याइतका धीर पाहिजे. त्यासाठी कामगार, विद्यार्थी, बुद्धिवंत, गरीब, चर्चमधली माणसे अशा अनेकांपुढे या कल्पनेने झपाटून

जाऊन मार्टिनने ३५ व्याख्याने दिली. गुरुवारी त्याने मिशिगनपासून सुरुवात केली, डेट्राईटमध्ये चार, लॉस एंजेलिसमध्ये पाच, मग अनेक चर्चमधून रोज एकेक असे करत तो मेम्फिसला येऊन पोचला. मेम्फिसमध्ये सफाई कामगारांचा संप चालू होता. १३०० सफाई कामगार संपावर गेले होते, तरी त्यांचे प्रश्न सुटले नव्हते. त्यांची एकजूट अतिशय कौतुक करण्यासारखी होती. डॉक्टरचे काम जितके महत्त्वाचे आहे तितकेच एखाद्या सफाई कामगाराचेही आहे, कारण त्याने काम केले नाही तर रोगराई फैलावते म्हणून कामगारालाही दर्जा आहे हे समाजाला समजायला हवे असे मार्टिनला वाटे. त्याने अतिशय परिणामकारक भाषण करून कामगारांचे नीतीधैर्य टिकवून ठेवले आणि आपल्या वॉशिंग्टनमधील मोर्चात सामील व्हायचे आवाहन केले.

'गरिबी हटाव' ची ही चळवळ त्याला राष्ट्रीय स्तरावर न्यायची होती आणि केवळ झोपडपट्टीतील दारिद्र्यातून सुटका एवढेच त्याचे स्वरूप त्याच्या दृष्टीने मर्यादित नव्हते तर पिढ्यान्‌पिढ्याच्या नैराश्यग्रस्ततेतून त्याला त्यांची कायमची सुटका करायची होती. अमेरिकेच्या अर्थव्यवस्थेवर घणाघाती हल्ला चढवायचा होता. एक क्रांतीकारी चळवळ उभी करायची होती. आपल्या एबेन्झार चर्चमध्ये लोकांपुढे ही योजना सांगताना त्याला त्यातले धोके जाणवत होते. भाषण संपवून तो लोकांबरोबर चर्चा करत बाहेर आला, त्यादिवशी त्याचा ३८ वा वाढदिवस होता आणि तो अगदी मोकळा वाटत होता, पण त्याच क्षणी त्याला जाणीव झाली की त्याच्या भोवती कुठलेच संरक्षण नव्हते.

पण या निमित्ताने सर्व ठिकाणी केलेल्या दौऱ्यात गरिबी हटाव ही चळवळ अतिशय प्रभावशाली, नाट्यमय आणि सामाजिक नीतीमत्तेला धरून असावी यावर त्याचा कटाक्ष होता, त्यामुळेच चांगल्या लोकांचे लक्ष त्याकडे खेचता येईल आणि ते काँग्रेसवर दबाव आणू शकतील असा त्याचा होरा होता. अनेकांना बॅप्टिस्ट धर्मगुरू म्हणून तो स्वतःच्या भूमिकेला सोडून जातोय असे वाटले. संघटनेतील त्याच्या अनेक सहकाऱ्यांना ही फार अनिश्चित स्वरूपाची आणि डावपेचांच्या दृष्टीने कमकुवत योजना वाटली. व्हाईट हाऊस आणि काँग्रेसशी इतके वाकडे घ्यायला त्यांची तयारी नव्हती. या चळवळीला यश आले नाही, तर आपल्याला तोंड दाखवायलाही जागा उरणार नाही असेही अनेकांना वाटले. कोणीच त्याबद्दल फारसा उत्साह दाखवत नव्हते, बिव्हेलला वाटत होते त्यापेक्षा व्हिएतनाम प्रश्न लावून धरावा. होशियाच्या मते प्रथम दक्षिणेकडील राजकारणात लक्ष घालणे महत्त्वाचे होते. मार्टिन प्रत्येकाशी वैयक्तिक बोलत होता, पण त्याचा फायदा होत नव्हता. मॅनहॅटनमधले एक जोडपे त्याला नेहमी अर्थसहाय्य करे, त्यांना पटवण्यासाठी

मार्टिनने जवळजवळ एक रात्र घालवली. ऑरेंज ज्यूस आणि व्होडकाचे ग्लासवर ग्लास रिचवले. त्याने आपले म्हणणे मांडले, पण पहाटेच्या वेळी तो घरी परतला, तेव्हा त्याच्यापदरी फक्त निराशा होती.

एकूणातच तो जखमी पक्षासारखा वाटत होता, एक खिन्नपणा त्याच्या व्यक्तिमत्त्वात भरून राहिला होता. रात्री त्याला तास दोन तास सुद्धा नीट झोप लागत नसे. सबंध रात्रभर बोलत बसावे असे त्याला वाटे. गोऱ्या लोकांवरचा त्याचा विश्वासही दिवसेंदिवस कमी होऊ लागला. अधिकारावरचे लोक दुसऱ्या महायुद्धात त्यांनी आपल्या जपानी बहीण-भावंडांना वागवल्यासारखे आपल्याला वागवतील. नाझींसारखे आपल्याला छळछावण्यात बंदिस्त करतील. आपल्या वस्त्यांना कुंपणे घालतील आणि आतबाहेर करण्यासाठी आपल्याला पास देतील, अशी काहीतरी भयानक भीती मित्रांशी बोलण्यात तो व्यक्त करू लागला.

गरिबी हटाव चळवळ जवळ येऊन ठेपली असता मार्टिन आणि ॲबरनथी एकदा ॲकॅपुल्को इथे छोट्या सुट्टीसाठी गेले होते. नेहमीप्रमाणे दोघांनी एकच खोली घेतली होती. पुढे काहीतरी घडणार आहे या भीतीने मार्टिनला झोप येईना. बाहेरच्या बाल्कनीतून अगदी पायाखाली समुद्र असावा इतका जवळ समुद्र दिसे. मध्यरात्रीपासून पायजम्यात उभे राहून तो कितीतरी वेळ बाल्कनीतून समुद्राची गाज ऐकत उभा होता, अगदी शांत, स्वत:तच हरवल्यासारखा. दुसऱ्या दिवशी सकाळी इतर जग आसपास आहे हे विसरून तो 'रॉक ऑफ एजेस' हे त्याचे लाडके गाणे मोठमोठ्याने म्हणत होता.

तरीसुद्धा ''देशाचा आत्मा वाचवणारा, जगाचा आत्मा वाचवणारा'' अशी एक स्वत:ची त्याने निर्माण केलेली मोठी प्रतिमा त्याला संपवता आली नाही. गरिबी हटाव हे त्याचे शेवटचे मोठे स्वप्न त्याच्याभोवती डुबक्या खाऊ लागले होते, तरी त्याची दृष्टी जगाचे प्रश्न कवळू बघत होती. अमेरिकेतले सामाजिक प्रश्न हे जगातल्या गरीब, शोषितांशी संबंधित आहेत असे तो म्हणू लागला होता. तो लहान असताना आजीच्या मरणाचे झालेले अतीव दु:ख, इथपासून जगातले दुष्काळ, खुनी हल्ले, युद्धातील विध्वंस, केवळ शिकागोतल्या नव्हे तर कैरो, कलकत्ता, लायमा इथल्या झोपडपट्ट्या, जगातले क्रौर्य आणि वेदना यांचे ओझे तो स्वत:च्या पाठीवर वहात होता. गरिबी हटावची चळवळ जन्माला येण्यापूर्वीच मृतावस्थेत असताना जिथे जात, वंश, वर्ग, देश अशा भिंती नसतील असा एक एकसंध समाज निर्माण करण्याची गरज तो बोलून दाखवू लागला.

एबेन्झरमधील आपल्या प्रवचनात तो म्हणाला, **''माझी अशी इच्छा आहे की मी मेल्यावर लोकांनी म्हणावे की मार्टिन ल्यूथर किंग या माणसाने**

दुसऱ्यांची सेवा करण्यात आपले आयुष्य खर्ची घातले, त्याने दुसऱ्यावर प्रेम केले, भुकेल्यांना घास भरवला, वस्त्रहीनांना कपडे दिले, त्याने साऱ्या मानवजातीवर प्रेम केले आणि त्यांची सेवा केली.''

शेवटी शेवटी त्याला मायग्रेन, डोकेदुखीचा त्रास होऊ लागला. मेम्फिसमध्ये सफाई कामगारांच्या संपात मदत करण्यासाठी त्याने आपला गांधी तत्त्वज्ञानावर विश्वास असणारा जुना मित्र जेम्स लॉसन याला बोलवून घेतले. तो मेम्फिसमध्ये धर्मगुरू झाला होता. त्याच्या सल्ल्यानुसार मेम्फिसचा मेयर आणि सफाई कामगारांची युनियन यामध्ये मध्यस्थी करण्याचे मार्टिनने मान्य केले. अॅन्ड्र्यू यंग आणि त्याच्या इतर सहकाऱ्यांना वाटत होते की प्रत्येक प्रश्नात आपण लक्ष घालण्याची जरूरी नाही, अशावेळी आपण मेम्फिसमध्येच अडकून पडू आणि वॉशिंग्टनमधील गरिबी हटाव चळवळ आणखी मागे पडेल, पण मार्टिनला त्यांचे म्हणणे पटले नाही. त्याच्या दृष्टीने मेम्सिफमधील सफाई कामगारांची चळवळ गरिबी हटाव चळवळीसारखीच होती.

एक दिवस मार्टिनने या कामगारांच्या मोर्चाचे नेतृत्व केले. सुरुवातीला हा मोर्चा ठीक गेला, पण नंतर मोर्चातल्या लोकांनी गडबड गुंडा सुरू केला. दुकानांच्या काचा फोडल्या, खिडक्यांची तावदाने फोडली. दुकानातल्या सामानाची लूटमार केली. दगड मारून अनेकांना घायाळ केले. मोर्चाला हिंसक वळण लागलेले पाहताच त्याच्या सहकाऱ्यांनी मार्टिनला पटकन दूर नेले. गडबड गोंधळ थांबवण्यासाठी पोलिसांनी अश्रूधुरांची नळकांडी फोडली, गोळीबार केला. त्यात एक तरुण जागच्या जागी मारला गेला. पन्नास जबर जखमी झाले. एकशेविसांना अटक झाली. रस्त्यावर उतरलेल्या ३००० राष्ट्रीय सुरक्षा सैनिकांनी रस्त्यावर कर्फ्यू लावला. मार्टीनला त्याच्या मित्रांनी तो उतरला होता त्या मोटेलमध्ये आणले. कितीतरी वेळ बाहेरच्या नेसत्या कपड्यांनिशी तो अंथरुणावर अबोल पडून होता. एक घोर नैराश्य त्याच्या मनात दाटले होते कारण त्याने मनाची अशी समजूत करून घेतली की जे घडले त्याला तो जबाबदार होता, लोकांबद्दलचा त्याचा अंदाज चुकला. त्याने प्रायश्चित्त म्हणून उपास केला. आपल्यावर लोक आता टीका करणार की मार्टिन मेला, संपला, त्याची अहिंसा संपली, त्याचे कोणी ऐकत नाही, तो दोरीच्या शेवटाशी येऊन पोचला आहे. कधी एकदा मेम्फिसच्या बाहेर जाऊ असे त्याला झाले.

अॅटलांटाला परत आल्यावर तो सोमवार ते शुक्रवार एकटा राहिला. त्याने कोणाचीही भेट घेतली नाही. त्यानंतर त्याने संघटनेतल्या आपल्या अगदी आतल्या जवळच्यांना एबेन्झर चर्चच्या अभ्यासिकेत बोलवून घेतले आणि सगळ्यांवर तो अक्षरश: तुटून पडला. ''मी हे सगळं काही माझ्या एकट्याच्या डोक्यावर घेऊ शकत नाही. तुम्ही सगळे मिळून मला खड्ड्यात घालणार आहात, तुम्ही प्रत्येकानं

आपापल्या वाट्याचं तरी ओझं उचला.'' असे बोलून तो रागरागाने खोलीबाहेर पडला आणि जिना उतरू लागला. जॅक्सन त्याच्या पाठोपाठ गेला आणि जिन्याच्या वरच्या बाजूला उभे राहून एव्हाना खाली पोचलेल्या त्याला हाका मारू लागला. ''डॉक, डॉक, प्लीज काळजी करू नका, सारे काही ठीक होईल.'' जॅक्सनपुढे आपले बोट नाचवत मार्टिन म्हणाला, ''हे असंच चालणार असेल ना तर काहीच ठीक होणार नाही.'' सगळेजण त्याचा त्या दिवशीचा अवतार पाहून थक्कच झाले, तो असे कधीच वागला नव्हता. मन शांत करण्यासाठी तो अॅटलांटामधील आपल्या एका मैत्रिणीच्या घरी निघून गेला.

हे घडले त्या दिवशी शनिवार होता. नंतर पुढे चारच दिवसांनी म्हणजे ३ एप्रिल १९६८ रोजी मार्टिन आणि राल्फ अॅबरनथी परत मेम्फिसला आले. विमान उतरत असतानाच वादळही शहरावर उतरत होते आणि त्याने शहरावर जणू पांघरूण पांघरल होते. ते नेहमीप्रमाणे लोरेन मोटेलवर उतरले. मेसन टेंपलमध्ये लोकांसमोर त्या दिवशी मार्टिन भाषण देणार होता, पण आपल्याऐवजी त्याने राल्फला भाषण देण्यासाठी पाठवले. मुसळधार पाऊस बाहेर कोसळत होता, पण मार्टिनचे भाषण ऐकण्यासाठी चर्चमध्ये खूप गर्दी जमली होती. टीव्ही चॅनेलचे कॅमेरे सरसावले होते. राल्फने मार्टिनला फोन करून भाषणासाठी बोलावून घेतले.

मार्टिन लवकरच आला. लोकांनी टाळ्या वाजवत आरोळ्या देत त्याचे स्वागत केले. त्यावेळी कोणाला वाटले असेल की हे त्याचे शेवटचेच भाषण आहे? तो व्यासपीठावर उभा राहिला, तेव्हा बाहेर वीजा चमचमत होत्या आणि भेसूर गडगडत होते. आत प्रचंड उकडत होते. पंखे गरगरत होते. मार्टिन बोलू लागला तेव्हा पंख्यांचा आवाज येऊ लागला. त्याला भाषणात तो अडथळा वाटू लागला, त्याचे लक्ष लागेना, शेवटी पंखे बंद करण्यात आले. त्याचा जडगंभीर आवाज आकार घेऊ लागला आणि पाहता पाहता त्याने सगळ्या श्रोतृवृंदाला आपल्या कवेत घेतले.

१२ वर्षांपूर्वी मॉंटगोमेरीच्या चर्चमधील भाषणात जो संदेश त्याने दिला होता, त्याचीच त्याने प्रथम पुनर्उजळणी केली. **''पुढे काय होईल मला सांगता येणार नाही. पुढचे दिवस कठीण आहेत, पण मला आता त्यामुळे काही फरक पडत नाही, कारण मी पर्वतशिखरावर जाऊन आलो आहे. इतर कोणाप्रमाणे मलाही मोठे आयुष्य जगायला आवडेल. दीर्घायुष्याचे एक विशेष स्थान असते, पण मी आता त्याचीही काळजी करत नाही. देवाची इच्छा असेल तसे घडेल...''**

आणि मग आपल्या चिरपरिचित धीरगंभीर आवाजात लोकांच्या भावभावनांना

हात घालत, एखाद्या मैफलीत दमदार गायकाच्या आवाजात तो पुढे म्हणाला,

''– आणि त्याने मला पर्वतशिखरापर्यंत जाऊ दिले, मी तिथून दूरवर पाहिले आणि मला वचन दिलेला प्रदेश दिसला.''

तो हे बोलत असताना त्याचा मित्र जीस जॅक्सनला त्याच्या माथ्याभोवती तेजोवलय असल्याचा भास झाला. त्याक्षणी तो त्याला सर्वशक्तिमान भासला. ऐकणाऱ्या सगळ्यांच्या डोळ्यात त्यावेळी अश्रू तरळत होते.

''मला तिथे तुमच्याबरोबर कदाचित जाता येणार नाही. पण आज, या रात्री मला तुम्हाला सांगायचे आहे की आपले लोक तिथे जातील. मला याचा आनंद आहे. आता मला कोणत्याच माणसांची भीती वाटत नाही. देवाच्या आगमनाचे तेज माझ्या डोळ्यांनी पाहिले आहे.''

चर्चमध्ये विजांचा कडकडाट होत होता, भाषण संपवत असता मार्टिन मागे मागे सरकला, त्यावेळी आता तो पडणार हे लक्षात येताच राल्फने धावत जाऊन त्याला धरले. घर्मबिंदूंनी त्याचा चेहरा चमकत होता, डोळ्यात अश्रू दाटले होते. पण ते आनंदाश्रू आहेत, तो जुन्या विजयाकडे परतला आहे असे राल्फला वाटले.

त्यानंतर तिथून ते एका जुन्या मैत्रिणीकडे रात्री जेवायला गेले. तो त्या रात्री कशातून तरी मुक्त झाल्यासारखा वाटत होता. रात्री एकला ते खोलीवर परत आले. तिथे आणखी एक मैत्रिण त्याची वाट पाहत होती आणि मार्टिन आज आनंदी दिसत होता.

◆◆

२४

-०-

टेक माय हॅन्ड प्रेशस लॉर्ड

गुरुवार, ४ एप्रिल १९६८, संध्याकाळ हळूहळू जमिनीवर उतरू लागलेली. मार्टिन, राल्फ आणि अन्य मित्र रात्रीच्या मास मिटिंगपूर्वी रेव्हरंड काईल्स यांच्या घरी खास दक्षिणेकडचे भोजन घेण्यासाठी जाणार होते. ते निघाले, तेवढ्यात ॲबरनथीला आठवण झाली, ''ए, मिनिटभर थांब, मी आफ्टरशेव्ह लोशन लावायचे विसरलो'' मार्टिन दुसऱ्या मजल्यावरच्या बाल्कनीत येऊन उभा राहिला. मऊ, उबदार वसंतातील ती एक सुंदर संध्याकाळ होती. लांब बाह्यांचा शर्ट आत खोचलेला, नेहमीच्या रुबाबदार वेषात मार्टिन उभा. खाली घोळका करून इतरजण त्याची वाट पाहत थांबलेले, त्यांचे आपापसात हास्यविनोद चाललेले. दोन्ही कोपरे बाल्कनीच्या कठड्याला टेकवून तो थोडा ओणवा झाला आणि त्याने वाकून खाली उभ्या असलेल्या बेन ब्रांचला हाक मारली. बेन ब्रांच उत्तम सॅक्सोफोन वाजवायचा म्हणून आजच्या रात्रीच्या सभेनंतर गाणे वाजवण्यासाठी मार्टिनने त्याला मुद्दाम शिकागोहून बोलावून घेतले होते. मार्टिन त्याला म्हणाला, ''बेन, आज तू माझ्यासाठी 'टेक माय हॅन्ड प्रेशस लॉर्ड' हे गाणे असे वाजव की पूर्वी कधी इतके चांगले वाजवले नसशील. आजचे गाणे मस्त झाले पाहिजे.'' इतक्यात त्याच्या स्थानिक ड्रायव्हरने ओरडून त्याला सांगितले की संध्याकाळी हवा गार पडते, म्हणून त्याने टॉपकोट घालावा, ''ठीक आहे, जोनेसी'' असे म्हणत खोलीत जाण्यासाठी वळताना सरळ होत असता, फाडकन् थप्पड बसावी तसा त्या शांत संधीप्रकाशात एक गोळी झाडल्याचा धाडकन् आवाज आला.

ॲबरनथी मोरीत आफ्टरशेव लावत होता. एकदम फटाक्याचा आवाज कुठून आला म्हणून त्याने इकडे तिकडे पाहिले. खोलीमधून बाल्कनीबाहेर मार्टिनचे पाय त्याला दिसले, मागे असलेल्या काचेच्या दारात ते अडकल्यासारखे दिसत होते. कुणीतरी गोळी मारली असावी आणि आपल्याला जसे स्वसंरक्षणार्थ पालथे

पडायला शिकवतात, तसा हा पडला असावा असे ॲबरनथीला वाटले. पण इतक्यात खालच्या लोकांचा आवाज आला, "अरे बापरे देवा, ओ लॉर्ड, ओ लॉर्ड!" आणि त्याला समजले... हे दृश्य पाहणाऱ्या एकाने सांगितले, तो जाण्यासाठी डाव्या बाजूला मागे वळला. गोळी लागताना त्याचे हात क्रुसावर धरतात तसे पसरले होते. किंचित गुडघे उचललेला तो बाल्कनीत पडला होता, त्याचे बूट रेलिंगमध्ये अडकल्यासारखे वर उचलले होते. पडताना त्याने रेलिंगचा आधार घेतला असावा असे त्याच्या रेलिंगजवळ लोंबणाऱ्या डाव्या हातावरून वाटत होते. रेव्हरंड काईल्स आणि ॲबरनथी पहिल्यांदा त्याच्याजवळ धावत गेले. त्याचा गळा आणि उजवा जबडा फाटून रक्ताचे पाट त्याच्या खांद्यावरून वाहू लागले होते. राल्फ ॲबरनथी त्याच्या जवळ ओणवा होत त्याला हाका मारू लागला, "मार्टिन, मार्टिन, मार्टिन!" त्याचे लक्ष वेधण्याचा त्याने प्रयत्न केला, त्याच्या गालावर थोपटत तो म्हणाला, "मार्टिन, मी राल्फ आहे, काळजी करू नकोस, सगळं काही ठीक होईल...ठीक होईल."

मार्टिनच्या ओठांची किंचित हालचाल झाली, तो काहीतरी सांगू बघत होता, पण राल्फकडे फक्त डोळे लावून त्याने पाहिले, जणू त्या डोळ्यांनी त्याला सांगायचे होते, शेवटी असे झालेच. दुसऱ्या क्षणी बाल्कनी माणसांनी फुलून गेली. त्याच्या एका गोऱ्या सहाय्यकाने एक टॉवेल आणून त्याच्या मानेभोवती गुंडाळला. काईल्सने खोलीतली केशरी चादर ओढून आणून त्याच्यात त्याचा देह गुंडाळला. त्याच्या उजव्या हातात चुरगाळलेले एक सिगरेटचे पाकीट होते. मार्टिन कधीही सर्व लोकांमध्ये असताना सिगरेट ओढत नसे. म्हणून काईल्सने ते त्याच्या हातातून काढून फेकून दिले. ॲम्ब्युलन्स आली, त्याला मेम्फिसमधल्या सेंट जोसेफ हॉस्पिटलमध्ये नेण्यात आले, तिथे एक तासाने त्याचा मृत्यू झाला. त्याचा मारेकरी वंशद्वेष्टा जेम्स अर्ल रे याला लगेचच पकडण्यात आले.

ॲबरनथी आणि इतर काही खोलीवर परत आल्यावर ॲबरनथीने लॉन्ड्रीच्या शर्टमधून एक कार्डबोर्डचा तुकडा काढला आणि बाल्कनीत जाऊन एका जारमध्ये तो कार्डबोर्डने ते रक्त भरू लागला. त्याच्या डोळ्यांना धारा लागल्या होत्या, "हे मार्टिनचं मौल्यवान रक्त आहे. त्यानं ते आमच्यासाठी सांडलं." असं तो पुन्हा पुन्हा म्हणत होता. मग जीन जॅक्सन खाली वाकला आणि त्याने आपले दोन्ही हाताचे तळवे रक्तात बुडवले आणि मग उठून ते आपल्या शर्टाला पुसले, "आम्हा बॅप्टिस्ट लोकांचा विश्वास आहे की रक्तात शक्ती असते आणि ती शक्ती दुसरीकडे हस्तांतरित होते." असे तो म्हणत होता. या महाभयानक दृष्याचे विश्लेषण करताना इतिहासकार आणि पत्रकार गॅरी विल्सने म्हटले आहे की फार पूर्वीपासून अशा हिंसक हौतात्म्याप्रसंगी

त्याच्या रक्तात हात भिजवून हत्या झालेल्या प्रेषित वा नायकाच्या रक्ताचा स्पर्श आपल्यात साठवून ठेवावा अशी मानवात अंत:प्रेरणा आहे.

गेला तेव्हा तो फक्त ३९ वर्षांचा तरुण माणूस होता. त्याच्या मृत्युची बातमी साऱ्या जगात वणव्यासारखी पसरली. जगभराच्या लोकांना महात्मा गांधींच्या या पद्धतीनेच झालेल्या क्रूर शोकांतिकेची आठवण झाली. आयुष्यभर त्याने गांधींना आदर्श मानले, त्यांचे अहिंसात्मक तत्त्वज्ञान प्रत्यक्ष आचरणात आणले, अमेरिकेला शिकवले, त्याचा मृत्यूही शुक्रवारीच आणि त्यांच्याप्रमाणेच व्हावा हा विचित्र योगायोग होता.

ज्या मार्टिनने आयुष्यभर अहिंसेची कास सोडली नाही, त्याच्या दुर्दैवाने त्याच्या खुनाच्या बातमीने अमेरिकेतल्या शंभर प्रमुख शहरांमध्ये प्रचंड हिंसाचार उसळला. याही बाबतीत गांधींच्या हत्येनंतरचीच पुनरावृत्ती झाली. रॉबर्ट केनेडी त्यावेळी अध्यक्षीय उमेदवार म्हणून ठिकठिकाणी सभा घेत होते, बातमी कळली त्यावेळी ते इंडियानापोलिसमध्ये होते, त्यांनी तिथल्या तिथे सभा घेऊन अतिशय समयोचित भाषण केले आणि लोकांना त्याच्या अहिंसात्मक मार्गाने जाण्याचे आवाहन केले. राष्ट्राध्यक्ष लिंडन जॉन्सन यांनी ७ एप्रिल हा दिवस राष्ट्रीय दुखवट्याचा दिवस म्हणून जाहीर केला.

९ एप्रिल १९६८, स्थळ अॅटलांटा जॉर्जिया. त्याच्या लाडक्या एबेन्झर चर्चमधल्या घंटा वाजत होत्या. १९१४ ते १९२२ या काळात बांधलेले हे चर्च, त्याची गॉथिक शैलीतली साधी पण सुंदर इमारत आज शोककळा पसरल्यासारखी दिसत होती. इथेच त्याच्या मित्रांबरोबर चर्चा, वादविवाद झाले. या आवारातच लहानाचा मोठा झालेल्या मार्टिनचा मृतदेह आज इथेच दर्शनासाठी ठेवण्यात आला होता. लाखो लोकांनी त्याचे अंत्यदर्शन घेतले. या चर्चपासून मोअर हाऊस कॉलेज, जिथे मार्टिनचे शिक्षण झाले ते काळ्यांचे कॉलेज आणि तिथून साऊथ व्ह्यू सिमेट्रीकडे अंत्ययात्रा निघाली. दोन लाख लोकांचा प्रचंड जनसमुदाय हे पाच मैलांचे अंतर चालत गेला. मार्टिनचे शव खेचरांनी ओढलेल्या लाकडी गाड्यावर ठेवले होते. हा गाडा म्हणजे एक प्रतिक होते. लाखो काळ्या लोकांच्या कष्ट आणि दारिद्र्य यांच्या विरोधात आयुष्यभर दिलेल्या अथक झुंजीचे. वॉशिंग्टनच्या गरिबी हटाव निदर्शनात अशाच खेचरांच्या गाड्यावरून येण्याचे आवाहन त्याने केले होते. गुलाम अशा गाड्या वापरत होते. आमची परिस्थिती आजही तशीच आहे हेच त्याला त्यातून सुचवायचे होते. आजही हा गाडा मार्टिनच्या अंत्ययात्रेची स्मृती म्हणून अॅटलांटामधील मार्टिन ल्यूथर किंग म्युझियममध्ये जतन केला आहे. राष्ट्राध्यक्ष जॉन्सन यांना स्वत:ला या अंत्ययात्रेत सामील व्हायचे होते, पण त्यांच्या उपस्थितीने कदाचित

अंत्ययात्रेला हिंसक वळण लागेल म्हणून त्यांनी उपराष्ट्रपती हबर्ट हंफ्रे यांना पाठवले. कोरेटाच्या इच्छेनुसार एबेन्झर बॅप्टिस्ट चर्चमधले त्याचे शेवटचे प्रवचन अंत्ययात्रेत लावले होते. त्याच्या इच्छेप्रमाणे त्याला मिळालेल्या ॲवॉर्डस्‌चा वा सन्मानाचा कुठलाही उल्लेख होत नव्हता, पण त्याने भुकेल्यांना घास भरवला, वस्त्रहीनांना कपडे दिले, व्हिएतनामप्रश्नी त्याची भूमिका बरोबर होती आणि त्याने मानवजातीवर प्रेम करून त्यांची सेवा केली, हे भाषण लावले गेले. 'टेक माय हॅन्ड प्रेशस लॉर्ड' हे त्याचे आवडते गाणे त्याची मैत्रिण महालिया जॅक्सन गात होती. शोकाकुल अंत:करणाने लोकांनी त्याला निरोप दिला. १९५५ मध्ये रोझा पार्कला पाठिंबा देण्यासाठी 'बसेस बंद' पासून सुरू झालेले हे धगधगते अग्निकुंड १९६८ मध्ये त्याच्या चिरविश्रांतीने शांत झाले. अशा अवेळी झालेल्या मृत्युमुळे त्याचा शेवट सर्वांनाच चटका लावून गेला.

एक महिन्यानंतर त्याच्या स्मृतिप्रित्यर्थ वॉशिंग्टनच्या आसपासच्या काळ्या लोकांनी पुढाकार घेऊन एक यात्रा काढली. मार्टिनच्या खुनानंतर झालेल्या संतापाच्या ज्वाळांची आग अजूनही लोकांच्या मनात धगधगत होती. पण या यात्रेत काळे, गोरे, ब्राऊन, धर्मगुरू, विद्यार्थी, कार्यकर्ते उत्स्फूर्तपणे सामील झाले, जसे त्याच्या सेल्मामधल्या मोर्च्यात झाले होते. तो त्याच्या विजयाचा शेवटचा अत्युच्च क्षण होता. सर्वजण चालत होते, नि:स्तब्धपणे, पावसाच्या तडाख्यात, मनातून मोडलेले, डोक्यावरचे छत गमावल्यासारखे, मनात पोकळी भरून राहिलेले. यात्रेत लायमोसिन पुढे सरकत होती, त्यात कोरेटा बसलेली, गर्दीत तिचा चेहरा दिसावा म्हणून भोवती जमणारी माणसं, इंजिनातून निघणारी उष्णता, पावसात घुसमटवणारी आणि मोटारीच्या काळ्या काचेआड अंधारात हरवून गेलेली कोरेटा. मग मिरवणुकीतून टाळ्या वाजवत लोक त्याच्या मासमधल्या प्रार्थनेची गाणी म्हणू लागले, जणू काही ते त्याला त्याची गाणी ऐकवून माघारी बोलवत होते. पावसात पुन्हा सूर्याने डोके वर काढले. दक्षिणेकडचा टोकदार काळा सूर्य. त्याच्या थेट रस्त्यावर पडलेल्या किरणांनी रस्ता चंदेरी होऊन चमकू लागला आणि एक क्षणभर तो तिथे असल्याचा भास झाला. खरे तर अशा मोर्चात, सामूहिक गाण्यात तो असायलाच पाहिजे. ताठ मानेने चालणारा, डोळ्यात स्वर्गीय तेज असणारा, प्रत्येक पाऊल निर्धाराने आणि आत्मविश्वासाने उचलणारा, पांढर्‍या शुभ्र लांब बाह्यांच्या शर्टातला आणि प्रत्यक्ष परमेश्वराने आशीर्वाद देऊन पाठवलेल्या देवदूतासारखा, देवाचा प्रेषित...

श्वास येतो आणि जातो इतक्या निमिषार्धात तो दिसला आणि अदृश्य झाला. शेवटी मागे उरल्या त्या त्याच्या अनंत आठवणी, त्याने प्रत्येकाच्या मनात जागविलेले स्फुल्लिंग, त्याने काळ्यांना दिलेले आत्मभान आणि त्याने केलेला

अस्मितेचा जागर...

मार्टिनच्या अशा प्रकारच्या मृत्यूने काळ्या लोकांच्या डोक्यावर जणू आभाळच कोसळले. त्यांच्या उज्ज्वल भवितव्याच्या साऱ्या आशाआकांक्षांचा क्षणार्धात चुराडा झाला. ते दिशाहीन झाले. त्यांच्या संतापाची आग दिशादिशांतून भडकली आणि त्याने व्हाईट हाऊसचा घुमटही काही काळ आपल्या काळ्या धुराने धुरकटून टाकला. मार्टिनची अहिंसा त्याच्या बरोबर जळून राख झाली. अलीकडच्या काळातले देशातले सर्वोत्तम नैतिक साहस त्याच्याबरोबर पुरले गेले.

मेम्फिसमधला सफाईकामगारांचा संप त्यांच्या बाजूने काही चांगले निर्णय लागून सुटला. मार्टिनची चळवळ पुढे नेण्याच्या हेतूने 'गरिबी हटाव' मोर्चा ठरल्याप्रमाणे वॉशिंग्टनहून काढण्यात आला. त्याला २००० निदर्शक उपस्थित होते, त्यांनी हातात मागण्यांचे फलक धरले होते. एस. सी. एल. सी या त्याच्या संघटनेचे लोक त्याच्या मृत्यूमुळे निर्माण झालेली पोकळी भरून काढण्याचा केविलवाणा प्रयत्न करत होते. ॲबरनथीची आता मार्टिनच्या जागी नेतेपदासाठी निवड झाली, पण मार्टिनच्या मृत्यूचा साक्षीदार असलेला, त्याच्या आयुष्यभराचा हा जिवलग मित्र अजूनही त्या दिवशी झालेल्या मानसिक आघातातून बाहेर आला नव्हता. वार्ताहरांशी बोलताना तर तो म्हणाला, ''हे माझ्यावर लादलं गेलंय हो, खरंच मी काही हे नेतेपद मागितलं नाहीये. मी मार्टिनला मारलं नाहीये.''

फिलाडेल्फियामध्ये निघालेल्या एका मोर्चात तो भाषणात म्हणाला, ''मी मार्टिन ल्यूथर किंग होईन अशी अपेक्षा करू नका. कोणीही त्याच्या माघारी त्याची जागा घेऊ शकत नाही. या रोगट अमेरिकेने त्याला मारले आणि आता तो आपल्यात नाही. पण मी अमेरिकेला ओरडून सांगेन, तू त्याला मारलंस.''

सहकाऱ्यांची अपेक्षा होती ॲबरनथी ही चळवळ जोरदारपणे पुढे नेईल पण ती फोल ठरली. गरिबी हटाव चळवळीची पुढचा भाग म्हणून तिथे उभी राहिलेली, 'रिसरेक्शन सिटी' पुनर्जिवित शहर दोनच महिन्यात कोलमडले. सततच्या पावसामुळे, चिखलामुळे ते उद्ध्वस्त झाले. जमिनीच्या जागेची परवानगी संपुष्टात आली. एक दिवस सकाळीच राष्ट्रीय सुरक्षा सैनिकांनी ती तुडवून टाकले, तिथे उरलेल्या थोड्याफार लोकांना त्यांनी पळवून लावले. मार्टिनचे शेवटचे आणि भव्य स्वप्न असे होत्याचे नव्हते झाले.

मार्टिनच्या आत्म्याला काय वाटेल अशा विचाराने त्याचे सहकारी एकत्र काम करत होते, पण त्याचा प्रत्यक्ष सहभाग नसल्याने हळूहळू एकेकाने काढता पाय घेऊन आपापले क्षेत्र निवडले. जीस जॅक्सनने शिकागोला जाऊन स्वत:ची

टेक माय हॅंड प्रेशस लॉर्ड / १९७

संघटना स्थापली आणि 'प्रत्येक काळ्या नागरिकाला मतदानाचा हक्क मिळालाच पाहिजे.' ही मोहीम पुढे अनेक वर्षे चालवली, त्यातल्या त्यात मार्टिनचा वारसा त्यानेच पुढे चालवला. अॅन्ड्र्यू यंगची नेमणूक जिमी कार्टरचा युनायटेड नेशन्समधील अमेरिकन प्रतिनिधी म्हणून झाली. तो पुढे अॅटलांटाचा मेयर झाला. जेम्स बिव्हेल अनेक वर्षे दिशाहीन भरकटत राहिला. अॅबरनथीने निवडणुकीत रोनाल्ड रेगनला मदत केली, पण पुढे निवडून आल्यावर रेगनने त्याला लाथाडून टाकले.

मार्टिनच्या कुटुंबातही पुढे काही दुःखद घटना लागोपाठ घडल्या. मार्टिनची को पॅस्टरची जागा घेण्यासाठी त्याचा भाऊ ए. डी. किंग अॅटलांटात एबेन्झर चर्चमध्ये आला, पण पुढे अठराच महिन्यात एके दिवशी सकाळी तो आपल्या घरातील स्विमिंग टँकमध्ये बुडून मरण पावला. १९७४ च्या जूनमध्ये रविवारच्या प्रार्थनेच्या वेळी ऑर्गन वाजवत असता त्याच्या आईला अज्ञात मारेकऱ्यांनी एबेन्झर चर्चमध्येच गोळ्या घातल्या. ज्या चर्चच्या पवित्र वेदीवर अल्बर्टाचा विवाह झाला, त्याच चर्चमध्ये प्रार्थनेच्या वेळी ऑर्गन वाजवून परमेश्वराची सेवा करणाऱ्या त्या स्त्रीला असे मरण का यावे? हे सगळे धक्के एकामागून एक डॅडी किंगनी सहन केले. शरीराने दमले तरी ते मनाने खचले नाहीत. डेमोक्रॅटिक पक्षाच्या अधिवेशनात, नागरी हक्क मोर्चामध्ये मार्टिनच्या स्मृती कार्यक्रमात त्यांनी आवडीने भाग घेतला. १९८४ मध्ये शरदातल्या एका रविवारी सकाळी एबेन्झर चर्चमधून प्रार्थनेहून परत येऊन, आपल्या कुटुंबियांसमवेत भोजन घेताना त्यांचा हृदयविकाराने मृत्यू झाला. मार्टिनच्या मृत्यूनंतर मॅडोनाच्या प्रतिमेप्रमाणे कोरेटा एकदम शांत, गंभीर झाली. त्याच्या अनेक आठवणी तिने प्रसृत केल्या. त्यांच्या सहजीवनातील अनेक सुखदुःखांचे प्रसंग तिने लोकांना कथन केले. होता होईल तेवढे त्याचे कार्य तिने पुढे चालू ठेवले. १९६९ मध्ये पंडित जवाहरलाल नेहरू इंटरनॅशनल अंडरस्टँडिंग अॅवॉर्ड स्वीकारण्यासाठी ती पुन्हा भारतात आली. याचवेळी मुंबईच्या एस. एन. डी. टी. विद्यापीठात तत्कालीन कुलगुरू लेडी ठाकरसी आणि कुलपती चेरियन यांच्या हस्ते मानपत्र देऊन तिचा सन्मान करण्यात आला. मनाने एकदा मार्टिन नावाचे वादळ स्वीकारल्यावर आयुष्यभरात तिने ते फार समर्थपणे पेलले. कोरेटाचे निधन नुकतेच २००६ साली झाले.

मार्टिनच्या मृत्यूनंतर अटक झाल्यावर तुरुंगातून पळून गेलेल्या गुन्हेगार जेम्स अर्ल रे याला लंडनच्या हिथ्रो विमानतळावर पकडण्यात आले, तो खोट्या नावाने खोट्या कनेडिअन पासपोर्टवर इंग्लंड सोडून चालला होता. त्याला अमेरिकेत परत आणण्यात आले आणि टेनेसीच्या कोर्टात त्याच्यावर खुनाचा आरोप ठेवण्यात आला. खटला चालू नये म्हणून त्याने खुनाचा कबुलीजबाब दिला. त्याला ९९

वर्षांच्या तुरुंगवासाची शिक्षा झाली. त्यानंतर त्याने हा एका कटाचा भाग असल्याचे जाहीर केले. १९७७ मध्ये तो अन्य सहा कैद्यांबरोबर पुन्हा तुरुंगातून पळाला, त्याला तीनच दिवसात पुन्हा पकडण्यात आले. तो मुळात चोर-दरोडेखोर होता, त्याला बळीचा बकरा बनवण्यात आले, खरा गुन्हेगार जगापुढे आलाच नाही असे अनेकांना वाटे. यानंतरही अनेकांवर संशय व खटले चालविले गेले, अनेक चर्चा, वादविवाद झाले. यात सरकारचाही हात आहे असा संशयही व्यक्त केला गेला.

त्याच्या मृत्यूनंतर अनेक वर्षे ही राळ उडत होती, पण त्याचा बळी गेला तो गेलाच. गोऱ्या लोकांच्या सदसद्विवेक बुद्धीला सतत हादरे देत त्याने आपला लढा पुढे रेटला. ज्यांच्या हाती सत्ता आहे, संपत्ती आहे, मनात काळ्यांबद्दल प्रचंड तिरस्कार आहे, जे स्वत:ला सर्वश्रेष्ठ वंशाचे समजतात, अशा पिढ्यान्‌पिढ्याच्या सुस्थापित गोऱ्या समाजाशी त्यांच्याच देशात टक्कर देणे ही गोष्ट मस्तक आपटून खडक फोडण्याइतकी अशक्यप्राय आहे. मार्टिनने त्यासाठी अतिशय प्रभावी असे अहिंसेचे शस्त्र हाती धरले. काही ठिकाणी त्याचा लढा यशस्वी झाला तर काही ठिकाणी अयशस्वी. पण यशापयशापेक्षा महत्त्वाचे होते लढणे आणि त्यासाठी त्याने कायमच आपल्या प्राणाची बाजी लावली. पिढ्यान्‌पिढ्या काळा माणूस स्वत:ला कमी लेखत आला, आधी गुलामी आणि मग पिचलेले दरिद्री जीवन हेच आपले भागध्येय आहे हे पक्के धरून चालणाऱ्या समाजाला त्याने झोपेतून उठवले. 'मी करू शकतो आणि मी करीन' ही ईर्षा त्याने काळ्या माणसांच्या मनात जागी केली. मार्टिनने कुठले हक्क मिळवले, कुठले गमावले, यापेक्षा त्याने माणसांना माणसांसारखे जगायला शिकवले हे अधिक महत्त्वाचे. आजच्या अमेरिकेत, आफ्रिकन-अमेरिकन माणसे सर्व नागरी हक्क उपभोगत आहेत. सर्व प्रश्न सुटले नसले तरी त्यांना आज अधिकाराच्या अनेक जागा मिळाल्या आहेत. बराक ओबामांची राष्ट्राध्यक्षपदी निवड ही तर मार्टिन ल्यूथरच्याच स्वप्नांची परिपूर्ती आहे. या देशातील आफ्रिकन-अमेरिकनांना आणि गोऱ्यांना देखील देशाच्या नैतिक जडणघडणीचा हा शिल्पकार कधीच विसरता येणार नाही. आपल्या शेवटच्या भाषणात त्याने स्वत:विषयी म्हटले होते, ''**लोक माझ्याबद्दल म्हणतील, तो सर्वोत्तम शिखरावर, कदाचित पोचू शकला नाही, कदाचित त्याला त्याची स्वप्नेही कळली नसतील. पण त्याने प्रयत्न केला. त्याने चांगला माणूस व्हायचा प्रयत्न केला. त्याने न्यायी व्हायचा प्रयत्न केला. त्याने प्रामाणिक व्हायचा प्रयत्न केला. त्याचे हृदय योग्य जागी होते. अनन्तातून एक आवाज मला ऐकू येतो, तो म्हणतो, ''मी तुझा स्वीकार करतो. माझा कृपाप्रसाद तुला लाभला आहे, कारण ते तुझ्या हृदयातच होतं आणि ते तुझ्यातच आहे ही किती भाग्याची गोष्ट आहे. मला तुमच्याबद्दल**

ठाऊक नाही, पण मी स्वतःची परीक्षा घेतो. मार्टिन संत होता असं म्हणू नका. मला आज तुम्हाला सांगायचं आहे की देवाच्या सर्व मुलांप्रमाणे मी ही पापी आहे. पण मी चांगला माणूस व्हायचा प्रयत्न केला. एक दिवस मला असा आवाज ऐकायचा आहे, की मी तुझा स्वीकार केला आहे. मी तुला आशीर्वाद देतो कारण तू प्रयत्न केलेस आणि ते सर्व तुझ्या हृदयातच होतं.''

स्वतःची एवढी चांगली परीक्षा थोर व्यक्तिवाचून आणखी कोण करू शकेल?